THẦN HỌC RÚT GỌN

Một Chỉ Dẫn Về Niềm Tin Cơ Đốc Giáo Quan Trọng

J.I. Packer

Bản dịch tiếng Việt: **Văn Phẩm Hạt Giống**

reSource Leadership International - 2024

Bản dịch bản quyền © 2020 reSource Leadership International for Theological Education. Mã ISBN (Việt Nam): **978-604-61-7632-9** Mã ISBN (Canada): **978-1-988990-90-3** Mã ISBN (ebook): **978-1-988990-86-6** Thiết kế bìa: **Nguyễn Hiền Thư**

Mục lục

Lời Nói Đầu

Quyển sách này trình bày cách ngắn gọn những gì tôi luôn xem là thiết yếu trong Cơ Đốc giáo, vừa là một hệ thống niềm tin, vừa là một cách sống. Người ta có thể đưa ra những tóm tắt khác nhau về Cơ Đốc giáo, nhưng đây là cách của tôi. Nó vừa mang tính thần học Cải chính vừa mang tính thần học của Tin lành thuần túy, và theo nghĩa đó, nó cũng vừa mang tính lịch sử vừa mang tính kinh điển.

Giống như các sách khác của tôi, những chỉ dẫn vắn tắt ban đầu định để in thành quyển Thánh Kinh chú giải nhưng bây giờ được hiệu chỉnh này đi theo bố cục của Kinh Thánh, và được đính kèm các bản văn Kinh Thánh để tiện tra cứu. Tôi mong nó được giữ nguyên như thế, vì việc tiếp nhận sự dạy dỗ của Kinh Thánh như là sự chỉ dẫn của chính Đức Chúa Trời, theo như cách Calvin nói, bắt nguồn từ miệng Đức Chúa Trời thông qua trung gian là con người. Nếu Kinh Thánh thật sự là điều chính Đức Chúa Trời đang giảng dạy, như cách mà đa phần hội thánh vẫn luôn tin, thì đặc điểm đầu tiên của thần học đúng đắn đó là nó tìm cách vang vọng Lời Chúa một cách trung thành nhất có thể.

Thần học trước nhất là hoạt động suy ngẫm và nói về Đức Chúa Trời (nghiên cứu về thần học) và thứ nhì là sản phẩm của hoạt động đó (thần học của Luther, thần học của Wesley, của Finney, của Wimber hay của Packer, của bất cứ ai). Là một hoạt động, thần học là cái nôi của các ngành tương hỗ nhưng riêng biệt: giải nghĩa (giải kinh), tổng hợp điều các bản văn bàn dạy về những điều mà chúng bàn đến (thần học Kinh thánh), xem xét việc trước đây đức tin được phát biểu như thế nào (thần học lịch sử), phát biểu cách hệ thống đức tin ấy cho hiện tại (thần học hệ thống), tìm

1

kiếm những hàm ý của nó đối với nếp sống (đạo đức), chứng minh và bảo vệ nó vì nó là lẽ thật và sự khôn ngoan (biện giáo), xác định trách nhiệm của người Cơ Đốc trong thế giới này (truyền giáo học), lưu giữ nguồn trợ giúp để sống cho Chúa (nếp sống thuộc linh) và cho việc thờ phượng cộng đồng (giáo nghi) cũng như khám phá mục vụ (thần học thực tiễn). Dù chỉ mang tính đại cương, nhưng những chương tiếp theo được xếp vào các lĩnh vực đó.

Vì nhớ rằng Chúa Giê-xu Christ kêu gọi những người Ngài muốn cho *chiên* chứ không phải *hươu cao cổ* ăn, nên tôi nhắm đến việc làm cho mọi thứ càng đơn giản càng tốt. Có người từng nói với tổng giám mục William Temple rằng ông là người làm cho vấn đề phức tạp trở nên đơn giản; ông đã rất mừng mà đáp lại: "Chúa, Đấng tạo nên tôi cách đơn giản, khiến tôi càng đơn giản hơn." Tôi hòa lòng với những lời của giám mục Temple và tôi đã cố gắng giữ cho suy nghĩ của mình luôn theo hướng đơn giản.

Như tôi thường nói với sinh viên, thần học phải hướng tới sự tán tụng và tận hiến – nghĩa là hướng tới sự ngợi khen Chúa và việc thực hành đức tin kính. Vì thế, thần học cần phải được trình bày sao cho người khác nhận thức về sự hiện diện của Chúa. Thần học lành mạnh nhất là khi nó chủ đích ở dưới sự dõi xem của Đức Chúa Trời - Đấng mà nó nói đến - và là khi nó cất lên lời tán tụng dành cho Ngài. Và tôi cũng cố gắng ghi nhớ điều này.

Khi lược qua các chủ đề lớn, tôi có cảm giác chúng giống như những chuyến viếng thăm nước Anh chớp nhoáng mà các công ty xe buýt vẫn thường dành cho các du khách người Mỹ (mười lăm phút thăm Stonehenge, hai tiếng ở Oxford, nhà hát và suốt đêm ở Stratford, một tiếng rưỡi ở York, một buổi chiều ở Lake District – phù!) Mỗi chương chỉ là một ghi chú thô mà thôi. Thế nhưng tôi vẫn hy vọng rằng tài liệu nén của tôi, nén kiểu Packer, sẽ khiến tâm trí độc giả trở nên thoáng rộng nhằm kéo họ đến gần với Chúa hơn, như kiểu khí nóng nâng những quả bóng bay lên bầu trời cao rộng vậy. Chúng ta sẽ thấy.

Vì tôi là người theo Anh giáo chứ không phải Trưởng lão, nên việc tôi thường xuyên trích dẫn bài Tuyên xưng đức tin Westminster có thể khiến một số người cau mày khó chịu. Nhưng bởi vì bài tuyên xưng ấy nhắm đến việc mở rộng Ba Mươi Chín Điều, vì đa phần những người đặt nền tảng cho nó là các mục sư truyền đạo Anh giáo, và vì nó như một kiệt tác, như "trái chín ngọt mọng nhất trong các bản tín điều thời kỳ Cải Chánh" như B. B. Warfield đã gọi, nên tôi nghĩ tôi có quyền coi trọng nó như coi trọng một phần di sản Anh giáo Cải Chính của tôi, và sử dụng nó làm nguồn hỗ trợ chính.

Tôi vô cùng biết ơn bàn tay âm thầm của người bạn mà tôi rất ngưỡng mộ R. C. Sproul, từ anh ấy đã ra những ý tưởng phôi thai cho bố cục này. Dù phong cách của chúng tôi có khác nhau, nhưng suy nghĩ của chúng tôi rất giống nhau, và chúng tôi cũng đã hợp tác vui vẻ trong một số dự án. Tôi thấy rằng đôi khi chúng tôi được nhắc đến như những mafia Cải Chính, nhưng không vấn đề gì, chúng tôi vẫn tiếp tục.

Tôi cũng gửi lời cảm ơn đến Wendell Hawley, giám đốc nhà xuất bản của tôi, và LaVonne Neff, người biên tập sách cho tôi, vì sự giúp đỡ và kiên nhẫn dành cho tôi bằng nhiều cách. Được làm việc với họ là một đặc ân và niềm vui lớn lao của tôi.

J. I. Packer

Phần Một
Đức Chúa Trời Được
Mặc Khải Là Đấng Tạo Hóa

Sự Khải Thị

Kinh Thánh Là Lời Chúa

Hai Bảng đó do Đức Chúa Trời làm ra,
chữ là chữ của Đức Chúa Trời khắc trên các bảng đá.
Xuất Ai Cập Ký 32:16

Cơ Đốc giáo là sự thờ phượng và phục vụ đúng đắn dành cho Đức Chúa Trời chân thật, Đấng Tạo Hóa và Đấng Cứu Chuộc của loài người. Đó là một tôn giáo dựa trên sự khải thị: không ai có thể biết lẽ thật về Đức Chúa Trời hay có thể liên hệ với Ngài một cách cá nhân nếu Đức Chúa Trời trước hết không hành động để bày tỏ chính mình. Nhưng Đức Chúa Trời đã hành động, và sáu mươi sáu sách của Kinh Thánh, ba mươi chín sách được viết ra trước và hai mươi bảy sách được viết ra sau khi Chúa Giê-xu giáng sinh, đều là một ký thuật, một chú giải, một cách diễn đạt và một hiện thân cho sự tự bộc lộ của Ngài. Đức Chúa Trời và lòng tin kính Chúa là chủ đề hiệp nhất của Kinh Thánh.

Trên một phương diện, Kinh Thánh (kinh có nghĩa là các sách) là lời chứng trung thành của người tin kính về Đức Chúa Trời mà họ yêu mến và phụng sự. Trên phương diện khác, thông qua một sự thực thi quyền tể trị thiên thượng trên việc viết sách của họ, Kinh Thánh là lời chứng và sự dạy dỗ của chính Đức Chúa Trời bằng hình thức của con người. Hội thánh gọi những sách này là Lời Chúa bởi vì tác giả và nội dung của Kinh Thánh đều là Chúa.

Sự đảm bảo mang tính quyết định cho việc Kinh Thánh đến từ Đức Chúa Trời và hoàn toàn được cấu thành bởi sự khôn ngoan và lẽ thật của Ngài đến từ Chúa Giê-xu Christ và các sứ đồ của Ngài, những người nhân danh Ngài mà dạy dỗ. Chúa Giê-xu, Đức Chúa Trời nhập thể, xem Kinh Thánh của mình (Cựu Ước của chúng ta) là lời chỉ dẫn thành văn từ Cha Thiên Thượng của Ngài mà Ngài cũng phải vâng theo y như những người khác (Mat 4:4, 7, 10; 5:19-20; 19:4-6; 26:31; 52-54; Lu-ca 4:16-21; 16;17; 18:31-

33; 22:37; 24:25-27, 45-47; Giăng 10:35), và là điều Ngài đã đến để làm trọn (Mat 5:17-18; 26:24; Giăng 5:46). Phao-lô mô tả Cựu Ước hoàn toàn được "Đức Chúa Trời hà hơi" hay "Đức Chúa Trời soi dẫn" – nghĩa là một sản phẩm của Thánh Linh ("hơi thở") của Đức Chúa Trời, y như cõi vũ trụ vậy (Thi 33:6; Sáng 1:2) – và được viết ra để dạy về Cơ Đốc giáo (2 Ti 3:15-17; Rô 15:4; 1 Cô 10:11). Phi-e-rơ xác nhận nguồn gốc thiên thượng cho sự dạy dỗ của Kinh Thánh trong 2 Phi-e-rơ 1:21 và 1 Phi-e-rơ 1:10-12, và tác giả của thư tín gửi người Hê-bơ-rơ cũng làm thế thông qua phần trích dẫn của ông (Hê 1:5-13; 3:7; 4:3; 10:5-7; 15-17; xem thêm Công Vụ 4:25; 28:25-27).

Bởi vì bản thân lời dạy về Đấng Christ của các sứ đồ đã là lẽ thật được khải thị bằng ngôn từ từ Đức Chúa Trời (1Cô 2:12-13), nên hội thánh đã đúng khi xem những sách thật sự được các sứ đồ viết ra là phần hoàn thiện của Kinh Thánh. Phi-e-rơ đề cập các thư tín của Phao-lô là Kinh thánh (2 Phi 3:15-16) và trong 1 Ti-mô-thê 5:18, câu Kinh Thánh ông dẫn lời của Lu-ca 10:7, Phao-lô rõ ràng đang gọi phúc âm Lu-ca là Kinh thánh.

Ý nghĩ cho rằng những lời chỉ dẫn thành văn của chính Đức Chúa Trời làm nền tảng cho nếp sống tin kính bắt nguồn từ việc Đức Chúa Trời viết Mười Điều Răn lên hai bảng đá và sau đó cảm thúc Môi-se viết lại luật pháp và lịch sử về cách Ngài đối đãi với con dân Ngài (Xuất 32:15-16; 34:1; 27-28; Dân 33:2; Phục 31:9). Hiểu và sống theo tư liệu này luôn là trọng tâm cho sự tận hiến thật của cả người lãnh đạo lẫn thường dân tại Y-sơ-ra-ên (Giô 1:7-8; 2 Vua 17:13; 22:8-13; 1 Sử 22:12-13; Nê 8; Thi Thiên 119). Nguyên tắc mọi điều đều phải chịu sự chi phối của Kinh thánh, của cả Cựu và Tân Ước, là nguyên tắc căn bản đối với Cơ Đốc giáo.

Kinh Thánh dạy điều gì thì ấy là điều Đức Chúa Trời phán; bởi vì theo cùng một cách huyền nhiệm như huyền nhiệm Nhập thể, Kinh Thánh vừa hoàn toàn mang tính chất con người vừa hoàn toàn mang tính thiên thượng. Vì thế tất cả nội dung nhiều mặt của nó – lịch sử, tiên tri, thi ca, bài hát, văn chương khôn ngoan, các bài giảng, các thống kê, các thư tín, bất cứ thể loại nào – đều cần phải được tiếp nhận như thông điệp đến từ Chúa và tất cả những gì các tác giả Kinh Thánh dạy đều cần phải được xem trọng như là sự dạy dỗ có thẩm quyền của Đức Chúa Trời. Cơ Đốc nhân phải biết ơn Chúa vì Ngài ban Lời thành văn của Ngài, hết lòng đặt đức tin và đời sống của mình hoàn toàn trên Lời ấy và chỉ trên Lời đó mà thôi. Nếu không có Kinh Thánh, chúng ta không bao giờ có thể tôn kính hay làm vui lòng Ngài đúng theo cách Ngài kêu gọi chúng ta làm.

Giải Nghĩa

Cơ Đốc Nhân Có Thể Hiểu Lời Chúa

Xin Chúa ban cho con sự thông sáng để con vâng giữ
Và hết lòng tuân theo luật pháp của Ngài.
Thi Thiên 119:34

Mọi Cơ Đốc nhân đều có quyền và nghĩa vụ không chỉ học từ di sản đức tin của hội thánh mà còn phải tự mình giải nghĩa Kinh Thánh. Giáo hội Công giáo La Mã ngờ vực về điều này, viện cớ rằng cá nhân có thể dễ dàng giải nghĩa sai Kinh Thánh. Điều đó đúng, nhưng những nguyên tắc dưới đây, nếu được nghiêm túc tuân giữ, sẽ góp phần ngăn chặn điều đó xảy ra.

Mỗi sách của Kinh Thánh đều là một sản phẩm của con người. Mặc dù ta luôn cần phải xem Kinh Thánh là Lời Chúa, nhưng việc giải nghĩa Kinh thánh phải bắt đầu từ tính chất con người của nó. Vì thế, biểu tượng hóa - cách giải nghĩa không xem trọng ý nghĩa hiển hiện của trước giả - là cách giải nghĩa không đúng.

Mỗi sách không được viết theo dạng mật mã nhưng theo cách tập thể độc giả mà nó nhắm đến có thể hiểu được. Điều này đúng với ngay cả những sách chủ yếu sử dụng phương pháp biểu tượng: Đa-ni-ên, Xa-cha-ri và Khải Huyền. Ý chính luôn rất rõ ràng, dù mặt tiểu tiết có thể còn mơ hồ. Vì thế khi chúng ta hiểu những từ ngữ được sử dụng, bối cảnh lịch sử và các quy ước văn chương của tác giả cũng như độc giả của ông, thì chúng ta đang trên tiến trình nắm bắt những suy nghĩ đang được chuyển tải. Sự hiểu biết thuộc linh – nghĩa là khả năng nhận biết thực tại về Đức Chúa Trời, đường lối của Ngài dành cho nhân loại, ý muốn hiện thời của Ngài và mối quan hệ của một người với Ngài trong hiện tại và tương lai – sẽ không thể từ bản văn đến được với chúng ta cho đến khi tấm màn ấy được cất đi khỏi lòng chúng ta và chúng ta có thể khao khát như tác giả là được biết, làm vui lòng và tôn kính Đức Chúa Trời (2 Cô 3:16; 1 Cô 2;14). Lời cầu nguyện rằng xin Thánh Linh Chúa sản sinh trong chúng ta nhiệt huyết này và chỉ cho chúng ta thấy Đức Chúa Trời qua bản văn là lời cầu nguyện cần thiết ở đây. (Xem Thi Thiên 119:18-19, 26-27, 33-34, 73, 125, 144, 169; Ê-phê-sô 1:17-19; 3:16-19).

Mỗi sách có vị trí của nó trong việc giúp chúng ta biết thêm về sự khải thị về ân điển của Đức Chúa Trời, bắt đầu từ vườn Ê-đen và đỉnh điểm là Chúa Giê-xu Christ, Lễ Ngũ Tuần và Tân Ước của các sứ đồ. Vị trí đó phải được ghi nhớ trong đầu khi học bản văn đó. Chẳng hạn, Thi Thiên làm khuôn mẫu cho đức tin kính ở mọi thời đại, nhưng nó diễn đạt lời cầu nguyện và ngợi khen bằng ngôn ngữ của những thực tại tiêu biểu (các vị vua, các vương quốc trần thế, sức khỏe, của cải, chiến tranh, việc sống trường thọ), là những thực tại gần gũi với đời sống trong kỷ nguyên tiền Cơ Đốc.

Mỗi sách đều xuất phát từ chính tâm trí của Chúa, vì thế sự dạy dỗ của sáu mươi sáu sách trong Kinh Thánh sẽ mang tính bổ sung và tự chứa đựng tính nhất quán. Nếu chúng ta chưa thấy được điều này, thì lỗi là ở chúng ta chứ không phải ở Kinh Thánh. Chắc chắn không có chỗ nào trong Kinh thánh mâu thuẫn với chính mình, ngược lại, phân đoạn này giải thích cho phân đoạn khác. Nguyên tắc đúng đắn lấy Kinh Thánh giải nghĩa cho Kinh thánh đôi lúc được gọi là nguyên tắc loại suy của Kinh Thánh hay nguyên tắc loại suy của đức tin.

Mỗi sách bày tỏ lẽ thật không thay đổi về Đức Chúa Trời, về nhân loại, về sự tin kính và bất kính, được áp dụng cho và được minh họa bằng những tình huống cụ thể mà các cá nhân hoặc tập thể thấy mình trong đó. Giai đoạn cuối cùng của việc giải nghĩa là tái áp dụng những lẽ thật này vào tình huống cuộc sống của chính chúng ta; đây là cách nhận diện điều Đức Chúa Trời đang nói với chúng ta qua Kinh Thánh vào chính thời điểm này. Thí dụ cho việc tái áp dụng như thế là việc Giô-si-a nhận biết cơn giận của Đức Chúa Trời trên chuyện Giu-đa không chịu vâng theo luật pháp của Ngài (2 Vua 22:8-13), cách Chúa lập luận dựa trên Sáng Thế Ký 2:24 (Mat 19:4-6) và cách Phao-lô sử dụng Sáng Thế Ký 15:6 và Thi Thiên 32:1-2 để cho thấy việc được xưng công chính nhờ đức tin (Rô 4:1-8).

Người ta không thể suy diễn hay áp đặt một nghĩa nào vào Kinh Thánh mà chắc chắn nghĩa ấy không có trong Kinh Thánh, nghĩa là đã được diễn đạt một cách rõ ràng bởi một hoặc nhiều tác giả con người.

Việc cẩn thận tuân thủ những nguyên tắc này với tinh thần cầu nguyện là một dấu chỉ của mọi Cơ Đốc nhân "thẳng thắn giảng dạy lời chân lý" (2 Ti 2:15).

Khải Thị Tổng Quát

Sự Thực Hữu Của Chúa Được Tỏ Ra
Cho Tất Cả Mọi Người

Các tầng trời rao truyền vinh quang của Đức Chúa Trời,
Bầu trời bày tỏ công việc tay Ngài làm.
Thi Thiên 19:1

Thế giới thiên nhiên không phải là bức tường che khuất năng quyền và sự uy nghi của Đấng Tạo Hóa. Qua tự nhiên, ta có thể thấy rõ rằng có một Đấng Tạo Hóa đầy quyền năng và uy nghi. Phao-lô nói thế trong Rô-ma 1:19-21 và trong Công Vụ 17:28, khi ông dẫn lời một thi nhân Hy Lạp làm nhân chứng cho câu nói rằng con người được Chúa dựng nên. Phao-lô cũng xác nhận rằng đức nhân từ của Đấng Tạo Hóa được thể hiện rõ qua những sự quan phòng đầy tốt lành (Công 14:17; xem thêm Rô 2:4), rằng lương tâm của tất cả mọi người đều biết chí ít là một số đòi hỏi trong luật pháp thánh của Ngài (Rô 2:14-15) và sự đảm bảo (không lấy gì làm dễ chịu) về sự đoán xét để thưởng-phạt sẽ diễn ra vào ngày cuối cùng (Rô 1:32). Những sự đảm bảo rõ ràng này cấu thành nội dung của khải thị tổng quát.

Ta gọi là khải thị tổng quát bởi vì mọi người đều nhận được khải thị ấy, qua việc sống trong thế giới của Đức Chúa Trời. Từ khi bắt đầu lịch sử loài người thì đã như vậy rồi. Đức Chúa Trời tích cực tiết lộ những khía cạnh này về chính Ngài cho cả loài người, để trong bất cứ hoàn cảnh nào thì việc không chịu cảm tạ và hầu việc Đấng Tạo Hóa trong sự công bình đều là tội chống đối cách cố ý và việc phủ nhận mình đã có sự hiểu biết này không được xem là hợp lý. Khải thị phổ quát về quyền năng, về tính đáng được ngợi khen và về những lời tuyên bố đạo đức của Đức Chúa Trời là nền tảng cho bản cáo trạng đối với toàn thể nhân loại tội lỗi trước mặt Đức Chúa Trời vì đã không chịu hầu việc Ngài như chúng ta nên làm (Rô 1:18-3:19).

Giờ đây Đức Chúa Trời đã bổ sung cho khải thị tổng quát một khải thị nữa về việc chính Ngài là Đấng cứu chuộc tội nhân thông qua Chúa Giê-xu Christ. Khải thị được ban ra trong lịch sử, được nói đến trong Kinh thánh và mở cánh cửa cứu rỗi ra cho người hư mất này thường được gọi là khải thị đặc biệt hay khải thị cụ thể. Nó bao gồm việc tuyên bố bằng ngôn từ rằng khải thị tổng quát cho chúng ta biết về Đức Chúa Trời, dạy chúng ta nhận biết khải thị qua trật tự trong thiên nhiên, qua các biến cố lịch sử và qua việc tạo dựng loài người để chúng ta học cách nhìn toàn thế giới như một sân khấu cho vinh hiển của Đức Chúa Trời, theo cách nói của Calvin.

Mặc Cảm Tội Lỗi

Tác Động Của Khải Thị Tổng Quát

...những gì người ta có thể biết về Đức Chúa Trời thì đã rõ ràng,
bởi Đức Chúa Trời đã bày tỏ cho họ rồi.
Rô-ma 1:19

Kinh Thánh thừa nhận và kinh nghiệm xác nhận rằng con người tự động xu hướng về một hình thức tôn giáo nào đó, thế nhưng họ lại không chịu thờ phượng Đấng Tạo Hóa, Đấng tự bày tỏ mình trên khắp địa cầu thông qua khải thị tổng quát. Cả thuyết vô thần suông lẫn chủ nghĩa độc thần đạo đức đều không tự nhiên tí nào cả: thuyết vô thần luôn là phản ứng chống lại một niềm tin từ trước vào Đức Chúa Trời hay vào các thần các chúa, còn chủ nghĩa độc thần đạo đức luôn bám gót khải thị đặc biệt.

Kinh Thánh giải thích tình trạng chung này bằng cách cho chúng ta biết rằng chủ nghĩa vị kỷ và sự thù ghét lời tuyên bố của Đấng Tạo Hóa thúc đẩy con người đi đến chỗ thờ hình tượng, nghĩa là chuyển sự thờ phượng và lòng trung thành sang một sức mạnh hay một đối tượng nào đó không phải là Đức Chúa Trời sáng tạo (Ê-sai 44:9-20; Rô 1:21-23; Cô 3:5). Bằng cách này, những con người bội đạo "ức hiếp lẽ thật" và "...đổi vinh quang của Đức Chúa Trời bất diệt để lấy hình tượng của loài người hư nát, hoặc của chim muông, thú vật, hay loài bò sát" (Rô 1:18, 23). Họ dùng hết sức có thể để bóp nghẹt và dập tắt nhận thức rằng khải thị tổng quát cho họ thấy một Vị Quan Tòa – Đấng Tạo Hóa siêu việt và gắn cảm nhận không thể xóa đi được về sự thực hữu của thần linh vào những đối tượng không xứng đáng. Điều này dẫn đến sự xuống cấp nghiêm trọng về đạo đức, với sự đau khổ cặp theo - biểu hiện đầu tiên cho cơn giận của Chúa trước sự bội nghịch của con người (Rô1:18, 24-32).

Ngày nay tại Tây phương, người ta thần tượng hóa, thật ra là thờ phượng, những đối tượng phàm tục như công ty, gia đình, bóng đá và nhiều cảm giác dễ chịu khác. Sự xuống dốc về thuộc linh nối tiếp, chẳng khác nào những người ngoại bang trong thời Kinh Thánh thờ các thần bằng đất đá.

Con người không tài nào áp chế hoàn toàn ý thức về Đức Chúa Trời và sự đoán phạt trong hiện tại lẫn tương lai mà Ngài dành cho họ; chính Đức Chúa Trời không cho phép họ làm thế. Ý thức về điều đúng điều sai cũng như việc phải chịu trách nhiệm trước một Vị Quan Tòa thiên thượng thánh khiết vẫn còn đó. Trong thế giới sa ngã của chúng ta, tất cả những người có tâm trí không bị thiểu năng đều có một lương tâm hướng dẫn họ và đôi lúc là kết án họ ở mức độ nào đó, nói cho họ biết rằng họ khốn khổ là bởi những sai lầm mà họ đã phạm (Rô 2:14); và khi lương tâm nói như thế thì đó thực chất là tiếng nói của Đức Chúa Trời.

Trên một phương diện, con người sa ngã không biết Đức Chúa Trời, bởi vì điều mà người ta muốn tin và thật sự đã tin về những đối tượng mà họ thờ phượng đã xuyên tạc và bóp méo sự khải thị về Đức Chúa Trời mà họ không tài nào thoát ra được. Trên phương diện khác, mọi người đều biết Đức Chúa Trời, theo kiểu mặc cảm tội lỗi, qua những hiểu biết mơ hồ, xa xôi không mấy dễ chịu về sự đoán phạt sắp đến mà họ ước là không đến. Chỉ Phúc âm về Đấng Christ mới có thể đem bình an đến trên khía cạnh đau đớn này của tình trạng con người.

Lời Chứng Trong Lòng

Kinh Thánh Được Đức Thánh Linh Xác Chứng

Nhưng các con đã được xức dầu bởi Đấng Thánh,
và tất cả các con đều có sự hiểu biết.
1 Giăng 2:20

Tại sao Cơ Đốc nhân tin rằng Kinh Thánh, sáu mươi sáu sách tạo nên một cuốn sách chỉ dẫn duy nhất trong đó Đức Chúa Trời khải thị cho chúng ta thực tại cứu chuộc thông qua Đấng Cứu Thế Giê-xu Christ, là Lời Đức Chúa Trời? Câu trả lời đó là chính Đức Chúa Trời đã xác nhận điều này thông qua điều được gọi là lời chứng trong lòng của Đức Thánh Linh. Theo lời của Bản tuyên xưng Westminster (1647):

Chúng ta có thể cảm động và được thuyết phục bởi lời chứng của giáo hội về thái độ quý trọng và tôn kính dành cho Kinh Thánh. Tính thiêng liêng của vấn đề, tính xây dựng của giáo lý, cái đẹp của văn phong, tính nhất quán của tất cả các phần, phạm vi của cả Kinh Thánh (là dâng vinh quang cho Đức Chúa Trời), sự giải bày đầy đủ con đường cứu rỗi duy nhất cho nhân loại, nhiều khía cạnh tuyệt vời vô song khác, cùng sự toàn hảo bao quát của cả Kinh Thánh, tạo thành những chứng cứ phong phú để chứng minh rằng Kinh Thánh là Lời Đức Chúa Trời: thế nhưng tính thuyết phục hoàn toàn cùng sự đảm bảo về chân lý vô ngộ và thẩm quyền thiên thượng của Kinh Thánh vẫn phát xuất từ sự hành động bên trong của Đức Thánh Linh đang làm chứng cho và làm chứng về Lời Kinh Thánh trong lòng chúng ta.

Lời chứng về Kinh Thánh của Đức Thánh Linh giống như lời chứng của Đức Thánh Linh về Chúa Giê-xu, là lời chứng chúng ta thấy được nói đến trong Giăng 15:26 và 1 Giăng 5:7 (xem thêm 1 Giăng 2:20, 27). Nó không phải là vấn đề truyền đạt thông tin mới nhưng là vấn đề khai sáng cho những cái đầu vốn tăm tối nhận biết Chúa thông qua việc cảm nhận về tác động độc nhất của nó – một mặt tác động trên Chúa Giê-xu của Phúc âm, mặt khác trên lời của Thánh Kinh. Thánh Linh soi sáng lòng chúng ta để ban cho chúng ta ánh sáng hiểu biết vinh hiển của Đức Chúa Trời, không chỉ qua Chúa Giê-xu Christ (2 Cô 4:6) mà còn qua sự dạy dỗ của

Thánh Kinh. Kết quả của lời chứng này là một trạng thái tinh thần mà cả Đấng Cứu Thế và Kinh Thánh đều tự xác chứng cho chúng ta về tính thiêng liêng của mình – Chúa Giê-xu: thần nhân; Kinh Thánh: sản phẩm từ Chúa – theo cách rõ ràng, trực tiếp và hấp dẫn trong đó những mùi vị và sắc màu tự làm chứng bằng cách buộc các giác quan của chúng ta cảm nhận được. Kết quả là, chúng ta không còn nghi ngờ gì về thần tính của Đấng Christ lẫn của Kinh thánh.

Vì thế, Đức Chúa Trời xác chứng với chúng ta rằng Kinh Thánh là Lời Ngài – không phải bởi một kinh nghiệm huyền bí hay thông tin mật nào đó chỉ được thầm thì bí mật vào một lỗ tai, không phải bởi lập luận của con người mà thôi (dù lập luận ấy có thể rất mạnh mẽ), cũng không phải bởi lời chứng của hội thánh mà thôi (dù lời chứng này rất ấn tượng khi ta nhìn lại hơn hai ngàn năm). Đúng hơn, Đức Chúa Trời làm điều đó bằng phương tiện là sự tìm kiếm và năng quyền biến đổi qua đó Kinh Thánh tự xác nhận mình là thiêng liêng. Tác động của ánh sáng và năng lực này chính là lời chứng của Đức Thánh Linh "thông qua và bằng Lời Chúa trong lòng chúng ta." Lập luận, lời chứng từ người khác và những kinh nghiệm của chính chúng ta có thể chuẩn bị để chúng ta đón nhận lời chứng này, nhưng việc truyền đạt nó, giống như truyền đạt đức tin nơi bản chất Cứu Thế của Đấng Christ, là đặc quyền của một mình Đức Thánh Linh mà thôi.

Việc sự khai sáng của Đức Thánh Linh làm chứng cho thần tính của Kinh thánh là kinh nghiệm Cơ Đốc phổ quát, và nó đã như thế từ buổi đầu, mặc dù nhiều Cơ Đốc nhân chưa biết làm thế nào để phát biểu nó hay giải nghĩa Kinh Thánh một cách nhất quán với nó.

Thẩm Quyền

Đức Chúa Trời Cai Trị Trên Con Dân Ngài
Thông Qua Kinh Thánh

Cả Kinh Thánh đều được Đức Chúa Trời cảm thúc, có ích cho sự dạy dỗ,
khiển trách, sửa trị và huấn luyện trong sự công chính.
2 Ti-mô-thê 3:16

Một mặt, nguyên tắc Cơ Đốc về thẩm quyền của Kinh Thánh đồng nghĩa với việc Đức Chúa Trời chủ động hướng dẫn đức tin và nếp sống của người thuộc về Ngài thông qua lẽ thật được khải thị và trình bày trong Thánh Kinh; mặt khác nó đồng nghĩa với việc mọi ý tưởng của chúng ta về Đức Chúa Trời đều cần phải được đo lường, thử nghiệm và khi cần cũng phải được sửa lại cho đúng và mở rộng bằng cách tham khảo sự dạy dỗ của Thánh Kinh. Thẩm quyền như thế là quyền, là lời tuyên bố, là sự thích hợp và mở rộng ra là sức mạnh quản trị. Thẩm quyền trong Cơ Đốc giáo thuộc về Đức Chúa Trời sáng tạo, Đấng tạo nên chúng ta để biết, để yêu, để phục vụ Ngài và cách Ngài thi hành thẩm quyền ấy của mình trên chúng ta là thông qua phương tiện lẽ thật cũng như sự khôn ngoan trong Lời thành văn của Ngài. Từ lập trường của con người, mỗi sách của Kinh Thánh đều được viết ra để mang đến tinh thần phục vụ Chúa hết lòng và nhất quán hơn, vì thế từ lập trường của Chúa, toàn bộ Kinh Thánh đều chứa đựng mục đích này. Bởi vì giờ đây Cha đã ban cho con thẩm quyền quản trị để thay mặt Cha cai quản cõi hoàn vũ này (Mat 28:18), nên giờ đây Kinh Thánh đóng vai trò chính là công cụ cho quyền chủ tể của Đấng Christ trên những người theo Ngài. Xét ở góc độ này thì cả Kinh Thánh đều giống như những lá thư của Đấng Christ gửi cho bảy hội thánh (Khải 2-3).

Ngày nay, lẽ thật đầy thẩm quyền của Đức Chúa Trời có thể được tìm thấy ở đâu? Ba cách trả lời được đưa ra, và mỗi cách trả lời đều viện dẫn Kinh Thánh theo cách của nó.

Giáo hội Công giáo La Mã và Chính thống giáo tìm kiếm chân lý về Chúa, như họ tin, qua những lời giải nghĩa Kinh Thánh được hợp nhất trong truyền thống và sự nhất trí của họ. Họ xem Kinh Thánh là lẽ thật được Đức Chúa Trời ban cho, nhưng họ kiên quyết cho rằng hội thánh phải giải nghĩa Kinh Thánh và hội thánh vô ngộ khi giải nghĩa Kinh Thánh.

Ngược lại, những cá nhân bị dán nhãn là cấp tiến, tự do, cực đoan, theo chủ nghĩa tân thời hay chủ nghĩa chủ quan lại tìm thấy chân lý về Chúa qua những tư tưởng, những ấn tượng, những cách phán đoán, những lý thuyết hay những phỏng đoán mà Kinh Thánh tạo ra trong tâm trí của họ. Dù gạt bỏ ý niệm soi dẫn của Kinh Thánh, và không xem Kinh Thánh là hoàn toàn đáng tin cậy hay là hiện thân cho các thủ bản đầy thẩm quyền và tuyệt đối cho tâm trí của Đức Chúa Trời, nhưng họ lại tin quyết rằng Thánh Linh dẫn dắt họ để họ chọn lựa theo cách họ có được sự khôn ngoan từ Chúa.

Tuy nhiên, phái Tin Lành lịch sử lại tìm thấy chân lý về Chúa qua sự dạy dỗ của Kinh Thánh kinh điển. Nó xem Kinh Thánh là được soi dẫn (nghĩa là được Đức Chúa Trời hà hơi, 2 Ti 3:16), là không sai lạc (nghĩa là đúng hoàn toàn trong tất cả những gì mà Kinh Thánh xác nhận), đầy đủ (nghĩa là cho chúng ta biết tất cả những gì Chúa muốn nói cho chúng ta và tất cả những gì chúng ta cần phải biết để được cứu rỗi và có được sự sống đời đời), và rõ ràng (nghĩa là chân thật và tự giải nghĩa cho mình trong tất cả những vấn đề quan trọng).

Hai lập trường đầu tiên xem cách con người đánh giá Kinh Thánh là yếu tố quyết định chân lý và sự khôn ngoan; lập trường thứ ba dầu có coi trọng di sản đầy thuyết phục và coi trọng đòi hỏi về tính chặt chẽ của Kinh thánh mà tư duy duy lý đòi hỏi, nhưng lại để mọi suy nghĩ của con người chịu phục một cách có hệ thống trước Kinh Thánh, mà nó xem là kinh điển. *Kinh điển* có nghĩa là nguyên tắc hay tiêu chuẩn. Hai lập trường đầu tiên cũng xem Kinh Thánh là kinh điển, nhưng họ không hoàn toàn xem nó là tiêu chuẩn có hiệu lực cho đức tin và đời sống. Vì thế, trên thực tế họ không hoàn toàn chấp nhận thẩm quyền của Kinh Thánh, nên dù họ có chân thành nhưng lời tuyên xưng đức tin của họ cũng không trọn vẹn.

Sự Hiểu Biết

Hiểu Biết Đúng Về Đức Chúa Trời
Thông Qua Đức Tin

Nhưng ai tự hào hãy tự hào về:
Sự thấu hiểu và nhận biết Ta là Đức Giê-hô-va,
Đấng thực hiện lòng nhân ái,
Đức liêm khiết và công chính trên đất;
Vì Ta ưa thích những điều ấy.
Giê-rê-mi 9:24

Trong 1 Ti-mô-thê 6:20-21, Phao-lô cảnh báo Ti-mô-thê về "những lời nhảm nhí phàm tục và các cuộc tranh cãi về những điều nhầm tưởng là tri thức (tiếng Hy Lạp là *gnosis*), vì muốn có thứ tri thức đó mà có người đã đánh mất đức tin." Phao-lô đang tấn công những khuynh hướng thần trí và tôn giáo phát triển thành Trí huệ giáo vào thế kỷ thứ hai S.C. Các giáo sư dạy các tín lý và cách sống này dạy tín hữu xem cam kết Cơ Đốc của họ như bước đầu tiên đầy rối rắm nào đó trên con đường tới "trí tuệ" và thúc giục họ phải đi thêm nhiều bước nữa trên con đường ấy. Những giáo sư này xem trật tự vật chất là vô giá trị và thân thể là ngục tù của linh hồn, họ xem sự khai sáng là câu trả lời đầy đủ cho nhu cầu thuộc linh của con người. Họ phủ nhận tội lỗi là một phần của vấn đề và "trí tuệ" họ đề xuất chỉ liên hệ đến các câu thần chú, các mật mã thiêng liêng, các khía cạnh của huyền bí chủ nghĩa và sự lánh đời. Họ tái xếp Chúa Giê-xu vào dạng một vị thầy siêu nhiên nhìn giống con người mặc dù không phải là con người; họ chối bỏ sự nhập thể và sự chết đền tội và thay lời kêu gọi đến với đời sống yêu thương thánh khiết bằng hoặc là những đòi hỏi theo kiểu khổ hạnh hoặc cho phép sống phóng túng, bừa bãi. Các thư tín của Phao-lô gửi cho Ti-mô-thê (1 Ti 1:3-4; 4:1-7; 6:20-21; 2 Ti 3:1-9; Giu-đe 4, 8-19; 2 Phi 2) và hai thư tín đầu tiên của Giăng (1 Giăng 1:5-10; 2:9-11; 18-29; 3:7-10; 4:1-6; 5:1-12; 2 Giăng 7-11) rõ ràng chống lại những tín lý và thói quen sau này trở thành Trí huệ giáo.

Ngược lại, Kinh Thánh nói về việc "biết" Chúa như một lý tưởng của một người thuộc linh: nghĩa là sự đầy trọn của một mối quan hệ đức tin mang đến sự cứu rỗi và sự sống đời đời cũng như sản sinh ra tình yêu thương, hy vọng, sự thuận phục và niềm vui. (Xin xem, chẳng hạn như, Xuất 33:13; Giê 31:34; Hê 8:8-12; Đa 11:32; Giăng 17:3; Ga 4:8-9; Êph1:17-19; 3:19; Phi 3:8-11; 2 Ti 1:12). Những chiều kích của sự hiểu biết này mang tính trí tuệ (sự hiểu biết lẽ thật về Đức Chúa Trời: Phục 7:9; Thi Thiên 100:3); ý chí (tin cậy, vâng phục và thờ phượng Đức Chúa Trời theo lẽ thật ấy); và đạo đức (sống công chính và yêu thương: Giê 22:16; 1 Giăng 4:7-8). Sự hiểu biết đức tin tập trung vào Đức Chúa Trời nhập thể, con người Giê-xu Christ, Đấng Trung bảo giữa Đức Chúa Trời và tội nhân chúng ta, qua Ngài chúng ta nếm biết Cha Ngài là Cha chúng ta (Giăng 14:6). Đức tin tìm cách biết Đấng Christ và quyền năng của Ngài một cách cụ thể (Phi 3:8-14). Sự hiểu biết của đức tin là trái ngọt của sự tái sinh, sự ban tặng một tấm lòng mới (Giê 24:7; 1 Giăng 5:20) và của sự khai sáng bởi Thánh Linh (2 Cô 4:6; Êph 1:17). Mối quan hệ hiểu biết này là hỗ tương, hàm chứa một tình yêu thương giao ước ở cả hai bên: chúng ta biết Đức Chúa Trời bởi vì Ngài biết chúng ta (Giăng 10:14; Ga 4:9; 2 Ti 2:19).

Cả Kinh Thánh đã được ban cho chúng ta để giúp chúng ta biết Đức Chúa Trời theo cách này. Chúng ta hãy nỗ lực để sử dụng nó đúng theo mục đích của nó.

Sự Sáng Tạo

Đức Chúa Trời Là Đấng Tạo Hóa

Lạy Đức Giê-hô-va, công việc Ngài nhiều biết bao!
Ngài đã dựng nên tất cả một cách khôn ngoan;
Trái đất đầy dẫy các tạo vật của Ngài.
Thi Thiên 104:24

"Ban đầu, Đức Chúa Trời sáng tạo trời và đất" (Sáng 1:1). Ngài làm thế bằng cách ra lệnh mà không cần đến bất cứ vật chất nào cả; khi Ngài quyết định rằng mọi vật phải hiện hữu ("Phải có...") thì Ngài làm cho chúng hiện hữu và tạo nên chúng cách có trật tự, với một sự tồn tại lệ thuộc vào ý muốn của Ngài. Cha, Con và Thánh Linh cùng làm việc với nhau (Sáng 1:2; Thi Thiên 33:6, 9; 148:5; Giăng 1:1-3; Côl 1:15-16; Hê 1:2; 11:3). Những điểm cần ghi nhận là:

(a) Hành động sáng tạo là một huyền nhiệm đối với chúng ta; trong đó chứa đựng nhiều ý nghĩa hơn chúng ta có thể hiểu. Chúng ta không thể tạo ra thứ gì bằng lời phán, và chúng ta không biết sao Đức Chúa Trời làm thế được. Nói rằng Ngài sáng tạo từ "không có gì" là công nhận huyền nhiệm ấy, chứ không giải thích nó. Cụ thể, chúng ta không thể hiểu sự tồn tại lệ thuộc lại có thể tồn tại riêng biệt như thế nào, cũng không hiểu thiên sứ và con người trong sự tồn tại lệ thuộc của họ không thể là rô-bốt mà lại là những tạo vật có khả năng tự do chọn lựa cho điều mà họ phải chịu trách nhiệm về mặt đạo đức trước Đấng Tạo Hóa như thế nào. Thế nhưng khắp Kinh Thánh dạy chúng ta rằng sự thật là như thế.

(b) Không gian và thời gian là những chiều kích của trật tự tạo dựng; Đức Chúa Trời không ở trong không gian lẫn thời gian; Ngài cũng không bị giới hạn bởi không gian và thời gian như chúng ta.

(c) Vì trật tự thế giới không phải tự nhiên mà có, nên nó cũng không thể tự duy trì như Chúa. Tính ổn định của cõi hoàn vũ lệ thuộc vào sự gìn giữ không ngừng của Chúa; đây là một công tác cụ thể của Con Trời (Côl 1:17; Hê 1:3) và không có công tác ấy thì mọi loài tạo vật, trong đó bao gồm chính chúng ta, cũng sẽ không thể tồn tại. Như Phao-lô nói với người A-then: "Chính Ngài là Đấng ban sự sống, hơi thở và mọi thứ khác cho mọi người... trong Ngài, chúng ta được sống, hoạt động và hiện hữu" (Công 17:25, 28).

(d) Khả năng xâm nhập một cách sáng tạo (nghĩa là những phép lạ từ năng quyền sáng tạo; tạo nên người mới thông qua hoạt động sinh sản của con người; tái thay đổi lòng người và tái định hướng những ước muốn và năng lượng của con người thông qua sự sáng tạo) là chuyện cổ xưa như chính cõi vũ trụ này. Mức độ Đức Chúa Trời gìn giữ thế giới tạo dựng thật sự tiếp tục tạo nên những điều mới mẻ không thể lý giải được bằng ngôn ngữ của bất cứ điều gì có trước đó, nó vượt quá khả năng hiểu biết của chúng ta; nhưng rõ ràng lúc nào thế giới của Ngài cũng tiếp tục cởi mở trước năng quyền sáng tạo.

Biết rằng Đức Chúa Trời tạo nên thế giới quanh ta và chính chúng ta là một phần của thế giới, là nền tảng cho sự tin đạo thật. Đức Chúa Trời phải được ngợi khen là Đấng Tạo Hóa, vì sự trật tự, đa dạng và vẻ đẹp quá tuyệt mỹ của công việc Ngài làm ra. Các Thi Thiên, như Thi Thiên 104, làm khuôn mẫu cho lời ngợi khen này. Đức Chúa Trời phải được tin cậy là Đức Giê-hô-va tể trị, Đấng có kế hoạch đời đời cho mọi sự kiện và số phận, không có một ngoại lệ nào, là Đấng có quyền cứu chuộc, tái tạo và làm mới; sự tín thác như thế trở nên hợp lý khi chúng ta nhớ rằng chúng ta đang tin cậy Đấng Tạo Hóa tối cao. Việc nhận biết từng giây từng phút ta lệ thuộc vào Đức Chúa Trời Đấng Tạo hóa để tồn tại làm cho việc sống cuộc đời tận hiến, cam kết, biết ơn và trung thành với Ngài, và sẽ đáng hổ thẹn nếu không sống như vậy, trở nên hợp lý. Sự tin kính bắt đầu tại đây, với việc đặt Đức Chúa Trời- Đấng Sáng Tạo tối cao làm điểm tập chú đầu tiên trong suy nghĩ của chúng ta.

Sự Tự Khải Thị

"Đây Là Danh Ta"

Đức Chúa Trời lại phán với Môi-se: "Con hãy nói với dân Y-sơ-ra-ên thế nầy:
'Giê-hô-va, Đức Chúa Trời của tổ phụ anh em, Đức Chúa Trời của
Áp-ra-ham, Đức Chúa Trời của Y-sác, Đức Chúa Trời của Gia-cốp,
sai tôi đến với anh em': Đây là danh đời đời của Ta,
Là danh ghi nhớ qua mọi thế hệ.
Xuất Ê-díp-tô Ký 3:15

Trong thế giới hiện đại, tên của một người chỉ đơn thuần là một cái nhãn để nhận diện, giống như một con số vậy, mà người ta có thể thay đổi mà không mất mát gì. Tuy nhiên, tên gọi trong thời Kinh Thánh bắt nguồn từ một truyền thống phổ biến đó là tên cho ta thông tin mô tả theo cách nào đó rằng người ấy là ai. Cựu Ước thường thể hiện niềm vui mừng vì Đức Chúa Trời đã bày tỏ danh Ngài cho Y-sơ-ra-ên, và các thi thiên hết lần này đến lần khác hướng lời ngợi khen về danh của Đức Chúa Trời (Thi Thiên 8:1; 113:1-3; 145:1-2; 148:5; 13). "Danh xưng" ở đây có nghĩa là chính Đức Chúa Trời theo như Ngài đã khải thị chính mình bằng lời nói và việc làm. Trọng tâm của sự tự khải thị này là danh xưng mà Ngài đã cho phép Y-sơ-ra-ên gọi Ngài – *Gia-vê* như các học giả hiện đại viết, *Giê-hô-va* như trước đây nó thường được gọi, *CHÚA* như được in trong các bản dịch Cựu Ước trong Anh ngữ.

Đức Chúa Trời công bố danh xưng của Ngài cho Môi-se khi Ngài phán với ông từ bụi gai cháy mãi không tắt. Ngài bắt đầu bằng cách tự nhận mình là Đức Chúa Trời, Đấng tận hiến cho giao ước với các tổ phụ (xem thêm Sáng 17:1-14); khi Môi-se hỏi Ngài ông phải nói với dân sự tên của Đức Chúa Trời này là gì (vì ngày xưa người ta mặc định rằng lời cầu nguyện chỉ có thể được nghe khi bạn xưng đúng tên của người nghe lời cầu nguyện ấy), ban đầu Đức Chúa Trời nói "TA LÀ ĐẤNG TỰ HỮU HẰNG HỮU" rồi sau rút gọi lại còn "TA LÀ", và cuối cùng Ngài tự gọi mình là "CHÚA (tiếng Hê-bơ-rơ là Gia-vê, một tên gọi nghe giống với "TA LÀ" trong tiếng Hê-bơ-rơ), Đức Chúa Trời của tổ tiên các ngươi" (Xuất 3:6; 13-16). Danh xưng này trong tất cả các hình thức của nó đều công bố thực tại đời đời, tự có, độc lập và tể trị - phương cách hiện hữu siêu nhiên mà bụi gai cháy biểu thị. Bụi gai, như chúng ta gọi, là minh họa ba chiều về sự sống không thể nào dập tắt của Đức Chúa Trời. "Đây là danh ta đời đời", Ngài phán – nghĩa là dân sự Chúa cần phải luôn luôn nghĩ Ngài là vị vua hằng sống, đang tể trị, uy nghi, không giới hạn và không suy giảm như bụi gai cháy đã bày tỏ về Ngài (Xuất 3:15).

Sau này (Xuất 33:18-34:7) Môi-se xin được thấy "vinh quang" (sự tự phô bày về đáng tôn sùng) của Đức Chúa Trời, và Chúa đáp lời bằng cách "công bố danh Ngài như sau: "Giê-hô-va! Giê-hô-va! Là Đức Chúa Trời nhân từ, thương xót, chậm giận, dư dật ân huệ và thành thực, giữ lòng yêu thương đến nghìn đời, tha thứ điều gian ác, sự vi phạm và tội lỗi; nhưng không kể kẻ có tội là vô tội..." Ở bụi gai cháy, Đức Chúa Trời đã trả lời câu hỏi Đức Chúa Trời thực hữu theo cách nào. Ở đây Ngài trả lời cho câu hỏi Đức Chúa Trời hành xử như thế nào? Lời tuyên bố căn bản về bản tính đạo đức của Ngài thường được ngân vang trong những phần Kinh thánh sau (Nê 9:17; Thi 86:15; Giô-ên 2:13; Giăng 4:2). Đó là tất cả những gì thuộc về 'danh Ngài", nghĩa là sự bày tỏ về bản chất của Ngài, là điều đáng được tôn ngợi mãi mãi.

Đức Chúa Trời hoàn tất sự khải thị về vinh hiển trong bản tính đạo đức của Ngài bằng cách gọi chính mình là "Đức Giê-hô-va, danh Ngài là Đấng kỵ tà" (Xuất 34:14). Điều này vang vọng với sự nhấn mạnh điều Ngài đã nói về chính mình khi phê chuẩn điều răn thứ hai (Xuất 20:5). Sự kỵ tà hay ghen tương này mang tính giao ước: đó là phẩm hạnh của một người yêu chung thủy, người muốn có sự chung thủy hoàn toàn từ người mà người ấy cam kết phải tôn kính và phục vụ.

Trong Tân Ước, lời nói và hành động của Chúa Giê-xu, Chúa Con nhập thể, cấu thành một khải thị đầy đủ về tâm trí, nhãn quan, đường lối, kế hoạch và mục đích của Đức Chúa Cha (Giăng 14:9-11; xem thêm 1:18). "Danh Cha được tôn thánh" trong bài Cầu nguyện chung (Mat 6:9) thể hiện khao khát rằng ngôi thứ nhất trong Ba Ngôi sẽ được tôn kính và ngợi khen xứng đáng với vẻ huy hoàng của sự tự bộc lộ của Ngài. Đức Chúa Trời phải được vinh hiển vì tất cả những vinh hiển của danh Ngài, nghĩa là sự tự khải thị đầy vinh hiển của Ngài qua thiên nhiên, qua sự quan phòng và ân sủng.

Tự Hiện Hữu

Đức Chúa Trời Luôn Hiện Hữu

"Trước khi núi non sinh ra,
Đất và thế gian được dựng nên,
Từ trước vô cùng cho đến đời đời Chúa là Đức Chúa Trời."
Thi Thiên 90:2

Con trẻ đôi lúc thắc mắc: "Ai tạo ra Chúa vậy ạ?" Câu trả lời rõ ràng nhất đó là Đức Chúa Trời không bao giờ cần phải được ai đó tạo ra, bởi vì Ngài luôn hiện hữu. Ngài hiện hữu theo cách khác với chúng ta: chúng ta, tạo vật của Ngài, hiện hữu một cách lệ thuộc, xuất phát từ đâu đó, giới hạn và mỏng manh nhưng Đấng Tạo Dựng nên chúng ta hiện hữu cho đến đời đời, tự lập và cần thiết – cần thiết theo nghĩa Đức Chúa Trời không có chuyện hết hiện hữu, giống như chúng ta không có khả năng sống mãi mãi. Chúng ta phải già rồi chết, bởi vì bản chất hiện tại của chúng ta là như thế; Đức Chúa Trời chắc chắn tồn tại mãi mãi mà không thay đổi, bởi vì bản tính đời đời của Ngài là như thế. Đây là một trong nhiều điều đối lập giữa tạo vật và Tạo Hóa.

Sự tự hiện hữu của Đức Chúa Trời là một lẽ thật căn bản. Khi trình bày về Đấng-không-biết cho những người A-then thờ hình tượng, Phao-lô giải thích rằng Đức Chúa Trời, Đấng Tạo Hóa của thế giới, "chẳng cần tay người phục vụ như thể Ngài cần điều gì, vì chính Ngài là Đấng ban sự sống, hơi thở và mọi thứ khác cho mọi người" (Công 17:23-25). Người ta nghĩ rằng các của lễ dâng cho thần tượng, ở các tôn giáo thuộc các bộ tộc ngày nay giống như A-then khi xưa, bằng cách nào đó giúp cho các thần hiện hữu, nhưng Đấng Tạo Hóa không cần một hệ thống trợ giúp như thế. Từ *aseity* (tự hiện hữu), có nghĩa là tự bản thân Ngài có sự sống và Ngài lấy năng lượng không dứt từ chính mình (*ase* trong tiếng La-tinh có nghĩa là "từ chính mình"), được các thần học gia tạo ra để diễn đạt lẽ thật mà Kinh Thánh nói rất rõ này (Thi 90:1-4; 102:25-27; Ê-sai 40:28-31; Giăng 5:26; Khải 4:10).

Trong thần học, vô số sai lầm bắt nguồn từ giả định cho rằng điều kiện, giới hạn và ranh giới của sự hiện hữu hạn hữu của chúng ta áp dụng cho Chúa. Giáo lý về sự *tự hiện hữu* của Ngài là bức tường ngăn chặn những sai lầm như thế. Trong đời sống đức tin, chúng ta dễ dàng khiến mình kiệt sức bởi tin theo ý niệm quá giới hạn và nhỏ bé về Đức Chúa Trời, và tương tự, giáo lý về sự tự hiện hữu của Ngài là bức tường ngăn chặn điều này xảy ra. Việc tin rằng Đức Chúa Trời vĩ đại (xem Thi 95:1-7) là tối quan trọng cho sự lành mạnh về thuộc linh và việc nắm bắt lẽ thật về sự tự hiện hữu của Ngài là bước đầu tiên trên con đường thực hiện điều này.

Tính Siêu Việt

Bản Chất Của Đức Chúa Trời Là Thần Linh

Đức Giê-hô-va phán: "Trời là ngai của Ta, đất là bệ chân Ta.
Các ngươi sẽ xây nhà thế nào cho Ta?
Nơi nào sẽ làm chỗ nghỉ ngơi cho Ta?"
Ê-sai 66:1

Chúa Giê-xu nói với người đàn bà Sa-ma-ri bên giếng nước rằng: "Đức Chúa Trời là thần" (Giăng 4:24). Dù hoàn toàn là một thân vị, nhưng Đức Chúa Trời không sống trong và thông qua thân xác như chúng ta, vì thế Ngài không bị gắn chặt vào một khuôn khổ không gian thời gian. Từ dữ kiện này, cộng thêm với việc Ngài tự hiện hữu và không mang đặc trưng giống như chúng ta do tội lỗi sinh ra, nên có một số điều cặp theo.

Thứ nhất, Đức Chúa Trời không bị giới hạn bởi không gian (Ngài ở khắp mọi nơi trong sự trọn vẹn liên tục của mình) hay thời gian (không có "thời khắc hiện tại" nào mà Ngài bị giới hạn giống chúng ta). Các thần học gia đề cập đến sự tự do của Đức Chúa Trời, không có giới hạn hay ranh giới là tính vô hạn, tính bao la, tính siêu việt của Ngài (1 Vua 8:27; Ê-sai 40:12-26; 66:1). Khi Ngài duy trì mọi vật tồn tại, thì Ngài cũng có mọi thứ mọi nơi luôn luôn trước tâm trí mình, trong mối liên hệ của nó với kế hoạch và mục đích bao quát của Ngài cho mọi vật và mọi người trong thế giới này (Đa 4:34-35; Êph 1:11).

Thứ nhì, Đức Chúa Trời không thay đổi. Điều này có nghĩa là Ngài hoàn toàn nhất quán: bởi vì về bản chất Ngài là toàn hảo, Ngài không thay đổi để tốt hơn hay xấu đi; và bởi vì Ngài không ở trong thời gian nên Ngài không phải thay đổi như tạo vật (2 Phi 3:8). Thay vì xa cách và đứng yên bất động, Ngài luôn hành động trong thế giới của mình, luôn khiến mọi điều mới mẻ nảy mầm (Ê-sai 42:9; 2 Cô 5:17; Khải 21:5); nhưng trong tất cả, Ngài thể hiện bản tính hoàn hảo của mình bằng sự nhất quán toàn hảo. Chính sự không thay đổi của bản tính Ngài đảm bảo Ngài trung thành với những lời Ngài đã phán và các kế hoạch mà Ngài đã lập ra (Dân 23:19; Thi 33:11; Mal 3:6; Gia-cơ 1:16-18); và chính sự bất biến này lý giải tại sao khi người ta thay đổi thái độ đối với Ngài, thì Ngài thay đổi thái độ đối với họ (Sáng

6:5-7; Xuất 32:9-14; 1 Sa 15:11; Giô-na 3:10). Ý niệm cho rằng Đức Chúa Trời không thay đổi tức là thờ ơ không đáp ứng với những gì diễn ra trên thế giới là hoàn toàn không đúng.

Thứ ba, cảm xúc của Đức Chúa Trời không vượt khỏi tầm kiểm soát của Ngài như cảm xúc của chúng ta. Các nhà thần học diễn đạt điều này bằng cách nói rằng Đức Chúa Trời bất khả thụ nạn. Ý họ không phải là Ngài dửng dưng hay vô cảm nhưng có nghĩa là giống như việc Ngài làm, điều gì Ngài cảm nhận là chọn lựa tự nguyện, chủ ý của Ngài và nó bao hàm trong sự hiệp nhất của bản thể vô hạn của Ngài. Ngài không bao giờ là nạn nhân của chúng ta theo nghĩa chúng ta làm cho Ngài phải khốn khổ ở chỗ mà trước nhất Ngài không tự chọn để chịu khổ. Tuy nhiên, Kinh Thánh bày tỏ rất nhiều thực tại cảm xúc của Chúa (vui mừng, đau khổ, giận dữ, hân hoan, yêu thương, ghét bỏ,...), và sẽ là sai lầm nghiêm trọng khi quên rằng Đức Chúa Trời biết cảm nhận – mặc dù trên một phương diện nào đó cảm nhận của Ngài vượt trên kinh nghiệm cảm xúc của một hữu thể hữu hạn.

Thứ tư, mọi tư tưởng và hành động của Đức Chúa Trời đều bao hàm toàn bộ con người Ngài. Đây là sự hội nhập của Ngài, đôi khi được gọi là tính đơn giản của Ngài. Nó đối lập hoàn toàn với tính phức tạp và thiếu hội nhập trong sự hiện hữu cá nhân của chúng ta, theo đó, vì tội lỗi, nên chúng ta hiếm khi, có lẽ là không bao giờ, có thể tập trung toàn bộ con người mình và toàn bộ sức mạnh của mình vào bất cứ điều gì. Tuy nhiên, một khía cạnh trong sự kỳ diệu của Đức Chúa Trời đó là Ngài đồng thời dành sự quan tâm hoàn toàn và trọn vẹn, không phải mỗi lúc cho một điều mà thôi, mà cho mọi điều và mọi người ở khắp mọi nơi trên thế giới trong quá khứ, hiện tại và tương lai (xem Mat 10:29-30).

Thứ năm, Đức Chúa Trời là thần, Ngài phải được thờ phượng bằng tấm lòng và lẽ thật, như Chúa Giê-xu phán (Giăng 4:24). "Bằng tâm thần" hay tấm lòng có nghĩa là "từ một tấm lòng được Thánh Linh làm cho tươi mới." Không một nghi thức, không một cử động nào của cơ thể hay nghi lễ mộ đạo nào có thể cấu thành sự thờ phượng nếu không có sự dự phần của tấm lòng, điều mà chỉ Đức Thánh Linh mới có thể thúc giục. "Bằng lẽ thật" có nghĩa là "trên cơ sở khải thị thực tại của Đức Chúa Trời, đỉnh điểm của nó là qua Lời nhập thể, Chúa Giê-xu Christ." Đầu tiên và trên hết, đây là sự khải thị về bản chất là tội nhân hư mất của chúng ta và về việc Đức Chúa

Trời là ai đối với chúng ta trong tư cách Đấng Tạo Hóa – Đấng Cứu Chuộc thông qua chức vụ trung gian của Chúa Giê-xu.

Không một nơi nào trên đất giờ đây được định là trung tâm thờ phượng duy nhất. Rồi sẽ đến một ngày, sự cư ngụ mang tính biểu tượng của Đức Chúa Trời tại Giê-ru-sa-lem trên đất sẽ được thay thế (Giăng 4:23) bằng sự cư ngụ tại Giê-ru-sa-lem trên trời của Ngài, do đó giờ đây Chúa Giê-xu là Đấng coi sóc, chăm nom (Hê 12:22-24). Qua Thánh Linh, "Đức Giê-hô-va ở gần mọi người cầu khẩn Ngài, tức ở gần mọi người thành tâm cầu khẩn Ngài", dù họ ở đâu đi nữa (Thi 145:18; xem thêm Hê 4:14-16). Sự có mặt ở khắp mọi nơi của Đức Chúa Trời là một phần tin mừng của Phúc Âm; nó là một lợi ích giá trị và chúng ta không nên xem là chuyện đương nhiên.

Tính Toàn Tri

Đức Chúa Trời Thấy Và Biết Hết

Mắt của Đức Giê-hô-va ở khắp mọi nơi
xem xét kẻ gian ác và người lương thiện.
Châm Ngôn 15:3

Toàn tri là từ có nghĩa là "biết hết mọi điều". Kinh Thánh tuyên bố rằng con mắt của Chúa ở khắp mọi nơi (Gióp 24:23; Thi Thiên 33:13-15, 139:13-16; Châm 15:3; Giê 16:17; Hê 4:13). Ngài dò xét mọi lòng và thấy đường lối của mọi người (1 Sa 16:7; 1 Vua 8:39; 1 Sử 28:9; Thi 139:1-6, 23; Giê 17:10; Lu 16:15; Rô 8:27; Khải 2;23) – nói cách khác, Ngài biết hết mọi sự và mọi người ở mọi thời điểm. Ngài biết tương lai y như Ngài biết quá khứ và hiện tại, Ngài biết những sự kiện khả dĩ nhưng không bao giờ xảy ra y như Ngài biết những sự kiện thật sự đã xảy ra vậy (1 Sa 23:9-13; 2 Vua 13:19; Thi 81:14-15; Ê-sai 48:18). Ngài cũng không phải "truy cập" thông tin về mọi việc, như một chiếc máy tính phải lấy thông tin từ một file; mọi sự hiểu biết của Ngài lúc nào cũng là ngay lập tức và trực tiếp từ tâm trí Ngài. Các tác giả Kinh Thánh đã rất kinh sợ trước "dung lượng" của tâm trí Đức Chúa Trời trong khía cạnh này (Thi 139:1-6; 147:5; Ê-sai 40:13-14, 28; xem thêm Rô 11:33-26).

Sự hiểu biết của Chúa liên kết với sự tể trị của Ngài: Ngài biết mọi điều, cả trong bản thân nó lẫn trong mối quan hệ giữa nó với mọi điều khác, bởi vì Ngài tạo nên nó, duy trì nó và giờ đây khiến nó vận hành trong mọi khoảnh khắc theo kế hoạch mà Ngài dành cho nó (Êph 1:11). Ý niệm Đức Chúa Trời có thể biết và biết trước mọi điều nhưng không kiểm soát mọi điều dường như không chỉ không đúng với Kinh Thánh mà còn rất lố bịch.

Đối với tín hữu Cơ Đốc, sự hiểu biết về tính toàn tri của Chúa mang đến sự đảm bảo rằng mình không bị lãng quên mà vẫn đang và sẽ được săn sóc y theo lời hứa của Đức Chúa Trời (Ê-sai 40:27-31). Tuy nhiên, với bất cứ ai không phải là Cơ Đốc nhân, lẽ thật về sự biết hết của Chúa sẽ mang đến sự kinh hãi, vì nó trở thành một lời nhắc nhở rằng không ai có thể giấu chính mình hay tội lỗi của mình trong mắt của Đức Chúa Trời (Thi 139:7-12; 94:1-11; Giăng 1:1-12).

Sự Tể Trị

Đức Chúa Trời Cai Trị

Khi những ngày đó chấm dứt, ta, Nê-bu-cát-nết-sa, ngước mắt lên trời,
trí khôn ta phục hồi, ta cảm tạ Đấng Chí Cao. Ta ca ngợi và tôn vinh
Đấng Hằng Sống, quyền cai trị của Ngài là uy quyền đời đời,
vương quốc Ngài từ thế hệ nầy đến thế hệ kia.

Đa-ni-ên 4:34

Lời xác nhận về quyền tể trị tuyệt đối của Đức Chúa Trời trong thiên nhiên, trong sự quan phòng và trong ân điển là căn bản đối với đức tin và sự ngợi khen Chúa theo Kinh Thánh. Khải tượng Chúa ngồi trên ngôi – nghĩa là đang cai trị - được lặp đi lặp lại nhiều lần (1 Vua 22:19; Ê-sai 6:1; Ê-xê 1:26; Đa 7:9; Khải 4:2; xem thêm Thi 11:4; 45:6; 47:8-9; Hê 12:2; Khải 3:21) và chúng ta thường xuyên được nói một cách rõ ràng rằng CHÚA (Đức Gia-vê) là vua cai trị, thi hành sự cai trị trên mọi điều lớn nhỏ (Xuất 15:18; Thi 47; 93; 96:10; 97; 99:1-5; 146:10; Châm 16:33; 21:1; Ê-sai 24:23; 52:7; Đa 4:34-35; 5:21-28; 6:26; Mat 10:29-31). Sự cai trị của Đức Chúa Trời là trọn vẹn: Ngài muốn tùy theo ý thích của Ngài và Ngài thực hiện tất cả những gì Ngài muốn, không ai có thể giữ tay Ngài lại hay cản trở kế hoạch của Ngài.

Việc các tạo vật có lý trí của Đức Chúa Trời, thiên sứ và con người, có ý chí tự do (quyền để đưa ra quyết định cá nhân về điều họ sẽ làm) là rõ ràng xuyên suốt Kinh Thánh; chúng ta không phải là những hữu thể đạo đức, có thể trả lời trước thẩm phán là Đức Chúa Trời nếu chúng ta không có ý chí tự do hay ta cũng không thể nào phân biệt, như Kinh Thánh xác nhận, giữa những mục tiêu gian ác của con người và những mục đích tốt lành của Đức Chúa Trời, Đấng tể trị trên hành động của con người như một phương tiện được hoạch định cho mục tiêu của Ngài (Sáng 50:20; Công 2:23; 13:26-39). Thế nhưng, ý chí tự do khiến chúng ta phải đối mặt với một huyền nhiệm, vì Đức Chúa Trời tể trị trên các hoạt động dựa trên ý chí tự do và tự quyết định của chúng ta thế nào thì Ngài cũng tể trị trên mọi điều khác thế ấy, mà làm sao có thể thế được thì chúng ta không biết. Tuy nhiên, Đức Chúa Trời thường xuyên thi thố quyền tể trị của Ngài bằng cách làm cho mọi điều đi theo quỹ đạo của nó, thay vì bằng những sự can thiệp diệu kỳ và đột ngột.

Trong Thi Thiên 93, lẽ thật về quyền tể trị của Chúa được cho là

(a) Đảm bảo tính ổn định của thế giới chống lại tất cả những lực lượng gây hỗn loạn (câu 1b-4)

(b) Xác nhận tính đáng tin cậy của tất cả những điều Chúa phán và răn dạy (c.5a) và

(c) Đòi hỏi sự thánh khiết từ phía người thuộc về Ngài (câu 5b). Toàn bộ thi thiên này thể hiện sự vui mừng, hy vọng và tin cậy nơi Đức Chúa Trời và không thắc mắc. Chúng ta sẽ ghi nhớ sự dạy dỗ của nó trong lòng mình.

Tính Toàn Năng

Đức Chúa Trời Toàn Tại Và Vô Hạn

"Đức Giê-hô-va lại phán: "Ai có thể ẩn mình trong các nơi bí mật để Ta không thấy được chăng?" Đức Giê-hô-va phán tiếp: "Chẳng phải Ta hiện diện mọi nơi, khắp các tầng trời và đất sao?"

Giê-rê-mi 23:24

Đức Chúa Trời hiện diện khắp nơi; tuy nhiên, chúng ta không nên nghĩ Ngài lấp đầy mọi không gian vì Ngài không có phương diện vật lý. Ngài tỏa khắp mọi vật với tinh thần thánh khiết, trong một mối quan hệ nội tại vượt trên điều mà tạo vật bị giới hạn trong thân xác như chúng ta có thể hiểu được. Tuy nhiên, có một điều rõ ràng đó là Ngài hiện diện khắp nơi trong sự đầy trọn của tất cả bản chất của Ngài và tất cả năng quyền mà Ngài có, và những linh hồn cần nhu ở khắp nơi trên thế giới cầu nguyện với Ngài sẽ nhận được sự quan tâm trọn vẹn ấy. Bởi vì Đức Chúa Trời toàn tại, nên Ngài có thể quan tâm trọn vẹn đến hàng triệu cá nhân cùng một lúc. Niềm tin nơi sự toàn tại của Chúa, được hiểu theo cách ấy, được phản ánh trong Thi Thiên 139:7-10; Giê-rê-mi 23:23-24; Công Vụ 17:24-28. Khi Phao-lô nói Đấng Christ thăng thiên phủ đầy muôn vật (Êph 4:8), thì tính sẵn sàng có mặt ở khắp nơi trong thẩm quyền Đấng Christ rõ ràng là một phần của tầng nghĩa đang được diễn đạt. Đúng thế, ngày nay Cha, Con và Thánh Linh đều toàn tại với nhau, mặc dù sự hiện diện cá nhân của Chúa Con đã được vinh hiển là mang tính thuộc linh (thông qua Thánh Linh), không phải tính vật lý (trong thân xác).

"Con biết rằng Chúa có thể làm được mọi việc, không ai ngăn cản được ý định của Ngài" (Gióp 42:2). Vì thế, Gióp chứng thực tính toàn năng (vô hạn) của Đức Chúa Trời. Tính vô hạn trong thực tế có nghĩa là năng quyền làm mọi việc Ngài muốn trong sự toàn hảo về lý trí và đạo đức của mình (nghĩa là sự khôn ngoan và tốt lành của mình). Điều này không có nghĩa là Đức Chúa Trời thật sự có thể làm mọi thứ: Ngài không thể phạm tội, không thể nói dối, không thể thay đổi bản tính của Ngài cũng không thể phủ nhận những đòi hỏi của bản tính thánh khiết của Ngài (Dân 23:19; 1 Sa 15:29; 2 Ti 2:13; Hê 6:18; Gia-cơ 1:13, 17); Ngài cũng không thể khiến hình vuông thành hình tròn, vì ý niệm một hình vuông tròn là tự mâu thuẫn với chính nó; Ngài cũng không thể không là Đức Chúa Trời. Nhưng tất cả những gì Ngài muốn và hứa thì Ngài có thể và sẽ làm.

Đa-vít có quá không khi nói rằng: "Lạy Đức Giê-hô-va, Ngài là năng lực của con, con yêu mến Ngài. Đức Giê-hô-va là vầng đá của con, đồn lũy của con và là Đấng giải cứu con. Đức Chúa Trời là vầng đá của con, là nơi con nương náu. Ngài cũng là cái khiên, là sừng cứu rỗi, và là nơi ẩn náu của con" (Thi 18:1-2)? Có quá không khi tác giả Thi Thiên tuyên bố: "Đức Chúa Trời là nơi nương náu và sức mạnh của chúng con, Ngài hằng giúp đỡ trong cơn hoạn nạn" (Thi 46:1)? Không phải khi đó họ biết Đức Chúa Trời toàn tại và toàn năng, mặc dù ngược lại thì đúng hơn. Sự hiểu biết về tính vĩ đại của Chúa (và tính toàn tại, toàn năng là những khía cạnh trong sự vĩ đại của Ngài) tự động sản sinh ra đức tin lớn và lời ngợi khen không ngớt.

Sự Tiền Định

Đức Chúa Trời Có Một Mục Đích

Đức Giê-hô-va phán: "Ta yêu các con", nhưng các ngươi nói rằng:
"Chúa yêu chúng con ở đâu?" Đức Giê-hô-va phán: "Chẳng phải
Ê-sau là anh Gia-cốp sao? Nhưng Ta yêu Gia-cốp mà ghét Ê-sau.
Ta làm cho đồi núi của nó trở nên hoang vu,
và phó sản nghiệp nó cho chó trong hoang mạc."
Ma-la-chi 1:2-3

Hơn bốn mươi tác giả viết ra sáu mươi sáu sách trong Kinh Thánh suốt khoảng một trăm năm mươi năm nhận biết chính mình và độc giả của mình được bao phủ bởi mục đích tể trị của Đức Chúa Trời cho thế giới của Ngài, mục đích thúc đẩy Ngài tạo dựng, rồi sau đó tội lỗi phá hủy, và công tác cứu chuộc của Ngài hiện đang phục hồi. Mục đích ấy về bản chất là, và đã là, cách bày tỏ yêu thương và niềm vui thỏa yêu thương giữa Đức Chúa Trời và các tạo vật lý tính của Ngài – tình yêu được thể hiện trong sự thờ phượng, ngợi khen, cảm tạ, tôn kính, vinh hiển và sự phục vụ dâng về Ngài, và qua sự thông công, qua các đặc ân, niềm vui và những ân tứ mà Ngài ban cho họ.

Các tác giả nhìn lại những gì đã được làm để thúc đẩy kế hoạch cứu chuộc của Đức Chúa Trời dành cho quả đất và hành tinh đã bị tội lỗi phá hủy này, khi hành tinh quả đất được tái tạo trong vinh hiển không thể tưởng tượng nổi (Ê-sai 65:17-25; 2 Phi 3:10-13; Khải 21:1-22:5). Họ tuyên bố Đức Chúa Trời là Đấng Tạo Hóa Cứu Chuộc quyền năng và luôn nhắc đi nhắc lại công tác ân điển nhiều mặt mà Đức Chúa Trời thi thố trong lịch sử để bảo đảm một dân, một nhóm lớn những cá nhân mà mục đích ban đầu là trao ban và đón nhận tình yêu của Ngài có thể được làm trọn. Những tác giả này kiên định rằng bởi vì Chúa đã bày tỏ chính mình một cách hoàn toàn trong việc kiểm soát việc thực thi những hoạch định của Ngài cho nó đạt được những gì mà họ đã viết, vì thế Ngài sẽ tiếp tục tể trị hoàn toàn, thực thi mọi thứ theo ý muốn của mình và qua đó hoàn tất kế hoạch cứu chuộc của Ngài. Chính trong khuôn khổ này (Êph 1:9-14; 2:4-10; 3:8-11; 4:11-16) mà những thắc mắc về sự tiền định thuộc về.

Tiền định là một từ thường được sử dụng để chỉ sự định trước của Đức Chúa Trời cho tất cả các sự kiện của lịch sử thế giới, quá khứ, hiện tại và tương lai và cách sử dụng này khá phù hợp. Tuy nhiên, trong Kinh thánh và trong thần học dòng chính, tiền định có nghĩa cụ thể là quyết định của Đức Chúa Trời, được đưa ra từ cõi đời đời trước khi sáng tạo thế giới và trước khi dân trên đất hiện diện, về số phận cuối cùng của từng cá nhân tội nhân. Thật ra, Tân Ước sử dụng những từ như tiền định và sự chọn lựa (hai từ này là một) để chỉ nói về việc Chúa lựa chọn cụ thể tội nhân nào được cứu và được hưởng sự sống đời đời (Rô 8:29; Êph 1:4-5, 11). Tuy nhiên, nhiều người đã chỉ ra rằng Kinh Thánh cũng nói Đức Chúa Trời đã định trước về những người cuối cùng sẽ không được cứu (Rô 9:6-29; 1 Phi 2:8; Giu-đe 4) và thần học Tin lành cũng quen thuộc với việc định nghĩa sự tiền định của Đức Chúa Trời là bao hàm cả quyết định cứu người này khỏi tội lỗi (sự chọn lựa) và quyết định đoán phạt những người còn lại vì tội lỗi của họ (sự đày xuống địa ngục).

Với câu hỏi: "Đức Chúa Trời chọn những cá nhân để cứu họ dựa trên cơ sở nào?" thì đôi khi câu trả lời là: dựa trên nền tảng là sự biết trước của Ngài rằng khi đối diện với Phúc Âm họ sẽ chọn Đấng Christ làm Cứu Chúa của mình. Khi trả lời như thế, sự biết trước nghĩa là thấy trước cách thụ động từ phía Đức Chúa Trời về điều mà các cá nhân sẽ làm, mà không tiền định hành động của họ. Nhưng

(a) *Biết trước* trong Rô-ma 8:29; 11:2 (xem thêm 1 Phi 1:2 và 1:20, là chỗ mà bản NIV dịch chữ *biết trước* trong tiếng Hy Lạp là "được chọn lựa") có nghĩa là "yêu trước" và "định trước": nó không diễn đạt ý niệm về sự tiên báo của người xem về điều sẽ diễn ra một cách tùy tiện, ngẫu hứng.

(b) Bởi vì về mặt bản chất, mọi người đều đã chết trong tội lỗi (nghĩa là bị cắt khỏi sự sống của Đức Chúa Trời và không đáp ứng với Ngài), không ai nghe Phúc Âm rồi ăn năn và tin nhận Chúa mà không cần một sự thúc đẩy từ trong lòng mà chỉ Đức Chúa Trời mới có thể thực hiện (Êph 2:4-10). Chúa Giê-xu phán: "Vì vậy, Ta đã bảo các con rằng nếu Cha không ban cho thì không ai có thể đến với Ta được" (Giăng 6:65; xem thêm 44; 10:25-28). Tội nhân chọn Đấng Christ chỉ bởi vì

Đức Chúa Trời chọn họ cho sự lựa chọn này và thúc đẩy họ đến sự lựa chọn đó bằng cách làm tươi mới tấm lòng của họ.

Dù mọi hành động của con người đều là từ ý chí tự do, nghĩa là được tự quyết định, nhưng không hành động nào ở ngoài sự kiểm soát của Đức Chúa Trời theo mục đích và sự định trước đời đời của Ngài.

Vì thế, Cơ Đốc nhân cần phải cảm tạ Chúa vì sự quy đạo của họ, phải mong đợi Ngài giữ họ trong ân điển mà Ngài đã mang đến cho họ và tin tưởng chờ đợi chiến thắng tối thượng của Ngài, theo chương trình Ngài đã định.

Ba Ngôi

Đức Chúa Trời Là Một Và Ba

Đức Giê-hô-va là Vua và Đấng Cứu Chuộc của Y-sơ-ra-ên,
là Đức Giê-hô-va vạn quân, phán: "Ta là đầu tiên và cuối cùng;
ngoài Ta không có Đức Chúa Trời nào khác."
Ê-sai 44:6

Cựu Ước luôn khẳng định rằng chỉ có một Đức Chúa Trời, Đấng Tạo Hóa tự khải thị, Đấng duy nhất phải được thờ phượng và yêu mến (Phục 6:4-5; Ê-sai 44:6-45:25). Tân Ước đồng ý (Mác 12:29-30; 1 Cô 8:4; Êph 4:6; 1 Ti 2:5) nhưng nói về ba tác nhân riêng biệt, Cha, Con và Thánh Linh cùng hành động trong tư cách một nhóm để mang đến sự cứu rỗi (Rô 8; Êph 1:3-14; 2 Tê 2:13-14; 1 Phi 1:2). Tên gọi mang tính lịch sử 'Ba Ngôi' (bắt nguồn từ từ *trinitas* trong tiếng La-tinh, có nghĩa là "tính chất là ba") nhằm vạch ranh giới và bảo vệ cho huyền nhiệm này (không giải thích nó; vì điều đó vượt ngoài khả năng của chúng ta), và nó khiến chúng ta phải đối diện với có lẽ là tư tưởng khó nhất mà trí óc con người từng phải tiếp nhận. Nó không dễ, nhưng nó đúng.

Giáo lý này bắt nguồn từ việc các nhà sử học Tân Ước ghi nhận và từ sự dạy dỗ mang tính khải thị sản sinh từ những dữ kiện này, nói theo cách của con người. Chúa Giê-xu, Đấng cầu nguyện với Cha và dạy các môn đồ Ngài làm theo, thuyết phục họ rằng chính Ngài là thần, và việc tin vào thần tính, vào sự đúng đắn của việc dâng sự thờ phượng và khẩn cầu lên cho Ngài là nền tảng cho đức tin theo Tân Ước (Giăng 20:28-31; xem thêm 1:18; Công 7:59; Rô 9:5; 10:9-13; 2 Cô 12:7-9; Phi 2:5-6; Côl 1:15-17; 2:9; Hê 1:1-12; 1 Phi 3:15). Chúa Giê-xu hứa sẽ sai một Đấng Yên Ủi khác đến (chính Ngài đã là một Đấng Yên Ủi rồi), và *Đấng Yên Ủi* chỉ về một chức vụ cá nhân nhiều mặt trong tư cách cố vấn, bênh vực, giúp đỡ, an ủi, đồng minh và phù trợ (Giăng 14:16-17, 26; 15:26-27; 16:7-15). Đấng Yên Ủi khác, Đấng đến vào Lễ Ngũ Tuần để làm trọn chức vụ đã hứa, là Đức Thánh Linh, được nhận diện từ ban đầu là ngôi thứ ba của Thiên Chúa: nói dối Ngài là nói dối Đức Chúa Trời, như Phi-e-rơ đã nói không lâu sau Lễ Ngũ Tuần (Công 5:3-4).

Vì thế, Đấng Christ quy định báp-têm "nhân danh (số ít: một Đức Chúa Trời, một danh) Cha, Con và Thánh Linh" – ba thân vị là một Đức Chúa Trời, Đấng mà các Cơ Đốc nhân tận hiến (Mat 28:19). Vì thế chúng ta gặp ba ngôi trong ký thuật về lễ báp-têm của chính Chúa Giê-xu: Cha công nhận Con, và Thánh Linh thể hiện sự hiện diện của mình trong đời sống và chức vụ của Con (Mác 1:9-11). Vì thế, chúng ta đọc thấy lời chúc phước nhắc đến ba ngôi của 2 Cô-rinh-tô 13:14, và lời cầu xin ân điển và sự bình an từ Cha, Thánh Linh và Chúa Giê-xu Christ trong Khải Huyền 1:4-5 (nếu Giăng không xem Thánh Linh là Chúa thì ông có đặt Thánh Linh giữa Cha và Con không?). Đây là một vài trong nhiều ví dụ nổi bật về quan điểm Ba Ngôi và điểm nhấn của Tân Ước. Mặc dù thuật ngữ chuyên môn về Ba Ngôi lịch sử không được tìm thấy ở đây, nhưng niềm tin và tư tưởng dựa trên ba ngôi đã hiện diện xuyên suốt các trang Tân Ước, và theo nghĩa đó Ba Ngôi cần phải được nhận biết như một giáo lý phù hợp với Kinh Thánh: Một lẽ thật đời đời về Đức Chúa Trời rất rõ ràng và dễ hiểu trong Tân Ước, mặc dù chưa bao giờ được nói rõ trong Cựu Ước.

Giáo lý này xác nhận một điều căn bản: sự hiệp nhất của Đức Chúa Trời duy nhất là vấn đề cực kỳ phức tạp. Ba "sự tồn tại" cá nhân (như chúng thường được gọi) là trọng tâm bình đẳng và đời đời của sự tự nhận thức, mỗi sự tồn tại ấy đều là "Tôi" trong mối liên hệ với hai "bạn" và mỗi sự tồn tại lại dự phần trong bản chất Thiên Chúa đầy trọn cùng với hai sự tồn tại khác. Chúng không phải là ba vai trò của một người hay một thân vị (đó là *hình thái thuyết*), cũng không phải là ba vị thần tụ lại (đó là *thuyết ba ngôi phân rẽ*); Đức Chúa Trời duy nhất ("Ngài") cũng đồng thời là "các Ngài" và "các Ngài" thì luôn đi với nhau và luôn hợp tác, với sự chủ động từ Cha, sự thuận phục từ Con còn Thánh Linh thi hành ý muốn của cả hai, cũng đồng thời là ý muốn của Ngài. Đây là lẽ thật về Đức Chúa Trời được khải thị thông qua lời nói và việc làm của Chúa Giê-xu, và là lẽ thật củng cố cho thực tại cứu rỗi như Tân Ước trình bày.

Tầm quan trọng mang tính thực tiễn của giáo lý Ba Ngôi đó là nó đòi hỏi chúng ta phải quan tâm và tôn kính cả ba ngôi như nhau trong sự hiệp nhất của chức vụ ân điển mà cả ba thực hiện trên chúng ta. Chức vụ đó là chủ đề chính của Phúc Âm vốn không thể nào được phát biểu rõ ràng nếu không đem vai trò riêng biệt của cả ba vào trong kế hoạch ân điển của

Đức Chúa Trời, như cuộc trò chuyện giữa Chúa Giê-xu và Ni-cô-đem đã cho thấy (Giăng 3:1-15; đặc biệt chú ý câu 3, 5-8, 13-15, và những nhận xét mang tính giải nghĩa của Giăng, mà bản NIV xem là một phần của chính cuộc trò chuyện ấy, câu 16-21). Theo tiêu chuẩn Kinh Thánh, tất cả những cách trình bày sứ điệp Phúc Âm không theo giáo lý Ba Ngôi đều không đầy đủ và sai về căn bản, và tự nhiên sẽ có khuynh hướng khiến cho đời sống Cơ Đốc nhân trở nên méo mó, biến dạng.

Đức Thánh Khiết

Đức Chúa Trời Là Sự Sáng

Vì Ta là Giê-hô-va Đức Chúa Trời của các con;
hãy biệt mình ra thánh và phải thánh, vì Ta là thánh.

Lê-vi Ký 11:44

Khi Kinh Thánh gọi Đức Chúa Trời, hay từng ngôi một trong Ba Ngôi, là "thánh" (như thường thấy trong Lê 11:44-45; Giôs 24:19; Ê-sai 2:2; Thi Thiên 99:9; Ê-sai 1:4; 6:3; 41:14, 16, 20; 57:15; Êxê 39:7; A-mốt 4:2; Giăng 17:11; Công 5:3-4, 32; Khải 15:4), thì từ này nói lên mọi điều về Chúa phân rẽ Ngài với chúng ta và khiến Ngài trở thành đối tượng của sự kinh sợ, tôn thờ và kinh hãi đối với chúng ta. Nó bao hàm tất cả mọi khía cạnh của sự vĩ đại siêu việt và sự toàn hảo về đạo đức của Ngài, vì thế nó là một thuộc tính quan trọng nhất trong mọi thuộc tính của Ngài, cho thấy "tính chất là Chúa" của Đức Chúa Trời. Mọi khía cạnh trong bản chất của Đức Chúa Trời và mọi khía cạnh trong thuộc tính của Ngài đều có thể được nói đến một cách đúng đắn là thánh, chỉ bởi vì nó thuộc về Ngài. Tuy nhiên, cốt lõi của khái niệm này là sự trong sạch của Chúa, nghĩa là Ngài không thể nào dung thứ bất cứ hình thức tội lỗi nào (Ha 1:13), do đó nó kêu gọi tội nhân không ngừng hạ mình trước sự hiện diện của Ngài (Ê-sai 6:5).

Công chính, nghĩa là ở tình huống nào cũng làm những điều đúng đắn, là một cách diễn đạt đức thánh khiết của Đức Chúa Trời. Chúa bày tỏ sự công chính của mình trong tư cách Nhà Lập Pháp và Hành Pháp, và cũng trong tư cách người giữ lời hứa và người tha thứ tội lỗi. Luật đạo đức của Ngài, đòi hỏi cách hành xử phải phù hợp với lối hành xử của Ngài, là "thánh khiết, công chính và tốt lành" (Rô 7:12). Ngài đoán xét một cách công bình (Sáng 18:25; Thi 7:11; 96:13; Công 17:31). "Cơn thịnh nộ" của Ngài, nghĩa là sự thù ghét tội lỗi trong tư cách một quan tòa thật sự, hoàn toàn công chính trong những cách bày tỏ sự thù ghét (Rô 2:5-16), và "những sự đoán xét" cụ thể của Ngài (những hình phạt báo thù) thì đầy vinh hiển và đáng khen ngợi (Khải 16:5, 7; 19:1-4). Bất cứ khi nào Đức Chúa Trời làm trọn cam kết giao ước của mình bằng cách hành động để cứu chuộc dân Ngài, thì đó đều là hành động "chính đáng", tức là công chính (Ê-sai 51:5-6; 56:1,

63:1, 1 Giăng 1:9). Khi Đức Chúa Trời xưng công chính tội nhân thông qua lòng tin nơi Đấng Christ của họ, thì Ngài làm thế dựa trên nền tảng công lý đã được thực hiện, nghĩa là thông qua hình phạt dành cho tội lỗi chúng ta mà Đấng Christ nhận thay; vì thế, hình thức mà sự xưng công chính của Ngài mang lấy cho thấy Ngài hoàn toàn và cực kỳ công chính (Rô 3:25-26) và bản thân việc xưng công chính của chúng ta được chứng minh là đúng đắn về mặt pháp lý.

Khi Giăng nói rằng Đức Chúa Trời là "ánh sáng", không có chút bóng tối nào trong Ngài, hình ảnh ấy xác nhận sự thánh khiết của Đức Chúa Trời, là sự thánh khiết làm cho kẻ bất khiết không thể nào giao thông với Ngài, là sự thánh khiết đòi hỏi mối quan tâm chính của đời sống người Cơ Đốc là theo đuổi sự thánh khiết và công chính (1 Giăng 1:5-2:1; 2 Cô 6:14-7:1; Hê 12:10-17). Những lời kêu gọi tín hữu, đã được tái sinh và tha tội, phải thực hành sự thánh khiết xứng hợp với sự thánh khiết của Chúa, và bởi đó làm vui lòng Ngài, thường xuyên được nói đến trong Tân Ước cũng như Cựu Ước (Phục 30:1-10; Êph 4:17-5:14; 1 Phi 1:13-22). Bởi vì Đức Chúa Trời thánh khiết, nên người thuộc về Ngài cũng phải thánh khiết.

Đức Nhân Từ

Đức Chúa Trời Là Tình Yêu

Hãy cảm tạ Đức Giê-hô-va vì Ngài là thiện;
Lòng nhân từ Ngài còn đến đời đời.

Thi Thiên 136:1

Câu "Đức Chúa Trời là tình yêu" thường được giải thích trên phương diện (a) sự khải thị về sự sống vô tận của Đức Chúa Trời Ba Ngôi, một đời sống yêu mến và tôn trọng, được thể hiện qua cuộc đời và sự dạy dỗ của Chúa Giê-xu (Mat 3:17; 17:5; Giăng 3:35; 14:31; 16:13-14; 17:1-5, 22-26), cộng với (b) sự nhận biết rằng Đức Chúa Trời đã tạo nên thiên sứ và con người để tôn vinh Đấng tạo nên họ bằng cách chia sẻ cuộc sống cho và nhận đầy vui thỏa của Thiên Chúa theo phương cách tạo vật của họ. Nhưng, khi Giăng nói "Đức Chúa Trời là tình yêu" (1 Giăng 4:8), ý của ông (như ông tiếp tục giải thích) đó là Cha thông qua Đấng Christ đã thật sự cứu chúng ta, những tội nhân từng hư mất mà nay tin nhận Ngài. "Tình yêu thương của Đức Chúa Trời đối với chúng ta đã được bày tỏ trong điều nầy: Đức Chúa Trời đã sai Con Một của Ngài đến trần gian để chúng ta nhờ Con ấy mà được sống. Tình yêu thương ở trong điều nầy: Không phải chúng ta đã yêu thương Đức Chúa Trời, nhưng Ngài đã yêu thương chúng ta và sai Con Ngài làm tế lễ chuộc tội chúng ta" (1 Giăng 9-10).

Như chúng ta luôn thấy trong Tân Ước, "chúng ta" trong tư cách đối tượng và người hưởng nhận tình yêu cứu chuộc đồng nghĩa với "các tín hữu chúng ta." Ở đây cũng như ở những chỗ khác "chúng ta" không hề nói đến mỗi cá nhân. Sự dạy dỗ về ơn cứu chuộc trong Tân Ước luôn mang tính đặc thù, khi Chúa bảo Ngài yêu thương và cứu chuộc "thế gian" (Giăng 3:16-17; 2 Cô 5:19; 1 Giăng 2:2), thì "thế gian" nói đến con số đông đảo những người được Chúa chọn lựa rải rác trên khắp thế giới trong cộng đồng con người bất kính (xem Giăng 10:16; 11:52-53), chứ không phải mỗi và mọi người đang và sẽ hiện hữu. Nếu không phải vậy, thì ở những chỗ khác Giăng và Phao-lô hẳn đã mâu thuẫn với nhau.

Tình yêu cứu chuộc tối thượng này là một khía cạnh của phẩm chất mà Kinh Thánh gọi là lòng nhân từ của Đức Chúa Trời (Thi 100:5; Mác 10:18), nghĩa là lòng nhân ái và rộng rãi đầy vinh hiển, chạm đến tất cả mọi tạo vật của Ngài (Thi 145:9; 15-16) và điều đó phải dẫn mọi tội nhân tới chỗ ăn năn (Rô 2:4). Các khía cạnh khác của lòng nhân từ là thương xót hay thương cảm, thể hiện sự nhân ái với những người đang gặp hoạn nạn bằng cách cứu họ thoát khỏi cảnh khốn đốn (Thi 107, 136) và nhịn nhục, kiên nhẫn và chậm giận, để tiếp tục bày tỏ lòng nhân ái đối với những người cứ cố chấp phạm tội (Xuất 34:6; Thi 78:38; Giăng 3:10-4:11; Rô 9:22; 2 Phi 3:9). Tuy nhiên, biểu hiện tuyệt vời nhất của đức nhân từ của Chúa vẫn là ân điển lạ lùng và tình yêu không gì diễn tả được được thể hiện qua việc cứu chuộc tội nhân, những kẻ chỉ đáng nhận sự đoán phạt mà thôi: cứu họ bằng một giá vô cùng đắt là sự chết của Đấng Christ trên Gô-gô-tha (Rô 3:22-24; 5:5-8; 8:32-39; Êph 2:1-10; 3:14-18; 5:25-27).

Sự thành tín đối với các mục tiêu, lời hứa và đối với người thuộc về mình của Đức Chúa Trời là một khía cạnh nữa của đức nhân từ và đáng ngợi khen của Ngài. Con người dối gạt và không giữ lời mình hứa, nhưng Đức Chúa Trời thì không làm hai điều ấy. Trong những lúc tồi tệ nhất thì "nhờ lòng nhân từ của Đức Giê-hô-va mà chúng ta không bị tiêu diệt, lòng thương xót của Ngài không bao giờ dứt. Mỗi buổi sáng, lòng thương xót của Chúa tươi mới luôn, sự thành tín Ngài lớn biết bao" (Ca 3:22-23; Thi 36:5; xem thêm Thi 89, đặc biệt câu 1-2, 14, 24, 33, 37, 49). Mặc dù cách thể hiện sự thành tín của Đức Chúa Trời đôi khi không theo mong đợi của chúng ta và rất khó hiểu, thật sự với người quan sát không kỹ và theo cái nhìn trước mắt thì cách thể hiện ấy giống như Chúa không thành tín, nhưng lời chứng của những người bước đi với Chúa qua những thăng trầm của đời sống đó là "tất cả đều ứng nghiệm cho anh em. Thật, chẳng một lời nào sai cả" (Giô 23:14-15). Sự thành tín của Đức Chúa Trời, cùng với các khía cạnh khác của đức nhân từ Ngài như được trình bày trong Lời Ngài luôn là nền tảng vững chắc để chúng ta đặt đức tin và hy vọng của mình.

Sự Khôn Ngoan

Ý Muốn Hai Mặt Của Đức Chúa Trời Là Một

...Tôn ngợi danh Đức Chúa Trời đời đời vô cùng!
Vì mọi sự khôn ngoan và quyền năng đều thuộc về Ngài.
Đa-ni-ên 2:20

Trong Kinh Thánh, khôn ngoan đồng nghĩa với chọn mục tiêu tốt nhất và cao cả nhất để nhắm tới, và chọn phương cách hiệu quả và phù hợp nhất để đạt được mục tiêu đó. Sự khôn ngoan của con người được thể hiện trong các Sách Về Sự Khôn Ngoan của Cựu Ước (Gióp, Thi Thiên, Châm Ngôn, Truyền Đạo và Nhã Ca, chỉ ra cách chịu khổ, cầu nguyện, sống, hưởng thụ và yêu) và trong thư Gia-cơ (thực hành nếp sống Cơ Đốc nhất quán): Nó có nghĩa là làm cho sự "kính sợ Đức Chúa Trời –thờ phượng và phục vụ Ngài với tinh thần tôn kính – trở thành mục tiêu (Châm 1:7; 9:10; Truyền 12:13) và nuôi dưỡng tính cẩn trọng, kiên cường, chịu đựng và nhiệt huyết như là phương cách để có được lòng kính sợ ấy. Sự khôn ngoan của Đức Chúa Trời được nhìn thấy qua công trình sáng tạo, bảo tồn và cứu chuộc của Ngài: Ngài tự chọn vinh hiển làm mục tiêu của mình (Thi 46:10; Ê-sai 42:8; 48:11), và quyết định đạt được mục tiêu đó trước hết bằng cách tạo ra muôn vật và con người (Thi 104:24; Châm 3:19-20), thứ nhì là thông qua những sự chu cấp mọi điều một cách đầy nhân từ của Ngài (Thi 145:13-16; Công 14:17), và thứ ba bằng "sự khôn ngoan" cứu chuộc của "Đấng Christ phục sinh" (1 Cô 1;18-2:16) và hội thánh (Êph 3:10).

Việc thực hành sự khôn ngoan của Đức Chúa Trời bao hàm việc thể hiện ý muốn của Ngài qua cả hai nghĩa mà cụm từ "ý muốn Đức Chúa Trời" ấy bày tỏ. Theo nghĩa đầu tiên và căn bản, ý muốn Đức Chúa Trời là quyết định, hay mệnh lệnh, của Ngài về những gì sẽ xảy ra – "ý định đời đời của Ngài, theo sự chỉ dẫn của ý muốn Ngài, bởi đó Ngài định trước những gì sẽ diễn ra vì vinh quang Ngài" (Giáo lý căn bản Rút gọn Westminster, câu 7). Đây là ý muốn về các sự kiện của Đức Chúa Trời, được nói đến trong Ê-phê-sô 1:11. Theo tầng nghĩa thứ hai và thứ yếu, ý muốn của Đức Chúa Trời là mệnh lệnh của Ngài, nghĩa là những lời giáo huấn được Kinh thánh đưa ra về cách con người nên và không nên hành xử: đôi khi nó được gọi là giới luật của Ngài (xem Rô 12:2; Êph 5:17; Côl 1:9; 1 Tê 4:3-6). Một số đòi hỏi ấy bắt nguồn từ bản tính thánh khiết của Ngài, mà chúng ta phải bắt chước: chẳng hạn như các nguyên tắc của Mười Điều Răn và hai điều răn lớn (Xuất 20:1-17; Mat 22:37-40; xem thêm Êph 4:32-5:2). Một số đòi hỏi đơn giản bắt nguồn từ các định chế của Chúa, như cắt bì, các luật tế lễ và thanh tẩy trong Cựu Ước cũng như lễ báp-têm và Tiệc Thánh ngày nay. Nhưng tất cả đều ràng buộc nhau, và kế hoạch về các sự kiện của Đức Chúa Trời đã bao hàm "việc lành", tức là sự thuận phục mà những ai tin nhận cần phải thể hiện (Êph 2:10).

Đôi khi thật khó để tin rằng sự thuận phục đắt giá, đặt chính mình vào chỗ thua thiệt trong thế gian này (như lòng trung thành thuận phục Chúa thường đòi hỏi), là một phần trong kế hoạch tiền định nhằm làm gia tăng sự vinh hiển của Đức Chúa Trời và quyền lợi của chúng ta (Rô 8:28). Nhưng chúng ta phải tôn vinh Chúa bằng cách tin rằng thật là vậy, rằng một ngày nào đó chúng ta sẽ thấy như vậy; bởi vì sự khôn ngoan của Ngài là tối thượng và không bao giờ thất bại. Bày tỏ ý muốn của Ngài về giới luật và lèo lái những đáp ứng của ý chí con người theo ý muốn giới luật ấy, là một phương cách qua đó Đức Chúa Trời hoàn thành ý muốn của Ngài về các sự kiện, ngay cả khi đáp ứng ấy là đáp ứng vô tín và không thuận phục. Phao-lô minh họa điều này khi ông nói với người Rô-ma rằng sự vô tín của Y-sơ-ra-ên có chỗ của nó trong kế hoạch thúc đẩy sự tấn tới của Phúc Âm (Rô 11:11-15; 25-32): một nhận thức khiến con người phải kêu lên: "Ôi! Sự giàu có, khôn ngoan và hiểu biết của Đức Chúa Trời thật sâu nhiệm biết bao!... Vinh quang thuộc về Ngài đời đời vô cùng! A-men." (11:33, 36). Mong rằng đó cũng là lời chúng ta lớn tiếng cất lên.

Sự Huyền Nhiệm

Đức Chúa Trời Vĩ Đại Vượt Trội

Lạy Đức Giê-hô-va! Sự cao cả, quyền năng, vinh quang, toàn thắng,
và oai nghi đáng quy về Ngài; vì muôn vật trên các tầng trời
và dưới đất đều thuộc về Ngài. Đức Giê-hô-va ôi!
Vương quốc thuộc về Ngài; Ngài được tôn làm Chúa Tể của muôn vật.

1 Sử Ký 29:11

Kinh Thánh nói rằng Đức Chúa Trời vĩ đại (Phục 7:21; Nê 4:14; Thi 48:1; 86:10; 95:3; 145:3; Đa 9:4): vĩ đại hơn chúng ta có thể lĩnh hội được. Thần học trình bày điều này bằng cách mô tả Đức Chúa Trời vượt quá mọi sự hiểu biết của chúng ta – không phải theo nghĩa lo-gic dành cho Ngài khác với lo-gic dành cho chúng ta, khiến chúng ta không thể theo kịp cách lập luận của tâm trí Ngài, nhưng theo nghĩa chúng ta không bao giờ có thể hiểu hết về Ngài, bởi vì Ngài là Đấng vô hạn, còn chúng ta thì hữu hạn. Kinh Thánh phác họa Đức Chúa Trời không chỉ ngự trong bóng tối dày đặc mà còn trong ánh sáng không ai có thể đến gần được (Thi 97:2; 1 Ti 6:16), và cả hai hình ảnh đó đều diễn đạt cùng một ý tưởng: Đấng Tạo Hóa của chúng ta cao hơn chúng ta, và đo lường Ngài bằng bất cứ phương cách nào cũng đều vượt quá khả năng của chúng ta.

Điều này đôi lúc được diễn đạt bằng cách nói đến sự huyền nhiệm của Đức Chúa Trời, không phải theo ý nghĩa của Kinh Thánh, tức là một bí mật mà bây giờ Đức Chúa Trời mạc khải (Đa 2:29-30; Êph 3:2-6), nhưng theo nghĩa mới được phát triển gần đây, đó là chúng ta thiếu khả năng để hiểu một cách đúng đắn, dù có nói nhiều như thế nào đi nữa. Trong Kinh Thánh, Đức Chúa Trời cho chúng ta biết rằng công trình sáng tạo, sự cai trị trong sự quan phòng, Ba Ngôi, sự nhập thể, công tác tái sinh của Thánh Linh, sự liên hiệp với Đấng Christ qua sự chết và sự sống lại của Ngài, và sự soi dẫn của Kinh Thánh là những điều có thật, và chúng ta phải tin đúng như vậy; chúng ta tin dù không biết những điều này có thật bằng cách nào. Là những tạo vật, chúng ta không thể hiểu trọn vẹn về bản tính hay việc làm của Đấng Tạo Hóa.

Tuy nhiên, sẽ sai lầm khi cho rằng tự thân chúng ta biết hết về Đức Chúa Trời (và vì thế giam hãm Ngài trong khuôn khổ ý niệm hữu hạn của chúng ta về Ngài) thế nào, thì cũng sẽ sai lầm khi nghi ngờ liệu suy nghĩ của chúng ta có cấu thành hiểu biết của chúng ta về Ngài hay không thể ấy. Một phần ý nghĩa của việc Đức Chúa Trời tạo nên chúng ta theo hình ảnh của Ngài đó là chúng ta có thể vừa biết về Ngài vừa biết Ngài trên phương diện có mối liên hệ với Ngài, theo ý nghĩa đúng đắn nhưng giới hạn của từ "biết"; và điều Đức Chúa Trời cho chúng ta biết về Ngài trong Kinh Thánh cũng đúng trong giới hạn của nó. Calvin nói Chúa đã hạ cố trước sự yếu đuối của chúng ta và Ngài đã thích nghi với khả năng của chúng ta, cả trong chuyện soi dẫn Kinh Thánh lẫn trong sự nhập thể của Con Ngài, để Ngài có thể cho chúng ta một sự hiểu biết chân thật về chính Ngài. Hình thức và bản chất của cuộc trò chuyện giữa cha mẹ với một đứa trẻ không thể so sánh với tất cả những nội dung chứa trong đầu của cha mẹ như khi họ có thể diễn đạt với một người lớn khác; nhưng đứa trẻ đó tiếp nhận từ cuộc trò chuyện của ba mẹ với nó thông tin thật sự, đúng đắn, dù giới hạn, về cha mẹ, rồi tình yêu thương và lòng tin cậy sẽ lớn lên theo. Đó là sự tương đồng ở đây.

Bây giờ chúng ta đã thấy tại sao Đấng Tạo Hóa bày tỏ chính Ngài cho chúng ta theo kiểu Đấng có hình hài, có gương mặt (Xuất 33:11), có tay (1 Sam 5:11), có cánh tay (Ê-sai 53:1), có tai (Nê 1:6), có mắt (Gióp 28:10), có chân (Na 1:3) và như là Đấng ngồi trên ngai (1 Vua 22:19), Đấng cười trên các cơn gió (Thi 18:10) và chiến đấu (2 Sử 32:8; Ê-sai 63:1-6). Đây không phải là những mô tả về Đức Chúa Trời trong chính Ngài mà là mô tả Ngài cho chúng ta: tức là Đức Chúa Trời siêu việt, Đấng liên hệ với dân sự Ngài trong tư cách Cha và bạn, và hành động như đồng minh của họ. Đức Chúa Trời đặt chính Ngài trước chúng ta theo cách này để thu hút chúng ta thờ phượng, yêu mến và tin cậy, mặc dù về mặt khái niệm, chúng ta luôn giống như những đứa trẻ nhỏ nghe ba mẹ trò chuyện với chúng ta như nói với những đứa con bé bỏng và biết người nói chỉ một phần mà thôi (1 Cô 13:12).

Chúng ta không nên quên rằng trong bất cứ trường hợp nào, thần học là để ngợi khen: cách biểu hiện chân thật nhất của lòng tin vào một Đức Chúa Trời vĩ đại luôn là sự thờ phượng và ngợi khen Chúa vì Ngài vĩ đại hơn những gì chúng ta có thể biết luôn là sự thờ phượng đúng đắn.

Sự Quan Phòng

Đức Chúa Trời Cai Quản Thế Giới Này

Người ta rút thăm trong vạt áo,
Nhưng mọi quyết định đến từ Đức Giê-hô-va.

Châm Ngôn 16:33

"Công tác quan phòng của Đức Chúa Trời là sự gìn giữ và quản trị của Chúa trên tất cả mọi tạo vật và tất cả các hoạt động của chúng một cách đầy quyền năng, khôn ngoan và thánh khiết nhất" (Giáo Lý Căn bản Rút Gọn Westminster, câu hỏi 11). Nếu công trình sáng tạo là việc dùng năng lượng thiên thượng để khiến thế giới này hiện hữu, thì sự quan phòng là hành động tiếp nối của chính năng lượng ấy qua đó Đấng Tạo Hóa, theo ý muốn của Ngài, (a) giữ cho mọi tạo vật được hiện hữu, (b) dấn thân vào mọi hoạt động, và (c) điều hướng mọi sự để đi đến mục tiêu đã định của nó. Khuôn mẫu của nó là khuôn mẫu quản trị cá nhân có mục đích với sự kiểm soát năng động: Đức Chúa Trời hoàn toàn quản trị thế giới. Bàn tay của Ngài có thể kín giấu, nhưng sự cai trị của Ngài là hoàn toàn chắc chắn.

Có người đã giới hạn sự quan phòng của Chúa trong việc biết trước nhưng không kiểm soát, hay gìn giữ nhưng không can thiệp, hay việc giám sát chung mà không lưu tâm đến chi tiết, nhưng lời chứng về sự quan phòng như được phát biểu ở trên thì tràn ngập khắp nơi.

Kinh Thánh dạy rõ ràng về sự quản trị mang tính quan phòng của Đức Chúa Trời (1) trên cõi hoàn vũ nói chung, Thi 103:19; Đa 4:35; Êph 1:11; (2) trên thế giới vật lý, Gióp 37; Thi 104:14; 135:6; Mat 5:45; (3) trên thế giới súc vật, Thi 104:21, 28; Mat 6:26; 10:29; (4) trên chính sự của các dân tộc, Gióp 12:23; Thi 22:28; 66:7; Công Vụ 17:26; (5) trên việc sinh tử của con người và số phận của họ, 1 Sa 16:1; Thi 139:16; Ê-sai 45:5; Gal 1:15-16; (6) trên những thành công và thất bại bên ngoài của cuộc đời con người, Thi 75:6, 7, Lu-ca 1:52; (7) trên những điều có vẻ là tình cờ hoặc không quan trọng, Châm 16:33; Mat 10:30; (8) trong việc bảo vệ người công chính, Thi 4:8; 5:12; 63:8; 121:3; Rô 8:28; (9) trong việc chu cấp những nhu cầu của người thuộc về Ngài, Sáng 22:8, 14; Phục 8:3; Phi 4:19; (10) trong việc đáp lời cầu nguyện, 1 Sa 1:19; Ê-sai 20:5, 6; 2 Sử 33:13; Thi 65:2; Mat 7:7; Lu 18:7, 8 và (11) trong việc phơi bày và trừng phạt kẻ có tội, Thi 7:12-13; 11:6. (L. Berkhof, Systematic Theology, ấn bản 4).

Để hiểu biết rõ ràng về sự can thiệp của Đức Chúa Trời vào tiến trình của thế giới, vào những hành động của vật thọ tạo có lý trí, chúng ta cần một loạt những phát biểu bổ sung. Khi một người hành động, hoặc một sự kiện diễn ra bởi những nguyên nhân tự nhiên hay việc Sa-tan cho thấy bàn tay hành động nhớp nhúa của hắn đều là sự tể trị của Đức Chúa Trời. Đây là sứ điệp của sách Ê-xơ-tê, sách mà danh Chúa không hề xuất hiện lần nào cả. Những việc làm trái ngược với ý muốn mạng lệnh của Chúa nhưng chúng vẫn làm trọn ý muốn sự kiện của Ngài (Êph 1:11). Con người cố tình làm điều ác – nhưng Đức Chúa Trời là Đấng tể trị dùng những hành động ấy để mang lại ích lợi (Sáng 50:20; Công 2:23). Con người, dưới sự tể trị của Chúa, phạm tội – thế nhưng Đức Chúa Trời không phải là người gây ra tội lỗi (Gia 1:13-17), đúng hơn, Ngài là Đấng đoán xét tội lỗi.

Bản chất sự can dự "đồng quy" hay "gặp nhau ở một điểm" trong tất cả những gì xảy ra trong thế giới của Ngài, khi Ngài làm cho ý muốn sự kiện của Ngài diễn ra – mà không vi phạm bản chất của sự vật sự việc, tiến trình bình thường đang diễn ra hay ý chí tự do của con người – là huyền nhiệm đối với chúng ta, nhưng sự dạy dỗ nhất quán của Kinh Thánh về sự can dự của Chúa thì đúng như sự trình bày ở trên.

Về những điều ác tiêm nhiễm thế giới của Đức Chúa Trời (sự đồi bại về thuộc linh và tâm linh, sự lãng phí điều tốt lành và sự mất trật tự về vật lý cũng như những sự trì trệ của vũ trụ bị hư hoại), có thể được phát biểu tóm lược như sau: Đức Chúa Trời cho phép điều ác xảy ra (Công 14:16); Ngài dùng điều ác hình phạt điều ác (Thi 81:11-12; Rô 1:26-32); Ngài đem lại điều tốt lành từ điều xấu xa (Sáng 50:20; Công 2:23; 4:27-28; 13:27; 1 Cô 2:7-8); Ngài dùng điều ác để thử luyện và kỷ luật những người Ngài yêu (Mat 4:1-11; Hê 12:4-14); và một ngày nào đó Ngài sẽ cứu chuộc người thuộc về Ngài hoàn toàn khỏi quyền lực và sự hiện diện của điều ác (Khải 21:27; 22:14-15).

Giáo lý về sự quan phòng dạy Cơ Đốc nhân rằng họ không bao giờ ở trong gọng kìm của những lực lượng không thấy được (may rủi, số mệnh); tất cả những gì xảy đến cho họ đều được Đức Chúa Trời hoạch định, và mỗi sự kiện diễn ra đều là lời kêu gọi họ tin cậy, thuận phục, vui mừng vì biết rằng tất cả là vì ích lợi thuộc linh và đời đời của một người (Rô 8:28).

Phép Lạ

Đức Chúa Trời Bày Tỏ Sự Hiện Diện
Và Quyền Năng Của Ngài

Đức Giê-hô-va nhậm lời của Ê-li, sinh khí của đứa trẻ
trở về với nó và nó sống lại.
1 Các Vua 17:22

Kinh Thánh không có từ ngữ nào chỉ về phép lạ. Khái niệm phép lạ là sự pha trộn các ý tưởng được diễn đạt bằng ba thuật ngữ: *sự lạ, dấu kỳ và công việc phi thường.*

Sự lạ là ý niệm căn bản. (*Phép lạ,* từ từ *miraculum* trong tiếng La-tinh, có nghĩa là điều gì đó thúc đẩy việc kỳ diệu). Phép lạ là một sự kiện thúc đẩy người ta nhận thức về sự hiện diện và năng quyền của Đức Chúa Trời. Những sự quan phòng và trùng hợp ngẫu nhiên và những sự kiện tuyệt vời như sinh con đẻ cái, không thua kém gì những công việc của năng quyền sáng tạo, có thể được gọi cách đúng đắn là phép lạ bởi vì chúng truyền tải nhận thức như thế. Theo cách hiểu đó, ít nhất, ngày nay vẫn còn phép lạ.

Việc phi thường (việc quyền năng) tập trung vào ấn tượng mà các phép lạ tạo ra và cho thấy sự hiện diện của những hành động siêu nhiên của Đức Chúa Trời trong lịch sử Kinh Thánh có sự dự phần của năng quyền vốn tạo ra thế giới từ không không. Vì thế, việc kêu người chết sống lại, mà Chúa Giê-xu đã thực hiện ba lần, không tính đến sự phục sinh của Ngài (Lu 7:11-17; 8:49-56; Giăng 11:38-44) và Ê-li, Ê-li-sê, Phi-e-rơ cũng như Phao-lô cũng có làm một lần (1 Vua 17:17-24; 2 Vua 4:18-37; Công 9:36-41; 20:9-12) là công tác của năng quyền sáng tạo này; nó không thể được giải thích là sự trùng hợp ngẫu nhiên. Điều đó cũng đúng với những sự chữa lành mà các sách Phúc âm ký thuật rất nhiều; chúng cũng bày tỏ sự tái tạo và phục hồi siêu nhiên.

Dấu kỳ là tên gọi các phép lạ (tên gọi này thường được sử dụng trong sách Phúc Âm của Giăng, nơi bảy phép lạ chính được ký thuật) có nghĩa là chúng báo hiệu một điều gì đó; nói cách khác, chúng truyền đạt một thông điệp. Các phép lạ trong Kinh Thánh tập trung rất nhiều vào thời Xuất Hành, thời của Ê-li và Ê-li-sê và thời của Chúa Giê-xu cùng các sứ đồ. Trước hết, chúng xác thực những người thi hành phép lạ là đại diện và sứ giả của Chúa (xem thêm Xuất 4:1-9; 1 Vua 17:24; Giăng 10:38; 14:11; 2 Cô 12:12; Hê 2:3-4); và chúng cũng cho thấy điều gì đó về năng quyền cứu chuộc và đoán phạt của Đức Chúa Trời. Tầm quan trọng của chúng là như vậy.

Niềm tin vào phép lạ là điều không thể thiếu đối với Cơ Đốc giáo. Thần học gia nào loại bỏ tất cả các phép lạ cũng phủ nhận sự nhập thể và phục sinh của Chúa Giê-xu, hai phép lạ lớn nhất của Kinh Thánh, thì không nên tự nhận mình là Cơ Đốc nhân: lời tuyên xưng ấy không có giá trị. Việc phản đối phép lạ của các nhà khoa học trong quá khứ không phải xuất phát từ khoa học nhưng từ niềm tin về một vũ trụ đồng nhất hoàn toàn mà các nhà khoa học đem vào trong công tác khoa học của mình. Không có gì phi lý khi tin rằng Đức Chúa Trời tạo nên thế giới vẫn có thể can thiệp theo tinh thần sáng tạo vào thế giới ấy. Cơ Đốc nhân cần nhận thức rằng điều vô lý không phải là tin vào phép lạ trong Kinh Thánh và tin rằng ngày nay Chúa vẫn có thể phép lạ nếu Ngài muốn, mà điều vô lý chính là nghi ngờ những điều đó.

Sự Vinh Hiển

Sự Bày Tỏ Vinh Hiển Của Đức Chúa Trời Đòi Hỏi Hành Động Dâng Vinh Hiển

Ánh sáng mà tôi thấy chung quanh đó giống như
ánh sáng của cầu vồng trong mây vào ngày mưa.
Đó là hình ảnh vinh quang của Đức Giê-hô-va.
Ê-xê-chi-ên 1:28

Mục tiêu của Đức Chúa Trời là Ngài được vinh hiển, nhưng điều này cần được giải thích kỹ lưỡng, bởi vì nó rất dễ bị hiểu lầm. Nó hướng tới một mục đích không phải mang tính tự cao tự đại, như đôi khi người ta nghĩ về nó, nhưng nó hướng đến lòng thương xót của Chúa. Rõ ràng, Đức Chúa Trời muốn được ngợi khen vì Ngài đáng được ngợi khen, muốn được tôn vinh vì Ngài vĩ đại và tốt lành, muốn được tôn trọng vì bản tính của Ngài. Nhưng vinh hiển - mục tiêu của Ngài - thật ra là một mối quan hệ hai chiều, hai giai đoạn: đó chính xác là một sự kết hợp giữa (a) các hành động mặc khải mà ở đó Ngài bày tỏ vinh hiển của Ngài cho con người và thiên sứ một cách rộng rời về phần của Chúa và (b) đáp ứng bằng sự tôn thờ, qua đó họ dâng vinh hiển cho Ngài vì biết ơn những gì họ đã thấy và đã được nhận, về phía con người. Trong sự kết hợp này mối thông công yêu thương mà các tạo vật có lý trí của Đức Chúa Trời đã và hiện được tạo ra, và bởi đó con người sa ngã giờ đây được cứu chuộc trở thành hiện thực. Tính qua lại của việc thấy vinh hiển trong Đức Chúa Trời và dâng vinh hiển cho Đức Chúa Trời là sự làm trọn bản chất của con người một cách đúng đắn, và nó mang đến niềm vui tột bậc cho con người như nó mang đến cho Đức Chúa Trời (xem thêm Sô 3:14-17).

Trong Cựu Ước, "vinh hiển" chứa đựng sự liên tưởng đến tầm quan trọng, giá trị, của cải, sự tráng lệ và phẩm hạnh, tất cả đều hiện diện khi Đức Chúa Trời bày tỏ vinh hiển Ngài. Đức Chúa Trời đang trả lời lời cầu xin của Môi-se là được thấy vinh hiển Chúa khi Ngài công bố danh của Ngài (nghĩa là bản chất, bản tính và năng quyền của Ngài; Xuất 33:18-34:7) cho ông được biết. Đi kèm với tuyên bố đó là một sự phô diễn Shekinah, một vầng mây chiếu sáng lấp lánh trông giống như một đống lửa đang bừng cháy, nhằm thúc đẩy lòng kính sợ Chúa (Xuất 24:17). Bản thân Shekinah được gọi là vinh hiển của Đức Chúa Trời; nó xuất hiện vào những thời điểm quan trọng trong câu chuyện Kinh Thánh như là một dấu hiệu cho sự hiện diện thật sự của Đức Chúa Trời (Xuất 33:22; 34:5; xem thêm 16:7, 10; 24:15-17; 40:34-35; Lê 9:23-24; 1 Vua 8:10-11; Ê-xê 1:28; 8:4; 9:3; 10:4; 11:22-23; Mat 17:5; Lu 2:9; xem thêm Công 1:9; 1 Tê 4:17; Khải 1:7). Các tác giả Tân Ước công bố rằng vinh hiển của bản tính, thuộc tính, năng quyền và mục đích của Đức Chúa Trời giờ đây lộ ra cho mọi người thấy qua thân vị và vai trò của Con nhập thể của Đức Chúa Trời, là Chúa Giê-xu Christ (Giăng 1:14-18; 2 Cô 4:3-6; Hê 1:1-3).

Vinh hiển của Đức Chúa Trời, được bày tỏ qua kế hoạch và công tác ân điển, là công tác cứu chuộc tội nhân, nhằm mục đích khơi lên sự ngợi khen (Êph 1:6, 12, 14), tức là là dâng vinh hiển cho Chúa bằng lời nói (xem Khải 4:9; 19:7). Tất cả mọi hoạt động của cuộc sống cũng phải được thực hiện với mục tiêu thể hiện sự trung thành, tôn trọng và vui thỏa lên cho Chúa, nghĩa là dâng vinh quang ở cấp độ thực tiễn (1 Cô 10:31).

Đức Chúa Trời sẽ không chia sẻ với các thần tượng sự ngợi khen vì đã phục hồi dân của Ngài bởi vì thần tượng không có thật, cũng chẳng đóng góp gì vào trong công tác ân điển này (Ê-sai 42:8; 48:11); và Đức Chúa Trời sẽ không chia sẻ sự ngợi khen về ơn cứu chuộc với những chủ thể con người, vì chúng ta cũng không đóng góp gì thêm vào đó mà đúng hơn là chúng ta cần đến nó. Từ đầu đến cuối, và ở mỗi giai đoạn trong tiến trình, sự cứu rỗi đều đến từ Chúa và lời ngợi khen của chúng ta cho thấy nhận thức của chúng ta về điều đó. Đây là lý do tại sao thần học Cải Chính nhất quán đến vậy về nguyên tắc "Vinh hiển *chỉ* cho Đức Chúa Trời" (*soli Deo Gloria*), và tại sao ngày nay chúng ta cần duy trì nguyên tắc đó bằng nhiệt huyết tương tự.

Thờ Hình Tượng

Đức Chúa Trời Đòi Hỏi
Lòng Trung Thành Hoàn Toàn

Ta sẽ trừng phạt nó
Vì những ngày nó dâng hương cho Ba-anh;
Đeo bông tai và diện nữ trang,
Chạy theo các tình nhân nó,
Còn Ta thì nó bỏ quên!
Đức Giê-hô-va phán vậy.
Ô-sê 2:13

Mặc dù chỉ có một Đức Chúa Trời duy nhất và một đức tin chân thật duy nhất, tức là đức tin được dạy trong Kinh Thánh, nhưng thế giới bội đạo của chúng ta (Rô 1:18-25) luôn đầy dẫy các tôn giáo và sự thúc đẩy đi theo chủ nghĩa hổ lốn từ xa xưa, nơi mà các khía cạnh của một tôn giáo bị đồng hóa vào với nhau qua đó thay đổi cả hai, vẫn còn đến ngày nay. Thật ra nó đã và đang được phục hồi một cách đáng sửng sốt trong thời của chúng ta thông qua cuộc tìm kiếm một sự hiệp nhất siêu việt các tôn giáo theo hướng học thuật và sử nở rộ của hỗn hợp các ý tưởng Đông và Tây phổ biến tự gọi mình là Thời Đại Mới.

Áp lực ở đây không hề mới. Khi đã chiếm cứ Ca-na-an, Y-sơ-ra-ên luôn bị cám dỗ hấp thu sự thờ phượng các thần và nữ thần sinh sản của xứ Ca-na-an vào trong sự thờ phượng Gia-vê, và tự tạo ảnh tượng cho chính Đức Gia-vê – cả hai bước đi ấy đều bị luật pháp nghiêm cấm (Xuất 20:3-6). Vấn đề là liệu người Y-sơ-ra-ên có nhớ rằng Gia-vê, Đức Chúa Trời của giao ước là đủ cho họ rồi và tuyên bố họ chỉ chung thủy với Ngài chứ không ngoại tình thuộc linh hay không (Giê 3; Êxê 16; Ôsê 2). Đây là một bài kiểm tra mà dân tộc này đa phần đều thất bại.

Chủ nghĩa hổ lốn cũng lan rộng và được chấp nhận như thế tại đế quốc La Mã thế kỷ thứ nhất, ở đó chủ nghĩa đa thần thịnh hành và đủ thứ các giáo phái phát triển. Những người dạy đạo Cơ Đốc đã nỗ lực rất nhiều để giữ cho đức tin Cơ Đốc không bị đồng hóa với Trí huệ giáo (một kiểu thần học và triết học làm cho sự nhập thể và sự chết chuộc tội trở nên vô nghĩa, bởi vì nó nhìn nan đề của con người như là nan đề của sự mông muội, ngờ nghệch, chứ không phải là tội lỗi), và sau này với chủ nghĩa Tân Pla-to và Mani giáo (hay thuyết về thiện-ác), cũng giống như Trí huệ giáo, cả hai chủ thuyết ấy xem sự cứu rỗi chủ yếu là vấn đề làm thế nào để lánh xa khỏi thế giới vật lý. Cơ Đốc giáo đã chiến thắng những xung đột này, và việc phát biểu thành hệ thống qua các bài tín điều kinh điển về Ba Ngôi và sự nhập thể là một phần trong di sản muôn đời của họ.

Kinh Thánh rất nghiêm khắc khi nói về tội thờ thần tượng. Thần tượng bị nhạo báng là những thứ hữu thể không có thật, hão huyền (Thi 115:4-7; Ê-sai 44:9-20), nhưng chúng cầm tù những người thờ phượng chúng trong sự mê tín mù quáng (Ê-sai 44:20), vốn là sự bất trung với Chúa (Giê 2), và Phao-lô thêm rằng ma quỷ hành động thông qua thần tượng, làm cho chúng trở thành mối đe dọa rõ rang đối với đời sống thuộc linh (1 Cô 8:4-6; 10:18-21). Trong văn hóa Tây phương hậu Cơ Đốc của chúng ta, là nền văn hóa sẵn sàng lấp đầy sự trống vắng tâm linh mà người ta cảm nhận bằng việc sẵn sàng chấp nhận chủ nghĩa hổ lốn, bằng yêu thuật và những thử nghiệm huyền bí, thì những lời cảnh báo của Kinh Thánh về việc thờ thần tượng cần phải được ghi nhớ trong lòng (xem thêm 1 Cô 10:14; 1 Giăng 5:19-21).

Thiên Sứ

Đức Chúa Trời Sử Dụng Sứ Giả Siêu Nhiên

Tôi hỏi thiên sứ đang nói chuyện với tôi: "Thưa chúa,
những người cưỡi ngựa nầy là ai?" Thiên sứ đáp: "Ta sẽ cho ngươi biết
những người nầy là ai." Người đứng giữa những cây sim nói:
"Đây là những người Đức Giê-hô-va sai đi khắp đất."
Xa-cha-ri 1:9-10

Thiên sứ (tên của họ có nghĩa là "sứ giả") là một trong hai hữu thể có thân vị mà Đức Chúa Trời tạo dựng, hữu thể còn lại là con người. Có rất nhiều thiên sứ (Mat 26:53; Khải 5:11). Họ là những hữu thể có đạo đức và lý trí, không có thân xác và thường vô hình, mặc dù họ có thể tỏ chính mình ra cho con người trong hình dáng vật lý (Sáng 18:2-1922; Giăng 20:10-14; Công 12:7-10). Họ không cưới gả, không phải chết (Mat 22:30; Lu-ca 20:35-36). Họ có thể di chuyển từ điểm này trong không gian sang điểm khác, và nhiều thiên sứ có thể tụ họp lại ở một địa điểm nhỏ xíu (Lu 8:30; chỗ nói đến những thiên sứ sa ngã).

Giống như con người, các thiên sứ ban đầu ở trong thời gian thử thách và một số thiên sứ đã sa vào tội lỗi. Nhiều thiên sứ vượt qua được thử thách đó giờ đây rõ ràng được ở trạng thái thánh khiết và vinh hiển bất tử. Thiên đàng là đại bản doanh của họ (Mat 18:10; 22:30; Khải 5:11), nơi họ thường xuyên thờ phượng Chúa (Thi 103:20-21; 148:2) và từ đó họ đi ra để phục vụ các Cơ Đốc nhân theo lệnh của Chúa (Hê 1:14). Đây là những thiên sứ "thánh" và được chọn" (Mat 25:31; Mác 8:38; Lu-ca 9:26; Công Vụ 10:22; 1 Ti 5:21; Khải 14:10), qua họ công tác ân điển của Đức Chúa Trời thông qua Đấng Christ bày tỏ nhiều sự khôn ngoan và vinh quang của Chúa hơn họ biết trước đây (Êph 3:10; 1 Phi 1:12).

Các thiên sứ thánh có nhiệm vụ bảo vệ các tín hữu (Thi 34:7; 91:11), đặc biệt là trẻ con (Mat 18:10) và thường xuyên quan sát những gì diễn ra trong hội thánh (1 Cô 11:10). Điều này hàm ý rằng họ hiểu biết về những điều thuộc về Chúa hơn là con người (Mác 13:32), rằng họ đặc biệt hành động vào thời điểm con người lìa đời (Lu 16:22), nhưng chúng ta không biết điều này cách chi tiết. Chỉ cần xác định các thiên sứ rất gần gũi với chúng ta bằng cách nói rằng nếu vào bất cứ thời điểm nào chúng ta cần đến chức vụ của họ, thì chúng ta sẽ nhận được; rằng khi thế gian muốn thấy Cơ Đốc nhân vấp ngã, thì các thiên sứ thiện cũng muốn thấy Cơ Đốc nhân nhờ ân điển mà chiến thắng.

Các "thiên sứ của Đức Giê-hô-va" hay "thiên sứ của Đức Chúa Trời" đầy huyền bí thường xuất hiện trong những câu chuyện đầu Cựu Ước và đôi khi được đồng nhất với chính Đức Chúa Trời (Sáng 16:7-13; 18:1-33; 22:11-18; 24:7, 40; 31:1-13; 32:34-33:5; Dân 22:22-35; Giô 5:13-15; Quan 2:1-5; 6:11-23; 9:13-23), trên phương diện nào đó chính là Đức Chúa Trời hành động trong tư cách thiên sứ của Ngài và thường được xem là sự xuất hiện tiền nhập thể của Đức Chúa Con.

Hoạt động của thiên sứ rất dễ thấy ở những bước ngoặt lớn trong kế hoạch cứu chuộc của Đức Chúa Trời (thời các tổ phụ, thời Xuất hành và ban bố luật pháp, thời kỳ lưu đày và phục hồi, và thời điểm Chúa Giê-xu Christ giáng sinh, sống lại và thăng thiên), và nó lại sẽ nổi bật khi Đấng Christ trở lại (Mat 25:31; Mác 8:38).

Các Quỷ

Đức Chúa Trời Có Những Kẻ Thù Siêu Nhiên

Dâng sinh tế cho ma quỷ, không phải là Đức Chúa Trời,
Quỷ lạy các thần mà mình chưa từng biết,
Là các thần mới vừa xuất hiện ít lâu,
Mà tổ phụ anh em không bao giờ khiếp sợ.
Phục Truyền 32:17

"Quỷ" hay "ma quỷ" như cách dịch trước đây, là từ *daimon* và *daimonion* trong tiếng Hy Lạp, những thuật ngữ thông thường trong các sách Phúc Âm dùng để nói về hữu thể thuộc linh, băng hoại và chống nghịch cả Đức Chúa Trời và con người, đối tượng mà Chúa Giê-xu đuổi ra khỏi các nạn nhân của chúng rất nhiều lần trong chức vụ trên đất của Ngài. Quỷ là các thiên sứ sa ngã, những tạo vật bất tử đang hầu việc Sa-tan (Chúa Giê-xu đồng nhất chúng Bê-ên-xê-bun, kẻ được cho là vua của chúng, với Sa-tan: Mat 12:24-29). Tham gia vào sự nổi loạn của Sa-tan, chúng bị đuổi ra khỏi thiên đàng để chờ sự phán xét cuối cùng (2 Phi 2:4; Giu-đe 6). Tâm trí của chúng mãi mãi chống nghịch Đức Chúa Trời, sự tốt lành, lẽ thật, vương quốc Đấng Christ và ích lợi của con người, và chúng có sức mạnh thật nhưng giới hạn và không có quyền tự do di chuyển, mặc dù theo thuật ngữ văn vẻ của Calvin chúng kéo lê xiềng xích của mình bất cứ nơi nào chúng đến và không bao giờ có thể chiến thắng được Đức Chúa Trời.

Mức độ và cường độ xuất hiện của ma quỷ trong con người suốt thời gian Chúa Giê-xu thi hành chức vụ là độc nhất, không có tiền lệ trong thời Cựu Ước; nó là một phần rõ rệt của trận chiến vô vọng của Sa-tan cho vương quốc của hắn chống lại sự tấn công của Đấng Christ vào vương quốc ấy (Mat 12:29). Các quỷ cho thấy chúng có hiểu biết và sức mạnh (Mác 1:24; 9:17-27). Chúng giáng, hay chí ít là lợi dụng, tật bệnh thể chất và tinh thần (mác 5:1-15; 9:17-18; Lu 11:14). Chúng nhận ra và sợ Đấng Christ, là đối tượng mà chúng phải phục dưới thẩm quyền của Ngài (Mác 1:25; 3:11-12; 9:25), mặc dù bằng lời tuyên bố của Ngài, qua nỗ lực trong sự cầu nguyện thì Ngài có thể trục xuất chúng (Mác 9:29).

Đấng Christ giao quyền và trang bị mười hai sứ đồ và bảy mươi môn đồ nhân danh Ngài mà đuổi quỷ (nghĩa là, bằng năng quyền của Ngài – Lu 9:1; 10:17), và ngày nay chức vụ đuổi quỷ vẫn tiếp tục là một điều thiết yếu trong mục vụ. Hội thánh Lutheran thế kỷ mười sáu bỏ đi việc đuổi quỷ, tin rằng sự chiến thắng Sa-tan của Đấng Christ đã trừ khử sự xâm nhập của ma quỷ mãi mãi, nhưng đây là kết luận hấp tấp, vội vàng.

Quân đoàn ma quỷ của Sa-tan cũng sử dụng những chiến lược khôn khéo, cụ thể là chiến lược dối gạt và làm nản lòng bằng nhiều hình thức. Chống lại chiến lược này là cốt lõi của trận chiến thuộc linh (Êph 6:10-18). Mặc dù ma quỷ có thể gây nhiều điều khó dễ khác nhau cho những người đã được tái sinh mà Đức Thánh Linh cư ngụ, nhưng cuối cùng chúng không thể nào cản trở mục tiêu cứu chuộc người được chọn của Chúa, cũng như cuối cùng chúng không thể tránh khỏi bị hình phạt đời đời. Vì quỷ là quỷ của Đức Chúa Trời (đây là cụm từ Luther dùng), nên các quỷ sứ cũng là các quỷ sứ của Đức Chúa Trời, những kẻ thù đã bị Ngài đánh bại (Côl 2:15). Quyền năng giới hạn của chúng chỉ được gia hạn nhằm làm cho vinh hiển Chúa được thêm lên khi người thuộc về Ngài chiến đấu với chúng.

Sa-Tan

Các Thiên Sứ Sa Ngã Có Người Lãnh Đạo

*Một ngày kia, các thiên sứ của Đức Chúa Trời đến trình diện
Đức Giê-hô-va. Sa-tan cũng đến với họ.*
Gióp 1:6

Sa-tan, kẻ đứng đầu các thiên sứ sa ngã, cũng giống như các quỷ sứ, chỉ hiện nguyên hình trong Tân Ước mà thôi. Tên gọi của hắn có nghĩa là "kẻ đối địch" (chống đối Đức Chúa Trời và những người thuộc về Ngài) và Cựu Ước cũng nói về hắn như thế (1 Sử 21:1; Gióp 1-2; Xa 3:1-2). Tân Ước gán cho hắn những danh xưng tiết lộ cho người nghe nhiều điều: "ma quỷ" *(diabolos)* có nghĩa là kẻ kiện cáo (nghĩa là kẻ kiện cáo con dân Chúa: Khải 12:9-10); "A-pô-ly-ôn" (Khải 9:11) có nghĩa là kẻ hủy diệt; "kẻ cám dỗ" (Mat 4:3; 1 Tê 3:5) và "ma quỷ" (1 Giăng 5:18-19); "vua' và "chúa của thế gian này" cho thấy Sa-tan là kẻ chỉ huy lối sống chống nghịch Chúa của nhân loại (Giăng 12:31; 14:30; 16:11; 2 Cô 4:4; xem thêm Êph 2:2; 1 Giăng 5:19; Khải 12:9). Chúa Giê-xu nói rằng Sa-tan luôn là kẻ giết người và là cha của những điều dối trá – nghĩa là, hắn vừa là kẻ nói dối nguyên bản vừa là kẻ đỡ đầu cho tất cả những sự dối trá và lừa gạt theo sau (Giăng 8:44). Cuối cùng, hắn được nhận diện là con rắn lừa dối Ê-va trong vườn Ê-đen (Khải 12:9; 20:2). Đây là hình ảnh của sự đê tiện, hiểm độc, giận dữ, tàn ác không thể tưởng tượng nổi nhắm vào Đức Chúa Trời, nhắm vào lẽ thật của Chúa và vào những người mà Chúa mở rộng tình yêu cứu chuộc của Ngài cho.

Sự xảo quyệt giả dối của Sa-tan được nhấn mạnh qua câu nói của Phao-lô đó là hắn mạo làm thiên sứ sáng láng, che giấu cái ác bằng cái vỏ tốt lành (2 Cô 11:14). Sự gian ác đầy hủy diệt của hắn được thể hiện qua việc mô tả hắn là con sư tử gầm thét, cắn nuốt (1 Phi 5:8) và như một con rồng (Khải 12:9). Vì hắn là kẻ thù của Đấng Christ (Mat 4:1-11; 16:23; Lu-ca 4:13; Giăng 14:30; xem thêm Lu-ca 22:3, 53), nên giờ đây hắn là kẻ thù của Cơ Đốc nhân, luôn lợi dụng những yếu đuối, điều khiển những điểm mạnh theo cách sai lầm và làm suy yếu đức tin, hy vọng và tâm tính tốt lành (Lu 22:32; 2 Cô 2:11; 11:3-15; Êph 6:16). Ta cần phải nhìn nhận cách nghiêm túc về hắn, bởi ác tâm và sự xảo trá khiến hắn trở nên đáng sợ; thế nhưng hắn cũng chẳng làm gì nghiêm trọng được ngoài chuyện gây ra nỗi kinh khiếp khúm núm về chính mình, bởi vì hắn là kẻ thù đã bị đánh bại. Sa-tan mạnh hơn chúng ta, nhưng Đấng Christ đã chiến thắng Sa-tan rồi (Mat 12:29), và Cơ Đốc nhân sẽ chiến thắng hắn nếu họ chịu chống cự hắn bằng những nguồn trợ giúp mà Đấng Christ cung cấp (Êph 6:10-13; Gia-cơ 4:7; 1 Phi 5:9-10). "Đấng ở trong các con vĩ đại hơn kẻ ở trong thế gian" (1 Giăng 4:4).

Nhận biết sự thật về Sa-tan, xem sự chống đối của hắn là nghiêm trọng, ghi nhận chiến lược của hắn (bất cứ điều gì không phải là Cơ Đốc giáo theo Kinh Thánh), và xem chuyện chiến đấu với hắn là chuyện hệ trọng – đây không phải là rơi vào khái niệm lưỡng nguyên về hai vị thần, thần thiện và thần ác chiến đấu với nhau. Sa-tan là một tạo vật, siêu phàm nhưng không phải là Chúa; hắn có nhiều sự hiểu biết và năng lực, nhưng hắn không hề toàn tại hay toàn năng; hắn có thể đi lại bằng nhiều phương cách mà con người không thể, nhưng hắn không toàn tại; và hắn là một kẻ nổi loạn đã bị đánh bại rồi, vì hắn không có nhiều sức mạnh hơn Đức Chúa Trời cho phép và hắn được định cho hồ lửa đời đời (Khải 20:10).

Tính Người

Đức Chúa Trời Tạo Nên Con Người Theo Hình Ảnh Của Ngài

Đức Chúa Trời sáng tạo loài người theo hình ảnh Ngài.
Ngài sáng tạo loài người theo hình ảnh Đức Chúa Trời.
Ngài sáng tạo người nam và người nữ.
Sáng Thế Ký 1:27

Lời tuyên bố được chép ở đầu Kinh Thánh (Sáng 1:26-27; được lặp lại ở 5:1; 9:6; 1 Cô 11:7; Gia-cơ 3:9) rằng Đức Chúa Trời tạo nên con người theo ảnh tượng của Ngài, để con người giống Đức Chúa Trời theo cách mà không một tạo vật nào khác giống, cho chúng ta thấy giá trị đặc biệt của con người đó là, là con người, chúng ta có thể phản chiếu và tái sinh đường lối thánh khiết của Chúa ở cấp độ tạo vật của riêng chúng ta, qua đó hành động trong tư cách những đại diện trực tiếp của Ngài trên đất. Đây là mục đích con người được dựng nên, và ở một phương diện, chúng ta chỉ là con người khi chúng ta đang thực hiện điều đó.

Phạm vi ảnh tượng của Chúa trong con người không được định nghĩa trong Sáng Thế Ký 1:26-27, nhưng bối cảnh cho chúng ta thấy điều đó rất rõ. Sáng Thế Ký 1:1-25 trình bày Đức Chúa Trời là Đấng có thân vị, có lý trí (có sự khôn ngoan và ý chí, có khả năng lập ra kế hoạch và thực hiện chúng), sáng tạo, đầy khôn ngoan để quản trị thế giới mà Ngài đã tạo nên, và đáng trọng về mặt đạo đức, ở chỗ tất cả những gì Ngài dựng nên đều tốt lành. Nói cách đơn giản, ảnh tượng của Chúa sẽ bao hàm tất cả những phẩm hạnh này. Câu 28-30 cho thấy Chúa chúc phước cho những con người mới được dựng nên này (điều đó có nghĩa là cho họ thấy đặc quyền và số phận của họ) và lập họ cai trị trên cõi thọ tạo trong tư cách đại diện và phó tá của Ngài. Vì thế, khả năng truyền thông và mối liên hệ với cả Đức Chúa Trời và với những người khác của con người, và sự tể trị mà Đức Chúa Trời giao phó trên những loài thọ tạo thấp kém hơn này (được nhấn mạnh trong Thi thiên 8 như là câu trả lời cho câu hỏi: Con người là gì?) có vẻ là những mặt khác nữa của ảnh tượng này.

Vì thế, ảnh tượng của Đức Chúa Trời trong con người vào thời điểm tạo dựng bao gồm (a) con người là "loài sanh linh" (Sáng 2:7, phần Kinh thánh mà bản NIV dịch chính xác là "hữu thể sống" hay "linh hồn sống"; Truyền 12:7), nghĩa là, là sinh vật có thân vị, có ý thức, giống Đức Chúa Trời trong sự hiểu biết, suy nghĩ và hành động; (b) sự ngay thật về mặt đạo đức của con người, một phẩm chất bị mất đi vào thời điểm Sa ngã và giờ đây đang từ từ được phục hồi qua Đấng Christ (Êph 4:24; Côl 3:10); (c) sự cai trị của con người trên thiên nhiên. Thông thường, và cũng hợp lý, nó cũng bao gồm d) sự bất tử mà Đức Chúa Trời ban cho con người và (e) thân thể con người, qua đó chúng ta kinh nghiệm thực tại, biểu đạt chính mình và thực thi quyền quản trị của chúng ta, cũng thuộc về ảnh tượng đó nữa.

Thân thể gián tiếp thuộc về ảnh tượng đó bởi vì Đức Chúa Trời Chúa Trời không có thân xác, như chúng ta đã ghi nhận trước đó, nhưng xét trên góc độ gián tiếp, giống như những hoạt động của Chúa thực thi quyền tể trị trên cõi thọ tạo vật chất và bày tỏ tình thương đối với các hữu thể có lý trí khác làm cho hiện thân này trở nên cần thiết. Sẽ không có sự sống con người đầy đủ nếu không có một thân thể hoạt động, dù hiện tại hay tương lai. Lẽ thật đó, hàm ẩn trong Sáng Thế Ký 1, đã trở nên rõ ràng qua sự nhập thể và sống lại của Chúa Giê-xu Christ: trong tư cách hình ảnh thật của Đức Chúa Trời qua nhân tính cũng như thần tính của Ngài. Chúa Giê-xu được vinh hiển suốt cõi đời đời, và Cơ Đốc nhân cũng sẽ được như vậy.

Sự sa ngã làm hỏng hình ảnh của Đức Chúa Trời không chỉ trong A-đam và Ê-va mà còn trong tất cả hậu tự của họ, nghĩa là trong toàn bộ nhân loại. Về mặt cấu trúc, chúng ta vẫn giữ được hình ảnh ấy, theo nghĩa là nhân loại chúng ta còn nguyên vẹn, nhưng không phải theo nghĩa chức năng vì chúng ta giờ đây là nô lệ của tội lỗi và không thể sử dụng sức mạnh của mình để phản chiếu sự thánh khiết của Đức Chúa Trời. Sự tái sinh bắt đầu tiến trình phục hồi hình ảnh đạo đức của Đức Chúa Trời trong đời sống con người, nhưng cho đến khi nào con người hoàn toàn được thánh hóa và được vinh hiển thì chúng ta mới phản chiếu Đức Chúa Trời một cách hoàn toàn trong suy nghĩ và hành động như mục đích con người được tạo nên và như Con Đức Chúa Trời nhập thể trong nhân tính đã và vẫn đang làm (Giăng 4:34; 5:30; 6:38; 8:29, 46; Rô 6:4, 5, 10; 8:11).

Nhân Loại

Con Người Có Thân Xác, Có Linh Hồn
Và Thuộc Hai Giới Tính

Bấy giờ, Giê-hô-va Đức Chúa Trời lấy bụi đất nắn nên hình người,
hà sinh khí vào lỗ mũi, thì người trở nên một sinh linh.
Sáng Thế Ký 2:7

"Ngài sáng tạo người nam và người nữ." Sáng Thế Ký 1:27

Mỗi người trong thế giới này đều có một thân thể vật chất hoạt động qua một cái tôi cá nhân phi vật chất. Kinh Thánh gọi cái tôi ấy là "tâm hồn" hay "linh hồn". "Tâm hồn" nhấn mạnh tính riêng biệt của cái tôi có ý thức của một người theo cách hiểu thông thường; "linh hồn" chứa đựng sắc thái của sự bắt nguồn từ Chúa, lệ thuộc vào Ngài và tách biệt khỏi thân thể theo cách hiểu thông thường.

Cách sử dụng từ ngữ của Kinh Thánh dẫn chúng ta đến chỗ nói rằng chúng ta *có* và *là* tâm hồn và linh hồn, nhưng sẽ sai lầm khi nghĩ rằng tâm hồn và linh hồn là hai thứ khác nhau; quan điểm tâm phân cho rằng con người có thân, hồn và linh là sai lầm. Ý niệm quen thuộc cho rằng tâm hồn là một cơ quan nhận thức thế giới này, còn linh hồn là một cơ quan riêng biệt tương giao với Chúa được làm cho sống động thông qua sự tái sinh là một sự dạy dỗ không đúng với Kinh Thánh và không đúng với cách sử dụng từ ngữ này của Kinh Thánh. Thêm vào đó, nó dẫn tới quan điểm méo mó chống đối thuyết duy lý mà theo đó sự hiểu biết tâm linh và tư tưởng thần học tách bạch đến mức làm kiệt quệ cả hai, thần học được xem là "thuộc về cảm xúc" và không thuộc linh trong khi người ta nghĩ nhận thức thuộc linh không liên quan gì đến việc dạy và học biết lẽ thật được khải thị của Đức Chúa Trời.

Việc linh hồn mang lấy thân xác là điều cần thiết trong cách Đức Chúa Trời tạo ra loài người. Như đã nói ở phần trước, thông qua thân xác chúng ta sẽ kinh nghiệm môi trường xung quanh, vui hưởng và kiểm soát mọi thứ xung quanh và liên hệ với người khác. Khi Đức Chúa Trời tạo nên thân xác, không có gì xấu xa hay bại hoại về nó cả. Nếu tội lỗi không bước vào thế gian, thì bệnh tật thể xác, sự già đi và mục nát dẫn tới sự chết như chúng ta biết cũng sẽ không phải là một phần tất yếu của cuộc sống con người (Sáng 2:17; 3:19, 22; Rô 5:12). Tuy nhiên, giờ đây con người bại hoại xuyên suốt sự tồn tại thể lý tâm lý của họ, như ta thấy rõ qua những ham muốn đặt không đúng chỗ, cả thể xác và tinh thần, của họ tranh chiến với nhau và với những nguyên tắc khôn ngoan và công chính.

Khi chết, linh hồn để thân thể bất động ở lại, nhưng đây không phải là sự giải thoát đầy vui sướng mà các triết gia Hy Lạp và một số người theo các giáo phái tưởng tượng. Niềm hy vọng của người Cơ Đốc không phải là sự cứu chuộc *ra khỏi* thân thể nhưng là sự cứu chuộc *của* thân thể. Chúng ta mong chờ đến ngày được dự phần trong sự sống lại của Đấng Christ trong và qua sự phục sinh của chính thân thể chúng ta. Mặc dù kết cấu chính xác của thân thể được vinh hiển trong tương lai của chúng ta là gì thì hiện thời chúng ta chưa biết, nhưng chúng ta biết rằng sẽ có một sự tiếp nối nào đó với thân thể hiện tại (1 Cô 15:35-49; Phi 3:20-21; Côl 3:4).

Hai giới, nam và nữ, đều thuộc về khuôn mẫu sáng tạo ấy. Nam và nữ đều mang ảnh tượng của Chúa như nhau (Sáng 1:27), và giá trị của họ cũng như nhau. Bản chất bổ sung của hai giới tính là nhắm để dẫn đến một sự hợp tác đầy ích lợi (xem Sáng 2:18-23) khi vai trò của họ được làm trọn không chỉ trong hôn nhân, trong việc sinh con đẻ cái và cuộc sống gia đình nhưng cả trong các hoạt động rộng hơn của cuộc sống nữa. Nhận thức được sự khác biệt không gì có thể dò thấu giữa ta với một người thuộc giới tính khác là ngôi trường để ta học thực hành và vui hưởng sự trân trọng, cởi mở, tôn trọng, phục vụ và chung thủy, tất cả những cách hành xử lịch thiệp mà thực tại huyền bí về giới tính kia đòi hỏi. Vì thế, tư tưởng "phi giới tính", là tư tưởng hạ thấp tầm quan trọng của hai giới tính, bóp méo trật tự của Đức Chúa Trời, trong khi cụm từ tiếng Pháp nói về sự khác biệt giới tính, *"vive la difference!"* (Nam nữ xưa giờ luôn khác) diễn đạt quan điểm của Kinh Thánh.

Phần Hai
Đức Chúa Trời Được Khải Thị Là Đấng Cứu Chuộc

Biến Cố Sa Ngã

Cặp Vợ Chồng Đầu Tiên Phạm Tội

Người nữ thấy trái cây vừa ăn ngon vừa đẹp mắt,
lại quý vì mở mang trí khôn, liền hái và ăn rồi
trao cho chồng đang ở đó; chồng cũng ăn nữa.
Sáng Thế Ký 3:6

Trong thư Rô-ma, Phao-lô xác nhận rằng cả nhân loại đều ở dưới tội lỗi và quyền lực của tội lỗi, sự cai trị của sự chết và cơn giận của Đức Chúa Trời mà họ không thể nào thoát ra được (Rô 3:9; 19; 5:17, 21; 1:18-19; xem thêm cả phần 1:18-3:20).

Ông truy nguyên điều này trở lại từ tội lỗi của một người mà khi giảng tại A-then, ông đã mô tả là tổ tiên chung của chúng ta (Rô 5:12-14; Công 17:26; xem thêm 15:22). Đây là cách giải nghĩa đầy thẩm quyền của vị sứ đồ về phần lịch sử được ký thuật trong Sáng Thế Ký 3, ở đó chúng ta thấy phần ký thuật về sự sa ngã, sự phạm tội với Đức Chúa Trời và rời xa sự tin kính để rơi vào tội lỗi và sự hư mất của con người đầu tiên. Ý chính trong phần lịch sử đó, như được nhìn qua lăng kính giải nghĩa của Phao-lô, như sau:

(a) Đức Chúa Trời lập con người đầu tiên làm đại diện cho tất cả dòng dõi của ông, giống như Ngài đã lập Chúa Giê-xu Christ làm đại diện cho tất cả những kẻ được chọn của Đức Chúa Trời (Rô 5:15-19 với 8:29-30; 9:22-26). Trong mỗi trường hợp, người đại diện phải làm cho những người mà người ấy đại diện tham gia vào kết quả từ hành động của cá nhân người ấy, dù tốt hay xấu, cũng như một lãnh đạo quốc gia làm cho dân chúng cùng tham gia vào hậu quả từ hành động của ông khi ông tuyên bố chiến tranh chẳng hạn. Sự sắp xếp mà Chúa chọn này, qua đó A-đam sẽ quyết định số phận cho hậu tự của ông, được gọi là giao ước việc làm, mặc dù đây không phải là cụm từ chúng ta tìm thấy trong Kinh Thánh.

(b) Đức Chúa Trời đặt con người đầu tiên vào trạng thái phước hạnh và hứa sẽ tiếp tục làm điều này cho ông và hậu tự của ông nếu ông tỏ lòng trung thành bằng cả quá trình vâng phục một cách tích cực hoàn toàn và đặc biệt là không ăn trái của cây được mô tả là cây biết điều thiện và điều ác. Có vẻ như cái cây ấy được gọi như thế bởi vì vấn đề là liệu A-đam có để Chúa nói cho ông biết điều gì là thiện và ác đối với ông hay tìm cách tự mình quyết định điều đó, bất chấp điều Chúa đã nói. Khi ăn trái cây ấy, thật ra, A-đam đang tuyên bố rằng ông có thể biết và quyết định điều gì là tốt là xấu cho chính mình mà không cần đến Chúa.

(c) A-đam bị Ê-va – người cũng bị con rắn dẫn dắt (Sa-tan cải trang: 2 Cô 11:3 với câu 14; Khải 12:9) - dẫn dắt, coi thường Chúa khi ăn trái cấm. Kết quả thứ nhất là tư tưởng chống Chúa, tư tưởng tự thêu dệt được thể hiện qua tội lỗi của A-đam, đã trở thành một phần của ông và của bản chất đạo đức mà ông truyền lại cho hậu tự của ông (Sáng 6:5; Rô 3:9-20). Thứ nhì, A-đam và Ê-va thấy mình bị cầm tù bởi cảm giác nhơ bẩn và tội lỗi, là cảm giác làm cho họ hổ thẹn và khiếp sợ Chúa. Thứ ba, họ bị rủa sả với viễn cảnh của đau đớn và sự chết, và họ bị đuổi ra khỏi vườn Ê-đen. Tuy nhiên, đồng thời Đức Chúa Trời bắt đầu bày tỏ lòng thương xót dành cho họ; Ngài làm cho họ chiếc áo bằng da để che sự trần truồng của họ, và Ngài hứa rằng một ngày nào đó, dòng dõi cua người nữ sẽ giày đạp đầu con rắn. Đây là hình bóng về Đấng Christ.

Mặc dù câu chuyện được kể theo lối hình bóng, nhưng Sáng Thế Ký đòi hỏi chúng ta đọc câu chuyện ấy như đọc lịch sử. Trong Sáng Thế Ký, A-đam được liên kết với các tổ phụ và liên kết các tổ phụ với toàn thể nhân loại bằng gia phả (chương 5, 10, 11), là điều làm cho A-đam trở thành một phần của lịch sử của không gian và thời gian giống như Áp-ra-ham, Y-sác và Gia-cốp vậy. Tất cả các nhân vật chính của sách sau thời A-đam, trừ Giô-sép, đều cho thấy họ là tội nhân bằng cách này hay cách khác, và cái chết của Giô-sép, giống như cái chết của hầu hết mọi người khác trong câu chuyện, được ký thuật lại một cách cẩn thận (Sáng 50:22-26); câu nói của Phao-lô "Trong A-đam, mọi người đều chết" (1 Cô 15:22) chỉ làm rõ điều mà Sáng Thế Ký rõ ràng đã ngầm chỉ.

Ta cũng có thể tuyên bố rằng ký thuật về sự Sa ngã cung cấp lời giải thích thuyết phục duy nhất cho tính ngang ngạnh trong bản chất con người mà thế giới từng chứng kiến. Pascal nói rằng giáo lý nguyên tội dường như là một sự xúc phạm đối với lý trí, nhưng một khi đã chấp nhận nó thì nó lý giải hoàn toàn cho tình trạng của con người. Ông đã đúng, và chúng ta cũng có thể và nên nói như vậy đối với bản thân ký thuật về sự sa ngã.

Nguyên Tội

Sự Băng Hoại Tác Động Đến Mọi Người

Kìa, tôi sanh ra trong sự gian ác,
Mẹ tôi đã hoài thai tôi trong tội lỗi.
Thi Thiên 51:5

Kinh Thánh xem tội lỗi là tình trạng méo mó của bản chất con người, được tìm thấy ở bất cứ thời điểm nào trong mỗi con người (1 Vua 8:46; Rô 3:9-23; 7:18; 1 Giăng 1:8-10). Cả Tân và Cựu Ước đều có những tên gọi cho tội lỗi, những tên gọi đó phơi bày đặc điểm nổi loạn chống nghịch lại sự cai trị của Đức Chúa Trời, hụt mất tiêu chuẩn mà Đức Chúa Trời định cho chúng ta nhắm đến, vi phạm luật pháp Chúa, bất tuân những huấn thị của Ngài, xúc phạm sự thánh khiết của Đức Chúa Trời bằng cách tự mình làm ô uế, và gánh lấy mặc cảm tội lỗi trước mặt Đức Chúa Trời là Đấng Đoán Xét. Tình trạng suy đồi đạo đức này rất năng động: tội lỗi được khải thị như một năng lượng phản ứng phi lý trí, tiêu cực và nổi loạn trước sự kêu gọi và điều răn của Chúa, một tinh thần chiến đấu với Chúa nhằm giành giật vai trò của Chúa. Nguồn gốc của tội lỗi là sự kiêu ngạo và thù địch Đức Chúa Trời, tinh thần được thể hiện trong sự vi phạm đầu tiên của A-đam; và đằng sau những hành động tội lỗi luôn có những tư tưởng, động cơ và ước muốn bằng cách này hay cách khác thể hiện sự cố tình chống đối của tấm lòng sa ngã trước những lời tuyên bố của Đức Chúa Trời về cuộc đời chúng ta.

Tội lỗi có thể được định nghĩa một cách toàn diện là không tuân phục luật pháp của Chúa trong hành động, thói quen, thái độ, quan điểm, lập trường, động cơ và cách sống. Các phân đoạn Kinh Thánh minh họa những khía cạnh khác nhau của tội lỗi bao gồm Giê-rê-mi 17:9; Rô-ma 1:18-3:20; 7:7-25; 8:5-8; 14:23 (Luther nói rằng Phao-lô viết thư Rô-ma để "phóng đại tội lỗi"); Ga-la-ti 5:16-21; Ê-phê-sô 2:1-3; 4:17-19; Hê-bơ-rơ 3:12; Gia-cơ 2:10-11; 1 Giăng 3:4; 5:17. *Xác thịt* trong các thư tín của Phao-lô thường có nghĩa là chuyện một người bị lèo lái bởi ước muốn tội lỗi; bản NIV dịch từ này là "bản chất tội lỗi". Những tội lỗi và việc ác cụ thể (nghĩa là những hình thức và cách biểu hiện của tội lỗi) mà Kinh Thánh tìm thấy và công bố thì quá nhiều nên không thể liệt kê hết ở đây.

Nguyên tội, nghĩa là tội bắt nguồn từ nguồn gốc của chúng ta, không phải là một cụm từ có trong Kinh Thánh (Augustine là người tạo ra thuật ngữ này), nhưng nó là một cụm từ giúp ta tập trung một cách hiệu quả vào thực tại tội lỗi trong hệ thống tâm linh của chúng ta. Xác nhận nguyên tội không đồng nghĩa với việc cho rằng tội lỗi thuộc về bản chất của con người do Đức Chúa Trời tạo nên (Đức Chúa Trời tạo nên con người công chính, Truyền 7:29), nó cũng không có nghĩa là tội lỗi bao hàm trong tiến trình sinh sản (sự ô uế liên hệ đến kinh nguyệt, tinh trùng và sinh con trong Lê-vi Ký 12 và 15 chỉ mang tính nghi lễ, không phải mang tính đạo đức và có thực), nhưng có nghĩa là (a) tình trạng tội lỗi là đặc trưng của mọi người từ khi sinh ra, và vẫn còn đó trong hình thức một tấm lòng băng hoại từ động cơ, từ trước khi có bất cứ tội lỗi thật sự nào; (b) tình trạng tội lỗi từ bên trong này là gốc rễ và nguồn cội của tất cả những tội lỗi thật sự; (c) nó truyền sang chúng ta theo cách có thật mặc dù huyền bí từ A-đam, đại diện đầu tiên của chúng ta trước mặt Đức Chúa Trời. Việc khẳng định nguyên tội cho thấy rằng chúng ta không phải là tội nhân bởi vì chúng ta phạm tội, nhưng đúng hơn chúng ta phạm tội bởi vì chúng ta là tội nhân, sinh ra với bản chất nô dịch cho tội lỗi.

Cụm từ *băng hoại hoàn toàn* thường được sử dụng để nêu rõ những hàm ý của nguyên tội. Cụm từ này nói lên một sự băng hoại hoàn toàn trong bản chất đạo đức và thuộc linh của chúng ta không phải ở mức độ (bởi vì không ai tồi tệ hết mức có thể) nhưng ở phạm vi. Nó tuyên bố rằng không phần nào trong chúng ta không bị tội lỗi đụng đến, vì thế không hành động nào của chúng ta tốt như nó đáng phải tốt, và hậu quả là không điều gì trong chúng ta hay về chúng ta được xem là xứng đáng trong mắt Chúa. Chúng ta không thể có được ân huệ của Chúa, dù chúng ta có làm gì đi nữa; nếu ân điển không cứu chúng ta, thì chúng ta chỉ hư mất mà thôi.

Sự băng hoại hoàn toàn dẫn đến sự bất năng hoàn toàn, nghĩa là, trạng thái tự thân con người không có khả năng để đáp ứng với Chúa và lời Ngài một cách chân thành và hết lòng (Giăng 6:44; Rô 8:7-8). Phao-lô gọi việc không thể đáp ứng của tấm lòng sa ngã này là trạng thái chết (Êph 2:1; Côl 2:13), và bản tuyên xưng Westminster thì nói: "Bởi sự sa ngã vào tình trạng tội lỗi, con người đã hoàn toàn mất đi tất cả khả năng của ý chí trước bất cứ điều tốt lành thuộc linh đi kèm với sự cứu rỗi; vì thế, hoàn toàn chống nghịch lại sự tốt lành đó, và chết mất trong tội lỗi, con người tự nhiên không thể thay đổi chính mình bằng sức mạnh của chính mình, cũng không thể chuẩn bị mình để làm thế" (IX.3).

Sự Bất Năng

Con Người Sa Ngã Vừa Tự Do Vừa Là Nô Lệ

Lòng người ta là dối trá hơn mọi vật, và rất là xấu xa: ai có thể biết được?
Giê-rê-mi 17:9

Việc hiểu rõ về tình trạng của con người sa ngã đòi hỏi phải có sự phân biệt giữa điều mà hai thế kỷ qua gọi là *năng lực tự do* (free agency) và điều mà kể từ khi bắt đầu Cơ Đốc giáo được gọi là *ý chí tự do*. Augustine, Luther, Calvin và những người khác đều nói về *ý chí tự do* theo hai nghĩa, thứ nhất là nghĩa thông thường và thứ hai là nghĩa quan trọng, nhưng điều này làm người ta khá rối, và luôn tốt hơn khi sử dụng *năng lực tự do* khi nói đến nghĩa thứ nhất.

Năng lực tự do là một dấu hiệu cho thấy con người là con người. Mọi người đều là con người có quyền tự do theo nghĩa họ tự đưa ra quyết định là họ sẽ làm gì, chọn điều họ muốn dựa trên ánh sáng của cảm nhận đúng sai của mình. Vì thế, họ là những nhân tố đạo đức, có thể trả lời trước mặt Chúa và trước mặt nhau về những lựa chọn tự nguyện của mình. A-đam cũng vậy, cả trước và sau khi ông phạm tội. Bây giờ chúng ta cũng thế, các thánh đã được vinh hiển, tức là những người được xác nhận bằng ân điển theo ý nghĩa trong họ không còn ý chí để phạm tội nữa, cũng vậy. Không thể phạm tội sẽ là một trong những niềm vui và vinh hiển của thiên đàng, nhưng nó sẽ không đặt dấu chấm hết cho nhân tính của bất cứ ai; những thánh nhân đã được vinh hiển vẫn sẽ đưa ra chọn lựa của mình theo bản chất của họ, và những chọn lựa ấy cũng vẫn là sản phẩm của năng lực tự do của con người bởi vì chúng luôn đúng và tốt.

Tuy nhiên, ý chí tự do đã được các lãnh đạo Cơ Đốc từ thế kỷ thứ hai trở đi định nghĩa là khả năng chọn lựa tất cả những chọn lựa đạo đức mà một tình huống đưa ra, và Augustine xác nhận ngược với Pelagius và hầu hết các giáo phụ Hy Lạp rằng nguyên tội đã cướp mất của chúng ta ý chí tự do theo nghĩa này. Chúng ta không tự nhiên có khả năng phân biệt và chọn đường lối Chúa bởi vì khuynh hướng tự nhiên của chúng ta không hề hướng về Chúa; lòng của chúng ta bị gông cùm bởi tội lỗi, và chỉ ân điển tái sinh mới có thể giải phóng chúng ta khỏi vòng xiềng xích ấy. Thực chất, đây là điều Phao-lô đã dạy trong thư Rô-ma 6:16-23; chỉ ý chí *được giải phóng* (Phao-lô nói là "người được giải phóng") mới tự do và hết lòng chọn theo sự công chính. Lòng yêu mến vĩnh viễn sự công chính – nghĩa là, tấm lòng có xu hướng về lối sống làm vui lòng Chúa – là một khía cạnh của sự tự do mà Đấng Christ ban cho (Giăng 8:34-36; Ga 5:1, 13).

Cũng cần thấy rằng *ý chí* là điều trừu tượng. Ý chí của tôi không phải là một chi thể của tôi mà tôi chọn cử động hay không cử động, giống như cánh tay hay bàn chân của tôi; nó chính xác là chuyện tôi chọn hành động rồi đi thực hiện hành động đó. Lẽ thật về năng lực tự do, về việc Đấng Christ giải phóng nô lệ của tội lỗi khỏi sự cai trị của tội lỗi, có thể được diễn đạt rõ ràng hơn nếu từ *ý chí* được bỏ đi và mỗi người nói: *Tôi* là năng lực tự do chịu trách nhiệm về đạo đức; *Tôi* là nô lệ cho tội lỗi mà Đấng Christ phải giải phóng; *Tôi* là con người sa ngã mà trong tôi chỉ có thể chọn chống lại Chúa nếu Chúa không đổi mới lòng tôi.

Giao Ước

Đức Chúa Trời Mang Con Người Tội Lỗi
Vào Giao Ước Của Ân Điển

Vả, Đức Giê-hô-va có phán cùng Áp-ram rằng: Ngươi hãy ra khỏi quê
hương, vòng bà con và nhà cha ngươi, mà đi đến xứ ta sẽ chỉ cho.
Ta sẽ làm cho ngươi nên một dân lớn; ta sẽ ban phước cho ngươi,
cùng làm nổi danh ngươi, và ngươi sẽ thành một nguồn phước.
Ta sẽ ban phước cho người nào chúc phước ngươi, rủa sả
kẻ nào rủa sả ngươi; và các chi tộc nơi thế gian
sẽ nhờ ngươi mà được phước.
Sáng Thế Ký 12:1-3

Trong Kinh Thánh, giao ước là thỏa thuận long trọng, được dàn xếp và áp dụng đơn phương, nối kết các bên lại với nhau trong các mối quan hệ lâu bền, với những lời hứa, những lời tuyên bố cụ thể và những nghĩa vụ ở cả hai bên (ví dụ, giao ước hôn nhân, Mal 2:14).

Khi Đức Chúa Trời lập giao ước với các tạo vật của Ngài, thì chỉ một mình Ngài thiết lập các điều khoản của giao ước, như chúng ta thấy trong giao ước Ngài lập với Nô-ê và mọi sinh vật sống (Sáng 9:9). Khi A-đam và Ê-va không vâng theo các điều khoản của giao ước việc lành (Sáng 3:6), thì Đức Chúa Trời không hủy diệt họ mà khải thị giao ước ân điển của Ngài cho họ bằng cách hứa ban một Đấng Cứu Thế (Sáng 3:15). Giao ước của Chúa đặt trên lời hứa của Ngài, như ta thấy rõ trong giao ước của Ngài với Áp-ra-ham. Ngài kêu gọi Áp-ra-ham đi đến xứ mà Ngài sẽ ban cho ông, và Ngài hứa sẽ ban phước cho ông cũng như ban phước cho mọi gia đình trên đất thông qua ông (Sáng 12:1-3). Áp-ra-ham vâng theo lời kêu gọi của Chúa bởi vì ông tin vào lời hứa của Chúa; chính đức tin vào lời hứa ấy mà ông được xem là công bình (Sáng 15:6; Rô 4:18-22). Giao ước của Chúa với Y-sơ-ra-ên tại núi Si-nai mang lấy dáng dấp của một thỏa ước bá chủ Cận Đông; nghĩa là một giao ước nhà vua áp đặt đơn phương trên một vị vua chư hầu và một dân tộc nô lệ. Mặc dù giao ước đó đòi hỏi sự thuận phục luật pháp của Chúa dưới lời đe dọa là sự rủa sả của Ngài, nhưng nó là sự tiếp nối giao ước ân điển của Ngài (Xuất 3:15; Phục 7:7-8; 9:5-6). Đức Chúa

Trời ban điều răn của Ngài cho một dân tộc mà Ngài đã cứu chuộc và nhận là thuộc riêng về mình (Xuất 19:4; 20:2). Lời hứa giao ước của Chúa càng trở nên mạnh mẽ hơn thông qua các hình bóng của luật pháp được ban cho Môi-se. Thất bại của Y-sơ-ra-ên trong việc giữ giao ước Môi-se cho thấy nếu dân của Chúa muốn thật sự là của Ngài và Ngài là của họ thì họ cần phải có một phương cách cứu chuộc và một giao ước mới (Giê 31:31-34; 32:38-40; xem thêm Sáng 17:7; Xuất 6:7; 29:45-46; Lê 11:44-45; 26:12).

Giao ước của Chúa với Y-sơ-ra-ên là một sự chuẩn bị cho sự đến của chính Đức Chúa Trời, qua thân vị của Con Ngài, để làm trọn tất cả những lời hứa của Ngài và để chứng minh những hình bóng đã được ứng nghiệm (Ê-sai 40:10; Mal 3:1; Giăng 1:14; Hê 7-10). Chúa Giê-xu Christ, trung gian của giao ước mới, đã phó chính mình làm sinh tế thật sự và cuối cùng cho tội lỗi. Ngài vâng phục luật pháp hoàn toàn, và trong tư cách đại diện thứ hai cho nhân loại, Ngài trở thành người kế tự tất cả những phước hạnh của giao ước, tức là sự tha tội, bình an và mối giao thông với Đức Chúa Trời trong sự tạo dựng mới của Ngài, những phước hạnh mà giờ đây Ngài tuôn đổ trên các tín hữu. Những sự chuẩn bị tiêu biểu và tạm thời cho việc truyền đạt những phước hạnh ấy đã chấm dứt thông qua sự hiện thực hóa điều mà chúng tiên liệu. Việc Chúa Giê-xu từ ngôi vinh hiển của Ngài sai Thánh Linh đến đã ấn chứng cho người thuộc về Ngài rằng họ thuộc về Ngài, vì thế Ngài phó chính mình vì họ (Êph 1;13-14; 2 Cô 1:22).

Như Hê-bơ-rơ 7-10 giải thích, Đức Chúa Trời đem đến một phiên bản nâng cấp của giao ước đời đời duy nhất mà Ngài lập với tội nhân (13:20) – một giao ước tốt hơn với những lời hứa tốt hơn (8:6) dựa trên một sinh tế tốt hơn (9:23) được dâng lên bởi một thầy tế lễ cả tốt hơn tại một đền thánh tốt hơn (7:26-8:6; 8:11; 13-14), và đảm bảo một niềm hy vọng tốt hơn phiên bản giao ước từng được làm rõ trước đó, nghĩa là, mãi mãi được hưởng vinh hiển với Chúa ở "một quê hương tốt hơn – một quê hương trên trời" (11:16; xem thêm câu 40).

Việc giao ước cũ được làm trọn trong Đấng Christ mở ra cánh cửa đức tin cho dân ngoại. Trong Đấng Christ, "hậu tự của Áp-ra-ham", cộng đồng mà vì đó giao ước được lập ra, được tái định nghĩa. Dân ngoại và người Do Thái được liên hiệp với Đấng Christ qua đức tin, qua Ngài, trở thành hậu tự của Áp-ra-ham (Gal 3:26-29) trong khi không ai ở ngoài Đấng Christ có thể ở trong giao ước với Đức Chúa Trời (Rô 4:9-17; 11:13-24).

Mục tiêu mối quan hệ giao ước của Đức Chúa Trời là nhóm hiệp và thánh hóa dân giao ước "từ các nước, các bộ tộc, các dân tộc, các thứ tiếng" (Khải 7:9), là những người một ngày nào đó sẽ ở trong Giê-ru-sa-lem mới theo một trật tự thế giới mới (21:1-2). Tại đây mối quan hệ giao ước sẽ được thể hiện đầy trọn nhất – "Ngài sẽ ở với chúng, và chúng sẽ làm dân Ngài; chính Đức Chúa Trời sẽ ở với chúng" (21:3). Sự định hình các biến cố thế giới của Chúa sẽ hướng về mục tiêu này.

Khuôn khổ giao ước bao gồm toàn bộ sự vận hành (economy) của ân điển tể trị của Chúa. Chức vụ trên trời của Chúa Giê-xu tiếp tục là chức vụ "trung bảo của một giao ước mới" (Hê 12:24). Sự cứu rỗi là sự cứu rỗi giao ước: sự xưng công bình và nhận làm con, tái sinh và thánh hóa là những phước hạnh của giao ước; sự chọn lựa là việc Chúa chọn những thành viên tương lai cho cộng đồng giao ước của Ngài, tức là hội thánh; phép báp-têm và Tiệc Thánh, tương ứng với phép cắt bì và lễ vượt qua, là những lễ nghi của giao ước; luật của Chúa là luật giao ước, và giữ luật ấy là biểu hiện chân thật nhất của lòng biết ơn về ân điển giao ước và biểu hiện chân thật nhất của sự trung thành với Đức Chúa Trời của giao ước. Lập giao ước với Chúa để đáp ứng việc Ngài lập giao ước với chúng ta là một hành động tận hiến thường xuyên của mọi tín hữu, cả ở nơi riêng tư lẫn tại bàn Tiệc Thánh. Sự hiểu biết về giao ước ân điển sẽ dẫn lối chúng ta, giúp chúng ta trân trọng tất cả những điều diệu kỳ trong tình yêu cứu chuộc của Chúa.

Luật Pháp

Đức Chúa Trời Lập Pháp Và Đòi Hỏi Sự Vâng Phục

Môi-se triệu tập toàn dân Y-sơ-ra-ên lại và nói: "Hỡi Y-sơ-ra-ên,
hãy nghe những luật lệ và mệnh lệnh mà ngày nay tôi rao truyền
vào tai anh em; anh em phải học tập và cẩn thận làm theo những điều đó.
Phục Truyền 5:1

Con người không được tạo dựng để tự trị, nghĩa là được tự do làm theo ý mình, nhưng để ở dưới sự cai trị của Chúa, nghĩa là, bị buộc phải giữ luật của Đấng Tạo Hóa mình. Đây không hề là sự khó dễ gì cả, vì Đức Chúa Trời tạo nên con người theo cách mà sự thuận phục với lòng biết ơn sẽ mang đến cho con người niềm hạnh phúc tối thượng; trách nhiệm và niềm vui đi đôi với nhau, như ta thấy ở Chúa Giê-xu (Giăng 4:34; xem thêm Thi 112:1; 119:14, 16, 47-48; 97-113; 127-128; 163-167). Tấm lòng của con người sa ngã ghét bỏ luật pháp của Đức Chúa Trời, bởi vì đó vừa là luật pháp vừa là luật pháp của Chúa. Tuy nhiên, những người biết Chúa Giê-xu lại thấy mình không chỉ yêu mến và muốn làm theo luật pháp vì lòng biết ơn trước ân điển của Chúa (Rô 7:18-22; 12:1-2) mà họ còn nhờ Đức Thánh Linh dẫn họ đến một mức độ vâng phục mà trước đây họ chưa bao giờ có được, bắt nguồn từ tấm lòng (Rô 7:6; 8:4-6; Hê 10:16).

Luật đạo đức của Chúa được trình bày rất nhiều trong Kinh Thánh, trong Mười Điều Răn, trong các đạo luật khác của Môi-se, trong những bài giảng của các tiên tri, trong sự dạy dỗ của Chúa Giê-xu và trong các thư tín Tân Ước. Nó phản ánh bản tính thánh khiết và các mục đích của Ngài dành cho con người. Đức Chúa Trời răn dạy phải làm theo những hành vi mà Ngài muốn thấy và cấm những hành vi xúc phạm đến Ngài. Chúa Giê-xu tóm lược luật đạo đức trong hai điều răn lớn, kính Chúa và yêu người lân cận (Mat 22:37-40) mà Ngài nói rằng mọi luật đạo đức Cựu Ước đều dựa trên đó. Sự dạy dỗ về đạo đức của Đấng Christ và các sứ đồ là luật cũ được làm cho sâu sắc thêm và được tái áp dụng trong những tình huống mới – đời sống trong vương quốc Đức Chúa Trời, nơi Đấng Cứu Thế cai trị và trong kỷ nguyên Đức Thánh Linh hậu Ngũ Tuần, nơi người thuộc về Chúa được kêu gọi sống cuộc sống thiên đàng nghịch lại văn hóa thế gian khi ở giữa thế gian này.

Luật trong Kinh Thánh gồm nhiều loại khác nhau. Luật đạo đức kiểm soát hành vi cá nhân và cộng đồng vẫn luôn là trách nhiệm của chúng ta. Những luật chính trị của Cựu ước áp dụng các nguyên tắc của luật đạo đức vào hoàn cảnh của quốc gia Y-sơ-ra-ên khi Y-sơ-ra-ên là một nhà nước được cai trị bởi thẩm quyền tôn giáo, một dân tộc của Chúa trên đất này. Luật thanh tẩy theo nghi lễ, luật ăn uống, luật sinh tế của Cựu Ước là những sắc lệnh chỉ dẫn tạm thời mà Tân Ước hủy bỏ (Mat 15:20; Mác 7:15-19; 1 Ti 4:3-5; Hê 10:1-14; 13:9-10) vì nghĩa biểu tượng của nó đã được ứng nghiệm. Do các luật đạo đức, dân sự và nghi lễ đặt liền kề nhau trong các sách của Môi-se nên chúng chứa đựng thông điệp đó là cuộc sống dưới sự cai trị của Chúa không phải là cách sống chia làm nhiều ngăn mà là sự hiệp nhất nhiều mặt, rằng thẩm quyền lập pháp của Chúa làm cho toàn bộ bộ luật ấy có giá trị ngang nhau. Tuy nhiên, các luật ấy thuộc những loại khác nhau, với những mục đích khác nhau, luật dân sự và nghi lễ là những luật giới hạn về mặt áp dụng. Từ cả bối cảnh trực tiếp lẫn từ toàn bộ phần còn lại trong lời dạy của mình, ta thấy khá rõ rằng lời xác nhận của Chúa Giê-xu về sức mạnh phổ quát không đổi của luật pháp Đức Chúa Trời có liên quan đến luật đạo đức (Mat 5:17-19; xem thêm Lu-ca 16:16-17).

Đức Chúa Trời đòi hỏi một sự thuận phục trọn vẹn của toàn bộ mỗi một con người trọn vẹn trước toàn bộ những hàm ý của luật pháp Ngài như đã được ban ra. Nó kéo "một con người toàn diện...vào sự vâng phục toàn diện mãi mãi"; "nó mang tính thuộc linh, do đó nó đụng đến sự hiểu biết, ý chí, tình cảm và tất cả mọi năng lực khác của linh hồn cũng như lời nói, việc làm và cả cử chỉ" (nói cách khác, ước muốn cũng như việc làm đều phải đúng đắn, nên vâng phục bề ngoài theo cách của người Pha-ri-si thì không đủ: Mat 15:7-8; 23:25-28); và hệ quả của luật pháp là một phần trong nội dung của nó – "nơi nào đòi hỏi trách nhiệm, thì chỗ đó cũng cấm tội trái nghịch; và nơi nào một tội lỗi bị cấm, thì trách nhiệm ngược lại cũng được đòi hỏi" (Giáo lý căn bản Đầy đủ Westminster Câu 99).

Thực Thi Luật Pháp

Luật Đạo Đức Của Đức Chúa Trời Có Ba Mục Đích

Nếu không nhờ luật pháp thì tôi không biết đến tội lỗi.

Rô-ma 7:7

Kinh Thánh cho thấy rằng Đức Chúa Trời muốn luật pháp của Ngài vận hành theo ba cách, mà Calvin kết tinh lại bằng hình thức kinh điển vì ích lợi của hội thánh là cách sử dụng ba mặt của luật pháp.

Chức năng đầu tiên của luật pháp là làm tấm gương phản chiếu cho chúng ta cả sự công chính toàn hảo của Đức Chúa Trời lẫn tình trạng tội lỗi và thiếu sót của chúng ta. Vì thế, "luật pháp ra lệnh cho chúng ta, khi chúng ta cố gắng thực hiện những đòi hỏi của nó và trong sự yếu đuối của mình, chúng ta trở nên mệt mỏi dưới sức nặng của nó, ta biết xin sự trợ giúp của ân điển" (Augustine). Luật pháp là để cho ta sự hiểu biết về tội lỗi (Rô 3:20; 4:15; 5:13; 7:7-11) và, bằng cách cho chúng ta thấy chúng ta cần được tha tội và chúng ta thấy nguy cơ bị đoán phạt của mình, để dẫn chúng ta đến sự ăn năn và tin nhận Chúa (Gal 3:19-24).

Chức năng thứ hai của luật pháp là ngăn trở điều ác. Mặc dù không thể thay đổi lòng người, nhưng luật pháp ở khía cạnh nào đó có thể hạn chế tình trạng vô luật bằng những lời đe dọa đoán phạt, đặc biệt là khi được hỗ trợ bởi một bộ luật dân sự thực thi hình phạt trong hiện tại cho những sự vi phạm có căn cứ (Phục 13:6-11; 19:16-21; Rô 13:3-4). Điều này đảm bảo một trật tự dân sự nào đó và bằng cách nào đó bảo vệ người công chính trước những kẻ bất chính.

Chức năng thứ ba của luật pháp là hướng dẫn người đã được tái sinh trong việc lành mà Chúa đã định cho họ làm theo (Êph 2:10). Luật pháp nói cho con cái Đức Chúa Trời biết điều gì làm Thiên Phụ của họ vui lòng. Nó có thể được gọi là luật gia đình của họ. Chúa Giê-xu nói về cách sử dụng thứ ba của luật pháp khi Ngài bảo rằng những ai trở thành môn đồ của Ngài thì phải được dạy để giữ luật pháp và làm tất cả những gì Ngài răn bảo (Mat 5:18-20; 28:20), rằng chính sự thuận phục các điều răn của Ngài này minh chứng rằng họ yêu Ngài (Giăng 14:15). Cơ Đốc nhân được giải phóng khỏi việc xem luật pháp là hệ thống nhờ đó họ được cứu rỗi (Rô 6:14; 7:4, 6; 1 Cô 9:20; Ga 2:15-19; 3:25) mà xem nguyên tắc sống của mình phải ở "dưới luật pháp của Đấng Christ" (1 Cô 9:21; Ga 6:2).

Lương Tâm

Đức Chúa Trời Dạy Dỗ Và Thanh Tẩy Lòng Người

Quả đất bị ô uế bởi dân cư của nó, vì họ đã vi phạm luật pháp,
trái điều răn, và phá vỡ giao ước đời đời.
Ê-sai 24:5

Lương tâm là sức mạnh cố hữu của tâm thần chúng ta nhằm thông qua những nhận định đạo đức về chính mình, đồng ý hoặc không đồng ý những thái độ, hành động, phản ứng, suy nghĩ và kế hoạch của mình và nếu nó không đồng ý với những gì chúng ta đã làm thì nó nói cho chúng ta biết chúng ta phải chịu hậu quả về điều đó. Lương tâm chứa đựng hai yếu tố, (a) nhận biết những việc nào đó là đúng hay sai, và (b) khả năng áp dụng luật lệ và các nguyên tắc vào những tình huống cụ thể. Khác với các năng lực trí tuệ khác, lương tâm là độc nhất; nó giống như một con người độc lập với chúng ta, thường lên tiếng khi chúng ta muốn nó im lặng và thường nói những điều mà chúng ta không muốn nghe. Chúng ta có thể quyết định nghe theo lương tâm hay không, nhưng chúng ta không thể quyết định chuyện lương tâm có nói hay không; theo kinh nghiệm của chúng ta, lương tâm tự quyết định chuyện có nói hay không. Vì nó kiên định đoán xét chúng ta bằng tiêu chuẩn cao nhất mà chúng ta biết, nên chúng ta gọi nó là tiếng nói của Đức Chúa Trời trong tâm khảm, và xét theo nghĩa như thế thì nó thật là như vậy.

Phao-lô nói rằng Đức Chúa Trời đã viết một số đòi hỏi của luật pháp Ngài vào lòng mỗi người (Rô 2:14-15), và kinh nghiệm cũng xác nhận điều này ("Lòng" trong Kinh Thánh thường đồng nghĩa với "lương tâm": bản NIV đã đúng khi dịch từ "lòng Đa-vít tự trách về việc mình" thành "Đa-vít bị lương tâm cáo trách" trong 1 Sa 24:5, và ở đó còn có các ví dụ khác nữa). Nhưng lương tâm có thể lái ta đi chệch hướng, hay tác động khiến con người xem điều dữ là lành, hoặc bị chai cứng và bị hoen ố bởi việc nhiều lần phạm tội (1 Ti 4:2), trong những trường hợp như thế, lương tâm không còn là tiếng nói của Chúa. Những đánh giá cụ thể của lương tâm chỉ được xem là tiếng nói của Chúa khi nó phù hợp với lẽ thật của Chúa và luật pháp của Ngài trong Kinh Thánh. Vì thế, lương tâm phải được dạy để đánh giá một cách đúng đắn theo Kinh Thánh.

Lương tâm của một cá nhân phản ánh tiêu chuẩn của gia đình và cộng đồng, hoặc phản ảnh sự thiếu hụt tiêu chuẩn ấy. Sách Các Quan Xét cho chúng ta những câu chuyện về những điều được làm vào thời mà "mọi người đều làm theo ý mình thấy là phải" (17:6; 21:25).

Mê tín dị đoan hoặc sự quá thận trọng, đắn đo có thể dẫn một người tới chỗ xem một hành động là tội trong khi Lời Chúa tuyên bố không phải là tội lỗi; nhưng đối với lương tâm "yếu đuối" như thế (Rô 14:1-2; 1 Cô 8:7, 12) làm điều mà nó nghĩ là tội lỗi thì sẽ là tội lỗi (Rô 14:23), vì thế, những người "yếu đuối" không nên bị ép phải làm những gì mà họ không thật lòng muốn làm.

Tân Ước đặt ra một lý tưởng đó là có được một lương tâm "tốt" và "thanh sạch" (vì mục đích của chúng ta là đạt đến sự công chính, còn tội lỗi thì phải tránh: Công 24:16; 1 Ti 1:5; 19; Hê 13:18; 1 Phi 3:16). Nhưng để làm như vậy, lương tâm của chúng ta trước hết phải được "thanh tẩy" bằng huyết của Chúa Giê-xu; chúng ta phải thấy rằng qua sự chết hy sinh của Ngài, Đấng Christ đã mang lấy sự khốn khổ thuộc về chúng ta vì tất cả những việc làm sai lầm của chúng ta, nên những sai lầm ấy không còn tạo ra rào cản cho mối giao thông của chúng ta với Chúa nữa (Hê 9:14).

Sự Thờ Phượng

Đức Chúa Trời Ban Một Khuôn Mẫu Lễ Nghi

Hãy đến cúi xuống mà thờ lạy Đức Giê-hô-va;
Hãy quỳ gối xuống trước Đấng Tạo Hóa của chúng ta!
Vì Ngài là Đức Chúa Trời chúng ta:
Chúng ta là dân của đồng cỏ Ngài và là chiên do tay Ngài dìu dắt.
Thi Thiên 95:6-7

Trong Kinh Thánh, thờ phượng là đáp ứng đúng đắn của những tạo vật có lý trí trước sự tự bày tỏ của Đấng Tạo nên chúng. Đó là sự tôn cao và tôn vinh Đức Chúa Trời bằng việc dâng lại cho Ngài tất cả những món quà tốt lành và tất cả sự hiểu biết về sự vĩ đại và nhân từ của Ngài với lòng biết ơn. Thờ phượng bao gồm việc ngợi khen Chúa vì bản tánh của Ngài, cảm tạ Ngài vì những gì Ngài đã làm, khao khát Ngài càng được vinh hiển thêm lên qua những hành động thương xót, đoán phạt của Ngài, qua năng quyền của Ngài và trao phó những lo lắng của chúng ta và hạnh phước tương lai của người khác cho Ngài. Trạng thái ngạc nhiên và vui mừng biết ơn là một phần của sự thờ phượng: Đa-vít say sưa nhảy múa "trước mặt Chúa" khi ông đem hòm giao ước về Giê-ru-sa-lem, và ngồi 'trước mặt Chúa" trong sự kinh ngạc đầy khiêm nhường khi Chúa hứa ban cho ông một triều đại. Rõ ràng trong cả hai trường hợp đó, sự thờ phượng của ông làm Chúa vui lòng (2 Sam 6:14-16; 7:18). Học từ Chúa cũng là thờ phượng: để tâm đến những lời chỉ dẫn của Ngài là tôn kính Ngài; không màng đến chúng là một sự xúc phạm. Sự thờ phượng được chấp nhận là sự thờ phượng đòi hỏi "bàn tay trong sạch và tấm lòng thánh khiết" (Thi 24:4) và một sự sẵn sàng bày tỏ lòng tận hiến của mình qua hành động phục vụ cũng như qua lời ngợi khen, thờ kính Ngài.

Nền tảng cho sự thờ phượng là mối quan hệ giao ước mà bởi đó Chúa buộc chính Ngài với những người mà Ngài đã cứu chuộc và nhận là thuộc riêng về Ngài. Điều này đúng với sự thờ phượng trong Cựu Ước cũng như sự thờ phượng của người Cơ Đốc hiện tại. Tinh thần thờ phượng theo giao ước, như Cựu Ước làm gương mẫu, là sự pha trộn của lòng kính sợ và vui mừng trước đặc ân được đến gần Đấng Tạo Hóa quyền năng với lời xưng tội, xưng nhận sự khờ dại và nhu cầu cần Chúa với thái độ hạ mình và chân thành. Bởi vì Chúa là thánh và con người chúng ta thì tội lỗi, nên trong thế giới này chúng ta luôn phải như vậy. Vì thờ phượng sẽ là trọng tâm của đời sống trên thiên đàng (Khải 4:8-11; 5:9-14; 7:9-17; 11:15-18; 15:2-4; 19:1-10), vì thế nó cũng là trọng tâm trong đời sống của hội thánh trên đất, và nó cần phải là hoạt động chính trong mỗi đời sống người tín hữu, cả cá nhân lẫn tập thể (Côl 3:17).

Trong luật Môi-se, Đức Chúa Trời ban cho dân giao ước Ngài một khuôn mẫu đầy đủ cho sự thờ phượng của họ. Tất cả các yếu tố của sự thờ phượng thật đều bao hàm trong đó, mặc dù một số yếu tố trong số đó rất tiêu biểu, hướng người ta đến Đấng Christ và dần không còn hiệu lực nữa sau khi Ngài đến. Thi Thiên cung cấp các bài thánh ca và lời cầu nguyện để dùng trong sự thờ phượng của Y-sơ-ra-ên. Cơ Đốc nhân đã đúng khi sử dụng Thi Thiên trong sự thờ phượng ngày nay, điều chỉnh trong đầu khi những điều được nói đến chỉ về những đặc trưng tiêu biểu của hệ thống tôn giáo thời Cựu Ước – các vua, vương quốc, kẻ thù và chiến trận, kinh nghiệm thịnh vượng, nghèo khó trên đất của Y-sơ-ra-ên, những kỷ luật của Chúa, cộng với những điều được xem là tiêu biểu trong khuôn mẫu thờ phượng của Do Thái.

Những đặc điểm chính trong khuôn mẫu giáo nghi mà Chúa ban cho Y-sơ-ra-ên như sau:

(a) Ngày Sa-bát, mỗi ngày thứ bảy sau sáu ngày làm việc: một ngày nghỉ thánh, cần phải giữ để tưởng nhớ công tác sáng tạo (Sáng 2:3; Xuất 20:8-11) và sự cứu chuộc (Phục 5:12-15). Đức Chúa Trời yêu cầu dân Y-sơ-ra-ên phải giữ ngày sa-bát (Xuất 16:21-20; 20:8-9; 31:12-17; 34:21; 35:1-3; Lê 19:3, 30; 23:3; xem thêm Ê-sai 58:13-14) và xem việc vi phạm ngày sa-bát là một tội hình sự (Xuất 31:14; Dân 15:32-36).

(b) Ba kỳ nghỉ lễ mang tính toàn quốc hằng năm (Xuất 23:14-17; 34:23; Phục 16:16) trong đó dân sự tụ họp lại trong nơi thánh của Chúa để dâng sinh tế ăn mừng sự rộng rãi của Ngài, để tìm kiếm và thừa nhận sự phục hòa cùng mối thông công với Ngài, để ăn uống với nhau như một cách bày tỏ niềm vui. Lễ Vượt Qua và Lễ Ăn Bánh Không Men, được tổ chức vào ngày mười bốn của tháng đầu tiên,

kỷ niệm sự kiện Xuất hành (Xuất 12; Lê 23:5-8; Dân 28:16-25; Phục
16:1-8); Lễ Các Tuần, cũng được gọi là Lễ Mùa Gặt và Ngày Hoa Quả
Đầu Mùa, đánh dấu kết thúc mùa thu hoạch lúa và được tổ chức năm
mươi ngày sau ngày Sa-bát bắt đầu Lễ Vượt Qua (Xuất 23:16; 34:22;
Lê 23:15-22; Dân 28:26-31; Phục 16:9-12); và Lễ Lều Tạm, cũng được
gọi là Lễ Hội Họp, được tổ chức từ ngày mười lăm đến ngày hai mươi
hai của tháng thứ bảy, ăn mừng kết thúc năm nông nghiệp, cũng là
một lời nhắc nhở về cách Đức Chúa Trời dẫn Y-sơ-ra-ên qua sa mạc
(Lê 23:39-43; Dân 29:12-38; Phục 16:13-15).

(c) Ngày Lễ Chuộc Tội, được tổ chức vào ngày thứ mười của tháng thứ
    bảy, khi thầy tế lễ cả lấy huyết đem vào trong chính điện của nơi
    thánh để chuộc tội lỗi của Y-sơ-ra-ên suốt năm qua, và con chiên
    đền tội đi vào trong sa mạc làm dấu hiệu cho việc những tội lỗi ấy
    giờ đây đã không còn (Lê 16).

(d) Hệ thống tế lễ hằng dâng, bao gồm tế lễ thiêu hàng ngày và hàng
    tháng (Dân 28:1-15) cộng với nhiều những tế lễ cá nhân khác, đặc
    điểm chung của chúng là bất cứ tế lễ nào được dâng thì phải không
    có tì vết và khi một con sinh được dâng lên, thì huyết của nó phải
    được đổ trên bàn thờ của lễ thiêu để chuộc tội (Lê 17:11).

Các nghi thức thanh tẩy cá nhân (Lê 12-15; Dân 19) và tận hiến (ví dụ,
dâng con đầu lòng, Xuất 13:1-16) cũng là một phần của khuôn mẫu được
Đức Chúa Trời ban.

Dưới giao ước mới, trong đó các hình bóng trong Cựu Ước nhường chỗ
cho các nguyên mẫu (vật được tượng trưng- ND), chức tế lễ, sự hy sinh và
cầu thay của Đấng Christ thế chỗ cho toàn bộ hệ thống loại bỏ tội lỗi của
Môi-se (Hê 7-10); báp-tem (Mat 28:19) và tiệc Thánh (Mat 26:26-29; 1 Cô
11:23-26) thay thế cho phép cắt bì (Gal 2:3-5; 6:12-16) và Lễ Vượt Qua (1
Cô 5:7-8); lịch lễ hội Do Thái không còn ràng buộc nữa (Gal 4:10; Côl 2:16);
những ý niệm ô uế và thanh tẩy theo nghi lễ, được Chúa áp dụng để thúc
đẩy nhận thức rằng một số điều phân rẽ con người ra khỏi Đức Chúa Trời,
không còn áp dụng nữa (Mác 7:19; 1 Ti 4:3-4); ngày sa-bát được làm mới
lại bằng lập lẽ là ngày làm việc lành thay vì không làm gì cả (Lu 13:10-16;
14:1-6), và được tính lại, dựa trên cơ sở là một-cộng-sáu thay vì sáu-cộng-
một. Có vẻ rõ ràng các sứ đồ dạy Cơ Đốc nhân thờ phượng vào ngày đầu

tiên trong tuần lễ - ngày Chúa Giê-xu sống lại, "ngày của Chúa" (Công 20:7; Khải 1:10) - xem đó là ngày sa-bát của Cơ Đốc giáo. Những thay đổi này là vô cùng to lớn, nhưng khuôn mẫu ngợi khen, cảm tạ, mong ước, tín thác, thánh khiết, phục vụ cấu thành sự thờ phượng thật vẫn không thay đổi cho đến ngày nay.

Các Tiên Tri

Đức Chúa Trời Sai Sứ Giả Đi Công Bố
Ý Muốn Của Ngài

Từ giữa anh em của chúng, Ta sẽ lập cho chúng một nhà tiên tri như con.
Ta sẽ đặt lời Ta trong miệng người ấy và người ấy
sẽ nói với chúng mọi điều Ta truyền dặn.
Phục Truyền Luật Lệ Ký 18:18

Các tiên tri trong Kinh Thánh, những người viết hơn một phần tư các sách Cựu Ước, được Đức Chúa Trời kêu gọi trở thành phương tiện và ống dẫn sự khải thị. Họ là những người của Chúa đứng trong cuộc họp của Ngài (Giê 23:22), biết suy nghĩ của Ngài và được ban năng lực để công bố nó. Thánh Linh Đức Chúa Trời phán qua họ (2 Phi 1:19-21; Ê-sai 61:1; Mi-chê 3:8; Công 28:25-27; 1 Phi 1:10-12). Họ biết Đấng ấy đang làm như vậy; vì thế, họ dám bắt đầu thông điệp của mình bằng câu "Đây là điều Đức Giê-hô-va phán" hay "lời sấm truyền của Đức Giê-hô-va", và cho biết chính Đức Gia-vê là người phán những điều mà họ đang nói.

Lời tiên tri bao gồm sự tiên đoán (nói trước), nhưng thông thường nó được thực hiện trong bối cảnh Đức Chúa Trời công bố những lời cảnh báo và huấn thị cho dân giao ước của Ngài ngay lúc ấy. Sau khi công bố những lời đoán phạt, thì những lời tiên báo ấy cũng liên quan đến sự đến của nhà vua và vương quốc của Chúa; mối quan tâm chính của các tiên tri là khuyên giục ăn năn, với hy vọng rằng sự đoán phạt có thể được ngăn chặn trong hiện tại. Tiên tri chủ yếu là những người cải cách, thực thi luật pháp của Chúa và kêu gọi dân sự Chúa trung tín với giao ước mà họ không nên xa rời.

Cùng với việc rao giảng cho dân tộc là lời cầu nguyện cho dân tộc: họ nói với Chúa về dân sự cũng sốt sắng như khi họ nói với dân sự về Chúa; và họ làm trọn chức vụ độc nhất của mình trong vai trò những người cầu thay (Xuất 32:30-32 [Môi-se]; 1 Sa 7:5-9; 12:19-23 [Sa-mu-ên]; 2 Vua 19:4 [Ê-sai]; xem thêm Giê 7:16; 11:14; 14:11).

Tiên tri giả là nguyên nhân gây sụp đổ cho Y-sơ-ra-ên. Do có liên hệ chuyên môn với sự thờ phượng có tổ chức của Y-sơ-ra-ên, họ nói những gì dân sự muốn nghe và nói những mơ ước và ý kiến của cá nhân họ chứ không phải lời của Đức Chúa Trời (1 Vua 22:1-28; Giê 23:9-40; Êxê 13).

Trong Tân Ước, sách Khải Huyền tự nhận nó là lời tiên tri đúng đắn và đáng tin cậy, được đón nhận trực tiếp từ Đức Chúa Trời (thật ra từ Đức Chúa Cha thông qua Chúa Giê-xu Christ: Khải 1:1-3; 22:12-20). Chức vụ của các sứ đồ mang chỉ dẫn trực tiếp từ Đức Chúa Trời đến cho con dân Ngài giống với chức vụ tiên tri thời Cựu Ước, mặc dù hình thức thể hiện thì khác nhau. Các tiên tri thời Tân Ước liên hệ với các sứ đồ qua nền tảng là hội thánh (Êph 2:20; 3:5) trong tư cách những người giải nghĩa sự ứng nghiệm những niềm hy vọng của Cựu Ước thông qua Đấng Christ (Rô 16:25-27). Sách Hê-bơ-rơ có thể là một ví dụ thích hợp cho chức vụ tiên tri này.

Sự Nhập Thể

Đức Chúa Trời Sai Con Ngài Đến
Để Cứu Vớt Chúng Ta

Ngôi Lời đã trở nên xác thể, sống giữa chúng ta, đầy ân điển và chân lý.
Chúng ta đã chiêm ngưỡng vinh quang Ngài,
thật là vinh quang của Con Một đến từ nơi Cha.
Giăng 1:14

Ba Ngôi và sự nhập thể thuộc về nhau. Giáo lý Ba Ngôi tuyên bố rằng con người Giê-xu thật sự là Chúa; giáo lý nhập thể tuyên bố rằng Chúa Giê-xu thật sự là người. Kết hợp với nhau, chúng công bố sự thật đầy đủ về Đấng Cứu Thế mà Tân Ước trình bày, Con đến từ Cha theo ý muốn của Cha để trở thành người chết thay cho tội nhân trên thập tự giá (Mat 20:28; 26:36-46; Giăng 1:29; 3:13-17; Rô 5:8; 8:32; 2 Cô 5:19-21; 8:9; Phil 2:5-8).

Giờ phút quyết định của giáo lý Ba Ngôi xuất hiện trong Công Đồng Nicene (325 S.C), khi giáo hội chống lại ý niệm của Arius cho rằng Chúa Giê-xu là tạo vật đầu tiên và cao quý nhất của Đức Chúa Trời bằng cách xác nhận rằng Ngài có cùng "thực chất" (substance) hay "bản chất" (essence) (nghĩa là cùng là một thực thể tồn tại) với Cha. Vì thế, có một Đức Chúa Trời, chứ không phải hai; sự phân biệt giữa Cha và Con là trong sự hợp nhất của Thiên Chúa, và Con là Đức Chúa Trời theo cùng nghĩa với Cha. Khi nói rằng Con và Cha "có cùng một thực chất" (substance), rằng Con được "sinh ra" (vang vọng ý của "Con Độc Sinh" của Giăng 1:14, 18 và những ghi chú của bản văn NIV) nhưng "không được tạo nên", Tín điều Nicene đã nhận thức rõ ràng thần tính của con người xuất thân từ Ga-li-lê này.

Một sự kiện tối quan trọng trong lời tuyên xưng của hội thánh đối với giáo lý về sự nhập thể diễn ra tại Giáo hội nghị Chalcedon (451 S.C) khi hội thánh chống lại cả ý niệm của Nestoria cho rằng Chúa Giê-xu có hai nhân cách – Con Đức Chúa Trời và con người – dưới cùng một thân xác lẫn ý niệm của phái Eutychia cho rằng thần tính của Chúa Giê-xu đã nuốt chửng nhân tính của Ngài. Phản đối cả hai ý niệm này, giáo hội nghị Chalcedon đã xác nhận rằng Chúa Giê-xu là một thân vị thần-nhân trong hai bản chất (nghĩa là có hai chuỗi khả năng cho kinh nghiệm, cách thể hiện, phản ứng và hành động); rằng hai bản chất này hợp nhất với nhau trong con người Ngài mà không có sự pha trộn, lẫn lộn, tách rời hay phân rẽ; rằng mỗi bản chất vẫn giữ được những đặc tính riêng của nó. Nói cách khác, tất cả các phẩm chất và năng lực có trong chúng ta cũng như tất cả các phẩm chất và năng lực có trong Đức Chúa Trời đều đã, hiện và sẽ thật sự hiện diện một cách có thể nhận ra được trong một thân vị của con người quê ở Ga-li-lê ấy. Vì thế, bài tín điều Chalcedon xác nhận nhân tính trọn vẹn của Chúa bằng ngôn ngữ khẳng định.

Sự nhập thể, phép lạ huyền nhiệm trong trái tim của Cơ Đốc giáo lịch sử, là trọng tâm của lời chứng Tân Ước. Việc người Do Thái chấp nhận một niềm tin như thế quả là điều đáng kinh ngạc. Giống như các môn đồ ban đầu của Chúa Giê-xu, tám trong chín trước giả Tân Ước là người Do Thái, được nhắc đi nhắc lại chân lý Do Thái giáo rằng chỉ có một Đức Chúa Trời duy nhất, rằng không một người nào là Chúa cả. Thế mà họ đều dạy rằng Chúa Giê-xu là Đấng Mết-si-a của Đức Chúa Trời, là con trai của vua Đa-vít được Thánh Linh xức dầu, Đấng được hứa ban trong Cựu Ước (ví dụ: Ê-sai 11:1-5; *Christos*, "Christ" là từ Hy Lạp chỉ Đấng Mết-si-a). Họ đều trình bày về Ngài với vai trò gồm ba mặt là giáo viên, người mang lấy tội lỗi và Đấng cai trị - tiên tri, thầy tế lễ và vua. Nói cách khác, tất cả họ đều khẳng định rằng Chúa Giê-xu Đấng Mết-si-a phải được thờ phượng và tin cậy một cách cá nhân – có nghĩa là Ngài là Đức Chúa Trời y như Ngài là con người vậy. Hãy xem cách bốn nhà thần học Tân Ước tài ba nhất (Giăng, Phao-lô, tác giả của Hê-bơ-rơ và Phi-e-rơ) nói về điều này.

Phúc Âm Giăng trình bày những ký thuật mắt thấy tai nghe (Giăng 1:14; 19:35; 21:24) bằng những lời tuyên bố ở phần mở đầu của nó (1:1-18): rằng Giê-xu là *Logos* thiên thượng đời đời (Ngôi Lời), tác nhân của sự sáng tạo, nguồn của sự sống và ánh sáng (câu 1-5, 9), Đấng, qua việc trở nên "xác thể", được khải thị là Con Đức Chúa Trời và là nguồn ân điển và chân lý, thật sự là "Đức Chúa Trời Độc Sinh duy nhất" (câu 14, 18; ghi chú của bản NIV). Phúc Âm này được nhấn mạnh bằng các câu "Ta là", là những câu có ý nghĩa đặc biệt bởi vì *Ta là* (Hy Lạp: *ego eimi*) được sử dụng để dịch danh xưng của Đức Chúa Trời trong bản dịch Xuất Ê-díp-tô Ký 3:14 tiếng Hy Lạp; bất cứ khi nào Giăng tường thuật Chúa Giê-xu nói *ego eimi*, thì nó hàm chứa một tuyên xưng thần tính. Các ví dụ như thế là Giăng 8:28, 58 và bảy lời tuyên xưng rằng Ngài là (a) Bánh Sự Sống, ban thức ăn thuộc linh (6:35, 48, 51); (b) Sự Sáng Của Thế Gian, xua tan bóng tối (8:12; 9:5); (c) cửa của chiên, mở đường đến với Đức Chúa Trời (10:7, 9); (d) Người Chăn Hiền Lành, bảo vệ khỏi nguy hiểm (10:11, 14); (e) sự sống lại và sự sống, chiến thắng sự chết (11:25); (f) Đường Đi, Chân Lý và Sự Sống, dẫn tới mối giao thông với Cha (14:6); (g) Gốc nho thật, nuôi dưỡng để kết quả (15:1, 5). Đỉnh điểm, Thô-ma tôn ngợi Chúa Giê-xu là "Chúa tôi và Đức Chúa Trời tôi" (20:28). Rồi Chúa Giê-xu tuyên bố phước cho tất cả những ai có cùng đức tin với Thô-ma và Giăng thúc giục độc giả của ông hòa vào nhóm người này (20:29-31).

Phao-lô trích dẫn từ điều có vẻ như là một bài thánh ca tuyên bố thần tính cá nhân của Chúa Giê-xu (Phi 2:6); phát biểu rằng "sự đầy trọn của thần tính hiện diện trong thân thể hữu hình của Ngài" (Col 2:9; xem thêm 1:19); khen ngợi Chúa Giê-xu là hình ảnh của Cha và là tác nhân trong công cuộc sáng tạo và gìn giữ muôn vật của Ngài (Côl 1:15-17); tuyên bố Ngài là "Chúa" (một tước hiệu vua, với ý nghĩa nói về thần tính), là Đấng mà một người phải cầu nguyện để nhận được sự cứu rỗi theo huấn thị hãy kêu cầu Đức Gia-vê của Giô-ên 2:32 (Rô 10:9-13); gọi Ngài là "Đấng trên hết mọi sự" (Rô 9:5) và "Đức Chúa Trời và Đấng Cứu Thế" (Tít 2:13); và cầu nguyện với Ngài cách cá nhân (2 Cô 12:8-9), tìm đến với Ngài như là nguồn của ân điển thiên thượng (2 Cô 13:14). Lời chứng này rất rõ ràng: tin nơi thần tính của Chúa Giê-xu là điều căn bản đối với thần học và sự tin đạo của Phao-lô.

Tác giả của thư tín gửi cho người Hê-bơ-rơ, dường như có ý giải nghĩa sự toàn hảo trong chức tế lễ thượng phẩm của Đấng Christ, bắt đầu bằng cách tuyên bố thần tính hoàn toàn và phẩm chất độc nhất của Con Đức Chúa Trời (Hê 1:3, 6, 8-12), sau đó ông vui mừng ca ngợi nhân tính hoàn toàn của Đấng ấy trong chương 2. Sự toàn hảo, thật ra là tính khả dĩ, của chức tế lễ thượng phẩm mà ông mô tả Christ là Đấng làm trọn, lệ thuộc vào sự liên kết của một đời sống vô hạn định và bất diệt của Chúa với kinh nghiệm cám dỗ, áp lực và đau đớn của một con người trọn vẹn (Hê 2:14-17; 4:14-5:2; 7:13-28; 12:2-3).

Không kém phần quan trọng là cách Phi-e-rơ sử dụng Ê-sai 8:12-13 (1 Phi 3:14). Ông trích dẫn bản dịch tiếng Hy Lạp (bản Bảy mươi), thúc giục hội thánh đừng sợ những gì người khác sợ nhưng phải tôn Đức Giê-hô-va là thánh. Nhưng ở chỗ bản Bảy Mươi của Ê-sai nói rằng: "Hãy tôn Đức Giê-hô-va" thì Phi-e-rơ lại viết "hãy tôn Đấng Christ là Chúa" (1 Phi 3:15). Phi-e-rơ sẽ dâng sự kính sợ với tinh thần tôn thờ Đấng Quyền năng cho Chúa Giê-xu người Na-xa-rét, Chủ và Chúa của ông.

Tân Ước cấm thờ phượng các thiên sứ (Côl 2:18; Khải 22:8-9) nhưng dạy phải thờ phượng Chúa Giê-xu và tập trung một cách nhất quán vào Đấng Cứu Thế thần-nhân và Chúa là đối tượng đúng đắn cho đức tin, niềm hy vọng và tình yêu ngay lúc này. Niềm tin thiếu vắng những điểm nhấn này không phải là Cơ Đốc giáo. Chúng ta đừng nhầm lẫn về điều đó!

Hai Bản Tính

Chúa Giê-Xu Christ Là Con Người Hoàn Toàn

*Vì nhiều kẻ lừa dối đã đến trong thế gian, là những kẻ không
thừa nhận rằng Đức Chúa Giê-xu Christ đã đến trong thân xác.
Đó là kẻ lừa dối và kẻ chống Đấng Christ.*

2 Giăng 7

Chúa Giê-xu là người thuyết phục những người gần gũi với Ngài nhất
rằng Ngài cũng là Đức Chúa Trời; vì thế tính người của Ngài không hề bị
nghi ngờ gì cả. Sự lên án mà Giăng dành cho những kẻ phủ nhận "Chúa
Giê-xu Christ đã đến trong xác thịt" (1 Giăng 4:2-3; 2 Giăng 7) là nhắm vào
những người theo phái Ảo thân (Docetist), những người thay sự nhập thể
bằng ý niệm cho rằng Chúa Giê-xu là một vị khách viếng thăm siêu nhiên
(không phải là Đức Chúa Trời), Đấng có vẻ như là con người nhưng thật ra
là một dạng bóng ma, một người thầy không thật sự chết vì tội lỗi gì cả.

Các sách Phúc Âm cho thấy Chúa Giê-xu kinh nghiệm những giới hạn
của con người (đói, Mat 4;2, mệt mỏi, Giăng 4:6; không biết thông tin, Lu
8:45-47) và sự đau đớn của con người (khóc trước ngôi mộ của La-xa-rơ,
Giăng 11:35, 38; đau đớn trong vườn Ghết-sê-ma-nê, Mác 14:32-42; xem
thêm Lu 12:50; Hêb 5:7-10; và chịu đau đớn trên thập tự giá). Thư Hê-bơ-
rơ nhấn mạnh rằng nếu Ngài không từng trải những áp lực của con người
– yếu đuối, cám dỗ, đau đớn – thì Ngài sẽ không đủ tư cách để giúp đỡ
chúng ta khi chúng ta trải qua những điều này (Hê 2:17-18; 4:15-16; 5:2;
7-9). Kinh nghiệm con người của Ngài là kinh nghiệm đảm bảo rằng trong
mọi giờ khắc nhu cần và áp lực trong mối quan hệ của chúng ta và bước
đường đi với Chúa của chúng ta, thì chúng ta đều có thể đến với Ngài, tin
tưởng rằng trên một phương diện nào đó Ngài đã đi trước chúng ta, vì thế
Ngài có thể là Đấng giúp đỡ mà chúng ta cần.

Khi tập trung vào thần tính của Chúa Giê-xu, Cơ Đốc nhân đôi lúc nghĩ
rằng thu hẹp nhân tính của Chúa Giê-xu là tôn kính Ngài. Dị giáo có mặt
rất sớm là Duy nhất tính thuyết (ý niệm cho rằng Chúa Giê-xu chỉ có một
bản chất) thể hiện nhận định này, giống y như những đề xuất hiện đại cho
rằng Ngài chỉ giả vờ không biết chuyện nọ chuyện kia mà thôi (dựa trên giả

định cho rằng Ngài luôn hiện thực hóa sự toàn tri của mình, vì thế Ngài biết hết mọi thứ), giả vờ đói và mệt (dựa trên giả định cho rằng lúc nào thần tính của Ngài cũng thêm năng lực một cách siêu nhiên cho nhân tính của Ngài, nâng nó lên cao hơn những đòi hỏi của sự tồn tại thông thường). Nhưng đúng hơn, nhập thể có nghĩa là Con Đức Chúa Trời sống một cuộc đời thần nhân trong và qua tâm trí và thể xác con người của Ngài ở mọi khía cạnh, đồng nhất và cảm thông đến mức tối đa với những người mà Ngài đến để cứu và nhờ vào các nguồn trợ giúp thiên thượng để vượt lên trên những giới hạn về sự hiểu biết và sức lực của con người chỉ khi nào những đòi hỏi cụ thể của ý muốn Cha Ngài đòi hỏi điều đó.

Ý niệm cho rằng hai bản tính của Chúa Giê-xu giống như những mạch điện thay thế, để rồi đôi lúc Ngài hành động theo nhân tính và đôi lúc theo thần tính, là cách hiểu sai. Ngài làm mọi điều, bao gồm cả việc chịu khổ trên thập tự giá, trong sự hiệp nhất của thân vị thần-nhân của Ngài (nghĩa là trong tư cách Con Đức Chúa Trời Đấng đã tự mang lấy tất cả những sức mạnh hành động, phản ứng, kinh nghiệm của con người, trong hình thức sa ngã của họ). Nói điều này không hề mâu thuẫn với tính chất không hề biết đau đớn của Đức Chúa Trời, bởi vì tính chất này không có nghĩa là Đức Chúa Trời không bao giờ trải qua buồn đau nhưng có nghĩa là những gì Ngài kinh nghiệm, kể cả sự đau khổ, được kinh nghiệm bởi ý chí của Ngài và bởi quyết định mà Ngài đã định trước.

Là thần linh, Chúa Giê-xu không có khả năng phạm tội (không thể phạm tội), nhưng điều này không có nghĩa là Ngài không thể bị cám dỗ. Sa-tan đã cám dỗ Ngài không vâng theo lời Cha bằng cách tự thỏa mãn, khoe khoang và tự đề cao bản thân (Mat 4:1-11), và cám dỗ rút lui khỏi thập tự giá là thường trực (Lu 22:28; ở đó từ Hy Lạp cho chữ "thử thách" có thể được dịch là "cám dỗ"; Mat 16:23; và lời cầu nguyện trong vườn Ghết-sê-ma-nê). Là con người, Chúa Giê-xu không thể nào thắng hơn cám dỗ mà không tranh chiến gì cả, nhưng là Chúa, bản chất của Ngài là làm theo ý muốn của Cha Ngài (Giăng 5:19, 30), vì thế chống lại và chiến đấu với cám dỗ cho tới khi nào Ngài chiến thắng được nó. Từ Ghết-sê-ma-nê chúng ta có thể suy luận ra rằng những tranh chiến của Ngài đôi khi nặng nề và đau đớn hơn bất cứ tranh chiến nào chúng ta từng biết. Kết thúc có hậu đó là "vì chính Ngài đã chịu khổ trong khi bị cám dỗ nên có thể giúp đỡ những ai bị cám dỗ" (Hê 2:18).

Sự Sinh Ra Đồng Trinh

Chúa Giê-Xu Christ Được Sinh Ra Bởi Một Phép Lạ

Những việc nầy xảy ra để ứng nghiệm lời Chúa đã phán bởi nhà tiên tri:
"Nầy, một trinh nữ sẽ mang thai, và sinh một con trai, rồi người ta sẽ đặt
tên con trai ấy là Em-ma-nu-ên", nghĩa là Đức Chúa Trời ở cùng chúng ta.
Ma-thi-ơ 1:22-23

Ma-thi-ơ 1:18-25 và Lu-ca 1:26-56; 2:4-7, hai câu chuyên hòa hợp và bổ sung cho nhau nhưng cũng độc lập với nhau, hiệp nhất trong việc làm chứng rằng sự giáng sinh của Chúa Giê-xu là kết quả của một sự hoài thai kỳ diệu. Ma-ri có thai bởi hành động sáng tạo của Đức Thánh Linh mà không có bất cứ quan hệ tình dục nào (Mat 1:20; Lu 1:35).

Hầu hết các Cơ Đốc nhân đều chấp nhận giáo lý sinh bởi nữ đồng trinh một cách không do dự cho tới khi thần học tự do ở thế kỷ mười chín thách thức các phép lạ. Rồi giáo lý ấy trở thành điểm then chốt trong tranh cãi về tính chất siêu nhiên trong Cơ Đốc giáo và thần tính của Chúa Giê-xu. Chủ nghĩa tự do thần học, tìm cách phá hủy tính siêu nhiên của đức tin và tái giải nghĩa Chúa Giê-xu chẳng qua chỉ là một người thầy tin kính và sâu sắc, phủ trên giáo lý sinh bởi nữ đồng trinh một tinh thần ngờ vực không cần thiết và vô lý.

Trong thực tế, giáo lý sinh bởi nữ đồng trinh rất khớp với phần còn lại của sứ điệp về Chúa Giê-xu trong Tân Ước. Chính Ngài đã thi hành các phép lạ và sống lại từ cõi chết một cách kỳ diệu, do đó chuyện xác nhận rằng Ngài đã bước vào thế giới này một cách siêu nhiên không có vấn đề mới nào nảy sinh cả. Ngài đã rời khỏi thế giới này một cách siêu nhiên, bằng sự sống lại và thăng thiên, vì thế chuyện đến thế gian cách siêu nhiên cũng hoàn toàn phù hợp. Việc nhấn mạnh vào giá trị và vinh quang tiền nhập thể của Chúa Giê-xu (Giăng 1:1-9; 17:5; 2 Cô 8:9; Phil 2:5-11; Côl 1:15-17; Hê 1;1-3; 1 Giăng 1:1) làm cho phương cách vào đời bằng sự nhập thể vốn bao hàm lời tuyên bố về vai trò mà Ngài đến để làm trọn (Mat 1:21-23; Lu 1:31-35) trở nên tự nhiên hơn bất cứ phương cách thay thế nào.

Điều đáng chú ý là Ma-thi-ơ và Lu-ca cho thấy cả hai sách đều quan tâm đến việc làm trọn mục đích cứu chuộc của Đức Chúa Trời như là một dấu lạ thuộc thể hay một vũ khí biện giáo hoặc một dấu chỉ cho giáo lý về Đấng Cứu Thế có hai bản chất hơn là quan tâm đến việc hoài thai bởi một trinh nữ.

Trong khi chúng ta không thể xác nhận rằng một thân vị thiên thượng không thể nào bước vào thế giới này bằng bất cứ cách nào khác ngoài việc được sinh ra bởi một trinh nữ, thì sự giáng sinh kỳ diệu của Chúa Giê-xu thật ra cho thấy thần tính của Ngài cũng như cho thấy thực tại năng quyền sáng tạo vận hành trong sự tái sinh của chúng ta (Giăng 1:13). Cũng vậy, trong khi chúng ta không thể xác nhận rằng Đức Chúa Trời không thể nào sản sinh một nhân tính vô tội nếu không được sinh ra bởi một trinh nữ, thì nhân tính của Chúa Giê-xu là vô tội, và hoàn cảnh ra đời của Ngài thu hút sự chú ý đến phép lạ khi Ma-ri, một tội nhân (Lu 1:47), hạ sinh một người không phải "trong A-đam" như bà, vì thế cũng không cần một Đấng Cứu Thế như bà. Đúng hơn, Chúa Giê-xu được định để trở thành sinh tế toàn hảo cho tội lỗi của con người thông qua trạng thái vô tội được duy trì của bản chất nhân tính không tì vết của Ngài, qua đó trở thành Đấng Cứu Rỗi của mẹ Ngài và của toàn thể hội thánh cùng với bà.

Người Thầy

Chúa Giê-Xu Christ Công Bố Về Vương Quốc Và Gia Đình Của Đức Chúa Trời

Khi Đức Chúa Giê-xu phán những lời ấy xong, dân chúng kinh ngạc
về sự dạy dỗ của Ngài; vì Ngài dạy cách có thẩm quyền,
chứ không như các thầy thông giáo.
Ma-thi-ơ 7:28-29

Chúa Giê-xu là Con Đức Chúa Trời nhập thể, nên lời dạy của Ngài, do Cha Ngài ban cho (Giăng 7:16-18; 12:49-50) sẽ còn lại đời đời (Mác 13:31), và cuối cùng sẽ đoán xét người nghe nó (Giăng 12:48; Mat 7:24-27). Vì thế, không bao giờ dư thừa khi nhấn mạnh tầm quan trọng của việc để lòng chú ý lắng nghe lời dạy của Chúa Giê-xu. Chúa Giê-xu dạy như một ra-bi người Do Thái nói chung đã làm, mỗi lúc một chút chứ không phải làm một lèo rồi thôi. Nhiều câu phát biểu quan trọng nhất của Ngài lại nằm trong những câu truyện ngụ ngôn, các châm ngôn và những lời công bố đơn lẻ để trả lời những câu hỏi và đối phó với nhiều tình huống.

Tất cả sự dạy dỗ công khai của Ngài đều có đặc điểm là chứa đựng thẩm quyền mang đến sự kinh ngạc (Mat 7:28-29; Mác 1:27; Giăng 7:46), nhưng một số lời dạy được diễn đạt một cách khó hiểu, đòi hỏi phải suy ngẫm và có sự hiểu biết thuộc linh ("có tai", Mat 11:15; 13:9, 43; Lu 14:35) và đánh đổ tính tự mãn và xuề xòa. Lý do của Chúa Giê-xu cho việc đưa ra những gợi ý mơ hồ khó hiểu về vai trò làm Đấng Mê-si-a, về sự chuộc tội, sống lại và sự cai trị sẽ đến của Ngài gồm hai mặt: thứ nhất, trong bất cứ trường hợp nào thì các sự kiện diễn ra mới có thể làm cho những điều này trở nên rõ ràng; và thứ nhì, mối quan tâm của Chúa Giê-xu là kêu gọi mọi người bước vào quá trình môn đồ hóa thông qua tác động cá nhân của Ngài trên họ, rồi dạy họ về chính Ngài thông qua mối quan hệ đó, thay vì cung cấp sự dạy dỗ thần học chi tiết cho những người không có cam kết. Tuy nhiên, các câu của Chúa Giê-xu nói thường đã khá rõ, và phần nhiều phần trình bày đầy đủ về Ngài trong các sách thư tín được đọc tốt nhất như nhiều lời ghi chú cho những gì Chúa Giê-xu đã nói.

Sự dạy dỗ của Chúa Giê-xu có ba điểm quy chiếu thường trực. Thứ nhất là Cha thiên thượng, Đấng đã sai Ngài đến và giờ đây đang chỉ dẫn Ngài (Mat 11:25-27; 16:13-17, 27; 21:37; 26:29, 53; Lu 2:49; 22:29; Giăng 3:35; 5:18-23, 26-27, 36-37; 8:26-29; 10:25-30, 36-38), Đấng mà các môn đồ của Ngài phải học cách liên hệ như Cha trên trời của mình (Mat 5:43-6:14, 25-33; 7:11). Thứ hai là con người, cả cá nhân lẫn đám đông hư mất (Mat 9:36; Mác 10:21), đối tượng đón nhận lời mời thường xuyên và nhiều mặt của Ngài được mời gọi hãy ăn năn và sống cuộc đời mới (Mat 4:17; 11:24; Mác 1:15; Lu-ca 5:32; 13:3-5; 15:7; 24:47). Thứ ba là chính Ngài, trong tư cách Con Người, tước hiệu của Đấng Mết-si-a (Mat 16:13-16). "Người như con trai của loài người" nhận lấy vương quốc trong Đa-ni-ên 7:13-14. Về cách Chúa Giê-xu sử dụng danh xưng này, xin xem Mác 8:38; 13:26; 14:62 (vang vọng ý của Đa-ni-ên); Ma-thi-ơ 12:40; Mác 8:31; 9:31; 10:33, 45; 14:21, 41; Lu-ca 18:31-33 (tiên báo về sự chết và sự sống lại của Ngài); Giăng 3:13-15; 6:27 (công bố chức vụ cứu rỗi của Ngài).

Từ lời chứng của Chúa Giê-xu về Cha, về nhu cầu của con người và vai trò của chính Ngài, có ba chủ đề thần học được định hình:

(1) *Vương quốc Đức Chúa Trời*. Đây là thực tại về mối quan hệ mà Chúa Giê-xu là Đấng làm trọn kế hoạch của Đức Chúa Trời dành cho lịch sử, là kế hoạch mà các tiên tri Cựu ước hằng nói đến (Ê-sai 2:1-4; 9:6-7; 11:1-12:6; 42:1-9; 49:1-7; Giê 23:5-6). Vương quốc này hiện diện với Chúa Giê-xu; các phép lạ của Ngài là dấu chỉ về vương quốc ấy (Mat 11:12; 12:28; Lu 16:16; 17:20-21). Vương quốc ấy trở nên thật và tối quan trọng trong cuộc đời của một người khi người ấy bằng đức tin thuận phục quyền chủ tể của Chúa, một cam kết trọng yếu mang lại sự cứu rỗi và sự sống đời đời (Mác 10:17-27; Giăng 5:24). Vương quốc sẽ được rao giảng và sẽ lớn mạnh (Mat 24:14; 13:31-33) cho tới khi Con Người, hiện đang cai trị trên trời, tái xuất hiện để đoán xét và để ban niềm vui cho những đầy tớ trung tín của Ngài (Mat 13:24-43; 47-50).

(2) *Công tác cứu rỗi của Chúa Giê-xu*. Sau khi từ trời xuống theo ý muốn của Cha để mang những kẻ tội nhân được chọn đến sự vinh hiển, Chúa Giê-xu chết vì họ, kêu gọi và kéo họ đến với Ngài, tha tội cho họ và giữ họ bình an cho đến ngày họ sống lại, được vinh hiển và

được bước vào phước hạnh thiên đàng (Lu 5:20; 7:48; Giăng 6:37-40, 44-45; 10:14-18, 27-29; 12:32; 17:1-26).

(3) *Đạo đức của gia đình Đức Chúa Trời.* Sự sống mới, là sự sống đến với tội nhân như một món quà từ ân điển miễn phí của Đức Chúa Trời, phải được thể hiện bằng lối sống mới. Những người sống bởi ân điển phải thực hành lòng biết ơn; những người được yêu nhiều phải thể hiện tình yêu lớn đối với người khác; những người sống bởi vì được tha thứ thì chính họ cũng phải tha thứ; những người biết Chúa là Cha Thiên Thượng yêu thương của họ cũng phải chấp nhận sự dự phòng của Ngài mà không cay đắng, tôn kính Ngài luôn luôn bằng cách cậy nương nơi sự chăm sóc bảo vệ của Ngài. Nói cách khác, con cái Chúa phải giống như Cha và Cứu Chúa của họ, có nghĩa là phải hoàn toàn không giống như thế gian (Mat 5:43-48; 6:12-15; 18:21-35; 20:26-28; 22:35-40).

Tính Vô Tội

Chúa Giê-Xu Christ Hoàn Toàn Không Có Tội

Ngài không hề phạm tội,
Nơi miệng Ngài không thấy điều dối trá.
1 Phi-e-rơ 2:22

Tân Ước kiên định cho rằng Chúa Giê-xu hoàn toàn không có tội (Giăng 8:46; 2 Cô 5:21; Hê 4:15; 7:26; 1 Phi 2:22; 1 Giăng 3:5). Điều này không chỉ mang nghĩa là Ngài không bao giờ không vâng lời Cha nhưng còn có nghĩa là Ngài yêu luật pháp của Đức Chúa Trời và thật sự vui mừng khi giữ luật pháp ấy. Trong nhân loại sa ngã, lúc nào cũng có một sự miễn cưỡng vâng lời Chúa nào đó, và đôi khi sự không vui ấy chất chồng thành cảm giác ghét những điều Ngài tuyên bố về chúng ta (Rô 8:7). Nhưng bản chất đạo đức của Chúa Giê-xu là không sa ngã, như A-đam đã từng trước khi ông phạm tội. Còn trong Chúa Giê-xu không có một khuynh hướng xa cách Đức Chúa Trời để nghiêng về phía Sa-tan nào như chúng ta cả. Chúa Giê-xu hết lòng, hết trí, hết linh hồn và hết sức mà yêu mến Cha Ngài và ý muốn của Cha Ngài.

Hê-bơ-rơ 4:15 nói rằng Chúa Giê-xu bị "cám dỗ trong mọi sự, như chúng ta vậy", mặc dù Ngài không hề phạm tội. Điều này có nghĩa là mọi sự cám dỗ mà chúng ta đối diện – những sự cám dỗ làm thỏa mãn những dục vọng tự nhiên của thể xác và tâm trí, để lảng tránh những vấn đề đạo đức và thuộc linh, để đi đường tắt và tìm kiếm những lối thoát dễ dàng, để không hết lòng yêu thương và cảm thông, nhân từ với người khác, để trở nên tự vệ và tự thương hại bản thân, vân vân – đều đến trên Ngài, nhưng Ngài không hề đầu hàng điều nào cả. Sự chống đối bủa vây cũng không thể nhấn chìm Ngài, và qua sự đau đớn trong vườn Ghết-sê-ma-nê và thập tự giá, Ngài chống lại cám dỗ và chống cự tội lỗi đến độ Ngài phải đổ máu. Cơ Đốc nhân phải học từ Ngài để làm tương tự (Hê 12:3-13; Lu 14:25-33).

Sự vô tội của Chúa Giê-xu là cần thiết cho sự cứu rỗi của chúng ta. Nếu Ngài không là "chiên con không tì vết" thì huyết Ngài đã không "giá trị" (1 Phi 11:9). Khi ấy chính bản thân Ngài cũng cần một Đấng Cứu Thế, và sự chết của Ngài không thể cứu chuộc chúng ta. Sự thuận phục cách chủ động của Ngài (sự thuận phục luật pháp của Đức Chúa Trời dành cho con người và ý muốn đã được Ngài khải thị về Đấng Mết-si-a một cách hoàn toàn và kéo dài suốt cuộc đời) giúp Chúa Giê-xu có đủ phẩm chất để trở thành Đấng Cứu Thế của chúng ta bằng cách chết cho chúng ta trên thập tự giá. Sự thuận phục thụ động của Chúa Giê-xu (chịu hình phạt về việc vi phạm luật pháp của Đức Chúa Trời trong tư cách Đấng vô tội thế mạng cho chúng ta) làm cho hành động vâng phục chủ động của Ngài trở nên hoàn hảo để có thể bảo toàn sự tha thứ và khiến những ai đặt đức tin của họ nơi Ngài được chấp nhận (Rô 5:18-19; 2 Cô 5:18-21; Phi 2:8; Hê 10:5-10).

Sự Vâng Phục

Chúa Giê-Xu Christ Làm Trọn Ý Muốn
Cứu Chuộc Của Cha Ngài

Bởi vậy, Đức Chúa Giê-xu nói với họ: "Thật, Ta bảo thật các ngươi,
Con không thể tự mình làm điều gì, nhưng chỉ làm điều Con thấy Cha làm;
vì bất cứ điều gì Cha làm, Con cũng làm như vậy.
Giăng 5:19

Trong Kinh Thánh, khiêm nhường có nghĩa là không giả vờ mình vô giá trị cũng không thoái thác trọng trách, mà là biết và giữ lấy địa vị mà Chúa đã định cho một người. Khiêm nhường là tôn trọng sự sắp đặt của Đức Chúa Trời, dù được đặt ở địa vị lãnh đạo cao trọng (Môi-se khiêm nhường trong tư cách một người lãnh đạo, Dân 12:3) hay chỉ là người phục vụ không tên tuổi. Khi Chúa Giê-xu thản nhiên nói rằng Ngài "có lòng khiêm nhường" (Mat 11:29), Ngài có ý nói rằng Ngài tận tụy vâng phục chương trình của Cha trong suốt cuộc đời của Ngài trên đất.

Điều này có nghĩa là Ngài giữ địa vị là Ngôi thứ hai trong Ba Ngôi Đức Chúa Trời. Ba ngôi của Đức Chúa Trời là đời đời và tự có, cùng chia sẻ cách bình đẳng tất cả các khía cạnh và thuộc tính thần tính, và luôn cùng hành động với nhau trong sự hiệp nhất mang tính hợp tác. Nhưng khuôn mẫu hợp tác không thay đổi đó là ngôi thứ hai và thứ ba đồng nhất về mục đích với ngôi thứ nhất, để rồi Con trở thành người thi hành mệnh lệnh Cha và Thánh Linh hành động trong tư cách tác nhân của cả hai. Làm theo ý muốn của Cha là bản chất và niềm vui của Con (Giăng 4:34).

Về công tác cứu chuộc, ý muốn của Cha dành cho Con đôi khi được gọi là giao ước cứu chuộc, bởi vì nó mang lấy hình thức của một thỏa thuận giữa hai bên về một kế hoạch hay một lời hứa. Bản tuyên xưng đức tin Westminster tóm tắt thỏa thuận này (mục đích của Cha, được Con chấp nhận) như sau:

Theo mục đícfh đời đời của Ngài, thật lấy làm vui lòng Đức Chúa Trời khi Ngài chọn và chỉ định Chúa Giê-xu, Con Độc Sinh của Ngài, làm Đấng Trung Bảo giữa Đức Chúa Trời và con người, Đấng Tiên Tri, Thầy tế lễ, Vua,

Đấng làm đầu và Đấng Cứu Thế của Hội thánh Ngài, Đấng thừa kế muôn vật và Đấng đoán xét thế gian: là Đấng mà từ cõi đời đời Cha đã ban cho một dân, để làm hậu tự của Ngài và, bởi Ngài và đến thời điểm, sẽ được Ngài cứu chuộc, kêu gọi, xưng công bình, thánh hóa và làm cho vinh hiển. (VIII.1)

(Về các ý niệm và thuật ngữ trong Bản tuyên ngôn đức tin này, xin xem Êph 3:11; 1 Phi 1:20; 1 Tim 2:5; Công 3:22; Hê 5:5-6; Lu 1:33; Êph 5:23; Hêb 1:2; Công 17:31; Ê-sai 53:10; Giăng 17:6; 1 Cô 1:30; Rô 8:29-20).

Mục đích mà Cha dành cho Con có hai giai đoạn. Giai đoạn thứ nhất là bị làm nhục. Con đời đời từ bỏ vinh hiển của mình và qua sự nhập thể trở thành một người nghèo khó, một người bị đẩy ra rìa về mặt tôn giáo. Cuối cùng, thông qua một phiên tòa lưu động và qua sự lạm dụng điểm yếu đạo đức của Phi-lát một cách vô lối, Ngài đã trở thành một tên tội phạm bị kết tội chết một cái chết kinh khiếp trong tư cách người mang lấy tội lỗi của nhân loại (Phi 2:6-8; 2 Cô 8:9; Ga 3:13; 4:4-5).

Giai đoạn thứ hai là được tôn ngợi. Đấng Christ sống lại, thăng thiên và giờ đây bởi sự chỉ định của Cha Ngài, Ngài cai trị trong tư cách là vua trên thế gian và hội thánh (Phi 2:9-11), Đấng Christ ấy đã sai Đức Thánh Linh đến (Giăng 15:26; 16:7; Công 2:33) và bởi đó áp dụng cho chúng ta sự cứu chuộc mà Ngài giành lấy cho chúng ta bằng sự chết của Ngài, kéo những người được Cha giao phó cho Ngài về với chính Ngài (Giăng 12:32), cầu thay cho họ (Rô 8:34; Hê 7:25; Giăng 17), bảo vệ, hướng dẫn và săn sóc họ như người chăn săn sóc cho chiên mình (Giăng 10:27-30), hiện Ngài đang mang nhiều con cái đến sự vinh hiển (Hê 2:10) theo chương tình của Cha, và Ngài vẫn sẽ làm thế cho đến khi tất cả những người được Đức Chúa Trời chọn đã ăn năn và nhận được sự sống mới (2 Phi 3:9).

Trong tất cả những điều này, Con đang vâng phục Cha bằng sự khiêm nhường thật sự, sống thể hiện sự lệ thuộc cách tự nhiên, tự nguyện và vui mừng. Trong khi đó, mục tiêu của Cha trong việc khiến Con được tôn thờ và được vinh hiển một cách bình đẳng với Ngài đang được làm trọn (Giăng 5:19-23).

Công Tác

Sứ Mạng Của Chúa Giê-Xu Christ Đã Được Khải Thị Khi Ngài Nhận Báp-Têm

Trong những ngày ấy, Đức Chúa Giê-xu từ thành Na-xa-rét
thuộc miền Ga-li-lê đến, và được Giăng làm báp-têm dưới sông Giô-đanh.
Khi vừa lên khỏi nước, Ngài thấy các tầng trời mở ra,
và Thánh Linh tựa như chim bồ câu ngự xuống trên Ngài.
Rồi có tiếng từ trời phán:
"Con là Con yêu dấu của Ta, đẹp lòng Ta hoàn toàn!
Mác 1:9-11

Có một sự tiếp nối giữa phép báp-têm về sự ăn năn của Giăng (Mác 1:4) và phép báp-têm nhân danh Ba Ngôi được Chúa Giê-xu khởi đầu (Mat 28:19). Cả hai đều là biểu tượng cho sự thanh tẩy và đều hướng đến sự tha thứ tội lỗi (Mác 1:4; Công 2:38). Tuy nhiên, chúng không y hệt nhau, và những người nhận phép báp-têm của Giăng vẫn cần thêm phép báp-têm của Cơ Đốc giáo nữa (Công 19:5). Phép báp-têm của Cơ Đốc giáo là dấu hiệu ban đầu chỉ về mối quan hệ với Đấng Christ là Đấng đã đến (trong Công 2:38; 10:48; 19:5, nó được gọi là báp-têm nhân danh Đấng Christ); phép báp-têm của Giăng là một nghi thức dọn lòng, cho thấy tinh thần sẵn sàng cho sự đến của Đấng Christ và sự đoán xét của Ngài (Mat 3:7-12; Lu 3:7-18; Công 19:4).

Phép báp-têm của Giăng là một sự cách tân triệt để. Trước đây, chỉ người ngoại chuyển qua Do Thái giáo mới được yêu cầu phải trải qua một nghi thức tắm mang tính biểu tượng. Tuy nhiên, giờ đây qua Giăng, Đức Chúa Trời đang đòi hỏi mọi người Do Thái đều phải thể hiện sự ăn năn của mình bằng việc được tắm một cách công khai. Hầu hết các lãnh đạo Do Thái đều nghĩ rằng yêu cầu của Giăng là tà vạy và mang tính sỉ nhục (Mat 21:25-26).

Chúa Giê-xu kiên định bảo Giăng, người anh họ của mình, làm báp-têm cho Ngài, không quan tâm đến những lời phản đối của Giăng (Mat 3:13-15). Trong vai trò là Đấng Mết-si-a, được "sinh ra dưới luật pháp" (Gal 4:4), Chúa Giê-xu phải vâng phục tất cả những điều Đức Chúa Trời đòi hỏi ở

Y-sơ-ra-ên và phải đồng nhất mình với những người mà Ngài đến để mang lấy tội lỗi. Sự kiện báp-têm của Ngài công bố rằng Ngài đã đến để thế chỗ cho tội nhân ở dưới sự đoán phạt của Đức Chúa Trời. Đây là ý nghĩa của việc Ngài chịu báp têm "để làm ứng nghiệm mọi sự công chính" (Mat 3:15; xem thêm Ê-sai 53:11).

Báp-têm của Ngài là một biểu hiện của Ba Ngôi: Cha phán từ trời, chim bồ câu đậu xuống, một dấu hiệu cho sự xức dầu của Thánh Linh. Ý nghĩa của việc chim bồ câu đậu xuống không phải là trước đó Chúa Giê-xu không được đầy dẫy Đức Thánh Linh mà đó là Ngài hiện đang được giới thiệu như Đấng mang lấy Thánh Linh, Đấng trở thành người làm báp-têm bằng Thánh Linh (Giăng 1:32-33) và vì thế mở ra thời đại của Đức Thánh Linh sẽ đáp ứng những niềm hy vọng của Y-sơ-ra-ên (Lu 4:1, 14, 18-21).

Sự Hóa Hình

Vinh Hiển Của Chúa Giê-Xu Christ
Được Tỏ Ra Như Thế Nào?

Sáu ngày sau, Đức Chúa Giê-xu đem riêng Phi-e-rơ, Gia-cơ, và Giăng cùng với Ngài lên một ngọn núi cao, và Ngài hóa hình trước mặt họ. Y phục Ngài trở nên rực sáng và trắng tinh đến nỗi chẳng có thợ phiếu nào trên thế gian nầy có thể phiếu trắng được như vậy. Ê-li và Môi-se hiện ra nói chuyện với Đức Chúa Giê-xu.

Mác 9:2-4

Được ký thuật ở ba trong bốn sách Phúc Âm (Mat 17:1-8; Mác 9:2-8; Lu-ca 9:28-36), và rõ ràng Chúa Giê-xu đã có kế hoạch cho Phi-e-rơ, Gia-cơ và Giăng được thấy, và sau này làm chứng lại (Mat 17:9; xem thêm 2 Phi 1:16-18; Giăng 1:14), sự kiện hóa hình là một sự kiện quan trọng trong sự mạc khải về thần tính của Chúa Giê-xu. Sự hóa hình mà Đấng thần-nhân trải qua khi Ngài cầu nguyện (Lu-ca 9:29) trên một góc độ là sự nếm trước những điều sẽ đến: nó là một sự chuyển tiếp ngắn ngủi từ việc giấu kín vinh hiển thiên thượng của Ngài - đặc trưng cho những năm tháng trên đất của Ngài – cho đến việc bày tỏ vinh hiển đó khi Ngài trở lại và chúng ta sẽ thấy Ngài như Ngài vốn vậy. Đó cũng là một sự chuyển tiếp từ nhân tính giống như nhân tính trong chúng ta hiện thời sang nhân tính sẽ được thể hiện trong Ngày Phục Sinh (Phi 3:20-21).

Ánh sáng chói lòa chiếu từ Chúa Giê-xu thông qua y phục của Ngài khi mặt Ngài biến đổi (Lu 9:29) là vinh hiển từ trong bản chất Con Trời của Ngài, "ánh sáng rực rỡ của vinh quang Đức Chúa Trời" (Hê 1:3). Tiếng nói từ đám mây xác nhận danh tính mà khải tượng ấy đã đưa ra.

Sự kiện hóa hình cũng là một sự kiện quan trọng trong sự khải thị về vương quốc Đức Chúa Trời (vương quốc của Đấng Mết-si-a, Vua Cứu Chuộc được Đức Chúa Trời hứa ban, Đấng mà vương quốc Đức Chúa Trời được định nghĩa theo). Môi-se và Ê-li đại diện cho luật pháp và lời chứng về Chúa Giê-xu của các tiên tri và điều mà Ngài thay thế cho. "Sự Ngài qua đời" (tiếng Hy Lạp là: *xuất hành*) mà họ và Chúa Giê-xu nói (Lu 9:31) ắt hẳn là sự chết, sự phục sinh và thăng thiên của Ngài. Đây không chỉ đơn thuần là rời khỏi thế giới này nhưng cũng là cách cứu chuộc dân Ngài, như sự kiện *xuất hành* khỏi Ai Cập mà Môi-se dẫn dắt là nhằm để cứu Y-sơ-ra-ên khỏi vòng xiềng xích.

Theo sau sự kiện hóa hình, Chúa Giê-xu lại giấu kín vinh quang của Ngài và xuống núi để lại tiếp tục công tác, để rồi đến đúng thời điểm, Ngài chịu khổ nạn vì sự cứu chuộc chúng ta. F. B. Meyer bàn luận: "Cánh cửa mà Môi-se và Ê-li đã đi qua vẫn mở, và bởi cánh cửa đó Chúa chúng ta có thể trở lại. Nhưng Ngài sẽ không bao giờ có thể trở thành Đấng Cứu Thế của nhân loại theo cách đó. Ngài biết điều đó, vì thế Ngài hướng mặt về phía Gô-gô-tha!"

Sự Sống Lại

Chúa Giê-Xu Christ Đã Sống Lại Từ Kẻ Chết

*Ngày thứ nhất trong tuần lễ, lúc tờ mờ sáng, các phụ nữ ấy
lấy hương liệu đã chuẩn bị đem đến mộ Ngài. Họ thấy tảng đá
đã lăn khỏi cửa mộ, nhưng khi bước vào thì không thấy
thi hài của Đức Chúa Giê-xu đâu cả.*
Lu-ca 24:1-3

Sự phục sinh của Chúa Giê-xu, vốn là một hành động thiên thượng liên quan đến cả ba ngôi Đức Chúa Trời (Giăng 10:17-18; Công 13:30-35; Rô 1:4) không chỉ là làm tỉnh lại của một cái khung vật lý bị tan nát được lấy từ thập tự giá xuống để chôn cất. Đúng hơn, đó là một sự biến đổi nhân tính của Chúa Giê-xu, mà sự biến đổi ấy thêm năng lực để Ngài xuất hiện, biến mất và di chuyển một cách vô hình từ nơi này đến nơi khác (Lu 24:31, 36). Đó là sự làm mới lại cách đầy sáng tạo thân thể ban đầu của Ngài, thân thể giờ đây được vinh hiển hoàn toàn và không hề chết (Phi 3:21; Hê 7:16, 24). Con Đức Chúa Trời trên trời vẫn sống trong và qua thân xác đó, và sẽ sống mãi mãi như vậy. Trong 1 Cô-rinh-tô 15:50-54, Phao-lô thấy trước rằng Cơ Đốc nhân còn sống trên đất vào thời điểm Đấng Christ trở lại sẽ trải qua một sự biến hóa tương tự, mặc dù trong 2 Cô-rinh-tô 5:1-5 ông cho thấy chính ông ý thức rằng những Cơ Đốc nhân chết trước sự trở lại lần hai sẽ "khoác lấy" thân thể mới ("nhà đời đời trên trời") vào lúc hoặc sau khi thân thể cũ trở về với bụi đất (Sáng 3:19).

Cơ Đốc giáo đặt nền tảng trên tính chắc chắn về sự phục sinh của Chúa Giê-xu như là một sự kiện có thật trong không gian - thời gian trong lịch sử. Tất cả bốn sách Phúc âm đều nhấn mạnh điều này, tập trung vào ngôi mộ trống và dung mạo phục sinh của Chúa, và sách Công Vụ các Sứ Đồ khẳng định chắc nịch điều này (Công 1:3; 2:24-35; 3:15; 4:10; 5:30-32; 13:33-37). Phao-lô xem sự phục sinh là một bằng chứng không thể chối cãi rằng sứ điệp Chúa Giê-xu là Đấng Đoán Xét và Đấng Cứu Thế là thật (Công 17:31; 1 Cô 15:1-11, 20).

Sự phục sinh của Chúa Giê-xu minh chứng rằng Ngài chiến thắng sự chết (Công 2:24; 1 Cô 15:54-57), xác nhận rằng Ngài là công chính (Giăng

16:10) và cho thấy thần tính của Ngài (Rô 1:4). Nó dẫn tiếp đến sự thăng thiên, ngồi lên ngai (Công 1:9-11; 2:34; Phi 2:9-11; xem thêm Ê-sai 53:10-12) và sự cai trị trên thiên đàng hiện tại của Ngài. Nó đảm bảo sự tha thứ và xưng công bình cho người tin (Rô 4:25; 1 Côr 15:17) và là nền tảng cho sự sống phục sinh dành cho các tín hữu trong Đấng Christ ngay trong hiện tại (Giăng 11:25-26; Rô 6; Êph 1:18-2:10; Côl 2:9-15; 3:1-4).

Sự Thăng Thiên

Chúa Giê-Xu Christ Được Cất Lên Trời

Đang khi ban phước, Ngài lìa các môn đồ và được đem lên trời.
Lu-ca 24:51

Sự thăng thiên của Chúa Giê-xu là hành động của Cha Ngài nhằm rút Ngài ra khỏi ánh nhìn chăm chăm của các môn đồ hướng lên trời (dấu hiệu của sự tôn cao), để vào các tầng mây (dấu hiệu về sự hiện diện của Đức Chúa Trời). Đây không phải là một hình thức du lịch trong không gian, nhưng là phần hai (sự phục sinh là phần một) của việc Chúa Giê-xu từ vực sâu của sự chết trở về nơi cao sang vinh hiển. Chúa Giê-xu tiên báo (Giăng 6:62; 14:2, 12; 16:5, 10, 17, 28, 17:5; 20:17), và Lu-ca cũng mô tả về sự thăng thiên (Lu-ca 24:50-53; Công 1:6-11). Phao-lô bày tỏ niềm vui mừng về nó và xác nhận quyền chủ tể cặp theo của Đấng Christ (Êph 1:20; 4:8-10; Phi 2:9-11; 1 Ti 3:16). Tác giả sách Hê-bơ-rơ áp dụng lẽ thật này để khích lệ những người nản lòng (Hê 1:3; 4:14; 9:24). Việc Chúa Giê-xu được ngồi trên ngai trong tư cách chủ tể của cõi hoàn vũ hẳn phải là sự khích lệ vô cùng to lớn với tất cả các tín hữu.

Trên một phương diện, thăng thiên là sự phục hồi vinh hiển mà Con đã có từ trước khi nhập thể, trên phương diện khác nó là sự làm cho vinh hiển bản chất con người theo cách trước đây chưa từng diễn ra, và trên phương diện thứ ba nó là khởi đầu cho một sự cai trị trước đây chưa từng được thực hiện theo hình thức này. Sự kiện thăng thiên thiết lập ba dữ kiện:

1. *Uy thế của Đấng Christ.* Chúa Giê-xu bước lên địa vị quyền lực, được mô tả bằng việc ngồi bên hữu ngai của Cha. Ngồi trên ngai, như tể tướng của triều đình Ba Tư ngày xưa thường làm, là chiếm giữ vị trí của người lãnh đạo, quản trị thay mặt quốc vương (Mat 28:18; Êph 1:20-22; 1 Cô 15:27; 1 Phi 3:22).
2. *Tính toàn tri thuộc linh của Đấng Christ.* Tại nơi thánh trên trời thuộc Si-ôn trên trời (Hê 9:24; 12:22-24); Chúa Giê-xu sẵn sàng tiếp nhận tất cả những ai cầu khẩn Ngài (Hê 4:14) và Ngài đầy năng quyền để vùa giúp họ, dù ở nơi đâu trên trần gian này (Hê 4:16; 7:25; 13:6-8).

3. *Chức vụ trên thiên giới của Đấng Christ.* Chúa cai quản cầu thay cho những người thuộc về Ngài (Rô 8:34; Hê 7:25). Mặc dù cầu xin Cha là một phần của hoạt động cầu thay (Giăng 14:16) nhưng cốt lõi của sự cầu thay của Đấng Christ là sự can thiệp vì ích lợi của chúng ta (từ ngai Ngài) chứ không phải chỉ là thỉnh cầu thay cho chúng ta (như thể Ngài chỉ ở vị trí cảm thông mà không có thẩm quyền gì cả). Trong sự tể trị, giờ đây Ngài tuôn đổ trên chúng ta những lợi ích mà sự chịu khổ của Ngài đã mang lại cho chúng ta. "Ngài nài xin [cho chúng ta] – nhờ Ngài ngồi trên ngai của Cha ngài" (B. F. Westcott). "Sự cầu nguyện là cuộc sống của Chúa chúng ta trên trời" (H. B. Swete). Từ ngai mình, Ngài không ngừng ban Thánh Linh để làm cho người thuộc về Ngài sống sung mãn (Công 2:33; Giăng 16:7-14) và trang bị cho họ để phục vụ (Êph 4:8-12).

Phiên Chầu

Chúa Giê-Xu Cai Trị Trên Thiên Đàng

Sau khi tẩy sạch tội lỗi, Ngài ngồi bên phải Đấng Tôn Nghiêm ở trên trời.
Hê-bơ-rơ 1:3

Vai trò hiện thời của Đấng Christ ở trong sự vinh hiển thường được nói đến là vai trò "chầu xử". *Chầu xử* (La-tinh: session) có nghĩa là "ngồi họp". Tân ước có thể phác họa hoạt động trên thiên đình của Chúa Giê-xu là đứng sẵn để hành động (Công 7:56; Khải 1:1-16; 14:1), đi lại giữa vòng dân sự Ngài (Khải 2:1), và cưỡi ngựa ra trận (Khải 19:11-16), nhưng nó thường thể hiện thẩm quyền hiện tại của Ngài bằng cách nói rằng Ngài ngồi bên hữu Cha Ngài – không phải để nghỉ khỏe, mà để cai trị. Đây không phải là hình ảnh thụ động nhưng là hình ảnh của thẩm quyền.

Trong Thi Thiên 110, Đức Chúa Trời đặt Đấng Mết-si-a ngồi bên tay hữu Ngài trong tư cách đức vua và thầy tế lễ - trong tư cách vị vua để thấy tất cả các kẻ thù Ngài đều phải phục dưới chân Ngài (câu 1) và trong tư cách thầy tế lễ để hầu việc Đức Chúa Trời và làm ống dẫn ân điển của Đức Chúa Trời muôn đời (câu 4). Mặc dù xét về mặt cá nhân, Đấng Mết-si-a đi ra chiến đấu (câu 2-3, 5-7) nhưng về mặt địa vị, Ngài luôn ngồi bên hữu Đức Gia-vê. Trong Công Vụ 2:34-35, Hê-bơ-rơ 1:13 và 10:12, Ma-thi-ơ 22:44, hình ảnh này được áp dụng trực tiếp cho Chúa Giê-xu Christ, Đấng kể từ khi thăng thiên đã tích cực cai trị trong vương quốc trung gian của Đức Chúa Trời.

Đấng Christ cai trị trên tất cả các lĩnh vực, thiên sứ lẫn con người (Mat 28:18; 1 Phi 3:22). Vương quốc của Ngài theo nghĩa trực tiếp là hội thánh, mà Ngài làm đầu, còn họ là thân thể của Ngài và cai trị bằng Lời Ngài và Thánh Linh Ngài (Êph 1:22-23). Nhà nước này không ở hình thức vương quốc Đức Chúa Trời như trong Cựu Ước. Gươm giáo không được dùng để cai trị vương quốc Đấng Christ (Giăng 18:36), nhưng Đấng Christ từ ngai Ngài sẽ sử dụng thẩm quyền thế tục để duy trì bình yên và trật tự xã hội, và Ngài răn dạy các môn đồ Ngài phải thuận phục sự cai trị của các thẩm quyền ấy (Mat 22:21; Rô 13:1-7). Cơ Đốc nhân được an ủi rất nhiều khi biết rằng Đấng Christ là Chúa của tất cả; họ tìm cách làm vui lòng Ngài trong mọi lĩnh vực của cuộc sống và tự nhắc nhở mình và người khác rằng mọi người đều sẽ phải khai trình trước mặt Đấng Christ là Thẩm Phán, dù họ là người cai trị hay bị người khác cai trị, là vợ hay chồng, là cha mẹ hay con cái, là ông chủ hay người làm thuê. Tất cả mọi tạo vật có lý trí cuối cùng đều sẽ phải khai trình về chính mình trước Thẩm phán là Đấng Christ (Mat 25:31; Công 17:31; Rô 2:16; 2 Cô 5:10).

Phiên chầu của Đấng Christ sẽ tiếp diễn cho tới khi tất cả kẻ thù của Ngài và của chúng ta, trong đó có cả sự chết, đều sẽ không còn là gì nữa. Sự chết, kẻ thù cuối cùng, sẽ không còn nữa khi Đấng Christ xuất hiện đem những kẻ chết đến sự đoán xét (Giăng 5:28-29). Một khi sự đoán xét này được thực thi, thì công tác của vương quốc trung gian sẽ kết thúc, Đấng Christ sẽ khải hoàn giao vương quốc ấy cho Cha (1 Cô 15:24-28).

Sự Giải Hòa

Chúa Giê-Xu Christ Là Đấng Trung Bảo Giữa
Đức Chúa Trời Và Con Người

Vì chỉ có một Đức Chúa Trời, và chỉ có một Đấng Trung Gian
giữa Đức Chúa Trời và loài người, là Đấng Christ Giê-xu, cũng là người.
1 Ti-mô-thê 2:5

Chức vụ cứu rỗi của Chúa Giê-xu Christ được tóm lược trong câu phát biểu rằng "Ngài là Đấng Trung Bảo giữa Đức Chúa Trời và con người" (1 Ti 2:5). Người trung bảo là người làm trung gian, giải hòa hai bên không nói chuyện với nhau hoặc đem hai người xa lạ, không quen biết và đang bất hòa lại với nhau. Người trung gian ấy phải có mối liên hệ với cả hai bên hầu cho có thể có điểm chung, duy trì được lợi ích cho cả hai bên và đại diện cho bên này với bên kia dựa trên cơ sở thiện chí. Vì thế, Môi-se là trung gian giữa Đức Chúa Trời và Y-sơ-ra-ên (Ga 3:19), thay mặt Đức Chúa Trời nói với Y-sơ-ra-ên khi Đức Chúa Trời ban luật pháp (Xuất 20:18-21) và thay mặt Y-sơ-ra-ên nói với Đức Chúa Trời khi Y-sơ-ra-ên phạm tội (Xuất 32:9-33:17).

Mọi thành viên của nhân loại sa ngã và nổi loạn về bản chất đều "thù nghịch với Đức Chúa Trời" (Rô 8:7) và ở dưới cơn thịnh nộ của Đức Chúa Trời (nghĩa là bị chối từ vì trong tư cách Đấng Đoán Xét, Ngài bày tỏ cơn giận của Ngài trước tội lỗi của chúng ta; Rô 1:18; 2:5-9; 3:5-6).

Cần phải có sự hòa giải giữa hai bên đang có mâu thuẫn, nhưng điều này chỉ diễn ra khi cơn thịnh nộ của Chúa được giải tỏa, được dập tắt và tấm lòng chống đối Chúa của con người, là điều thúc đẩy con người sống chống lại Chúa, được thay đổi bằng cách nào đó. Trong sự thương xót, Đức Chúa Trời vị Quan Tòa giận dữ, đã sai Con Ngài đến thế gian để đem đến sự hòa giải cần thiết. Không phải là người Con nhân từ hành động để làm người Cha hà khắc dịu lại đâu, mà sự chủ động là ở phía người Cha. Theo lời của Calvin, "bằng một phương cách lạ thường, Ngài yêu chúng ta ngay cả khi Ngài ghét chúng ta", và việc Ngài ban Con Ngài làm người mang lấy tội lỗi cho chúng ta là kết quả của tình yêu đó (Giăng 3:14-16; Rô 5:5-8; 1

Giăng 4:8-10). Trong tất cả chức vụ trung gian của mình, Con đều đang làm theo ý muốn của Cha.

Khách quan và một lần cho tất cả, Đấng Christ đã mang lại sự hòa giải cho chúng ta thông qua việc mang lấy hình phạt thay cho chúng ta. Ngài thế chỗ cho chúng ta trên thập tự giá, mang lấy thân phận chúng ta, chịu lời rủa sả đáng lý thuộc về chúng ta (Ga 3:13) và bởi sự đổ huyết hy sinh của Ngài khiến đem đến sự giảng hòa, hòa thuận cho chúng ta (Êph 2:16; Cô 1:20). *Hòa thuận* ở đây có nghĩa là kết thúc thù hận, tội lỗi và việc phải đối diện với sự đoán phạt sẽ không thể tránh khỏi nếu không có Ngài – nói cách khác, nó có nghĩa là tha thứ tất cả những gì trong quá khứ và chấp nhận mãi mãi trong tương lai. Những ai đã nhận được sự hòa giải thông qua việc tin vào Chúa Giê-xu thì được xưng công bình và có sự hòa thuận với Đức Chúa Trời (Rô 5:1, 10). Công tác hiện tại của Đấng Trung Bảo, mà Ngài gánh thông qua sứ giả là con người, là thuyết phục những ai mà Ngài giành sự giảng hòa cho hãy tiếp nhận nó (Giăng 12:32; Rô 15:18; 2 Cô 5:18-21; Êph 2:17).

Chúa Giê-xu là "Đấng Trung Bảo của một giao ước mới" (Hê 9:15; 12:24) – nghĩa là người khởi xướng một mối quan hệ mới hòa thuận với Đức Chúa Trời, vượt xa hơn điều mà những sự chuẩn bị để giải quyết tội lỗi kém hiệu quả hơn trong Cựu Ước từng đảm bảo (Hê 9:11-10:18).

Một trong những đóng góp lớn của Calvin đối với sự hiểu biết của Cơ Đốc giáo là việc ông quan sát thấy rằng các trước giả Tân Ước giải thích chức vụ trung gian của Chúa Giê-xu trên ba phương diện ("chức vụ" có nghĩa là nhiệm vụ đã được chỉ định hay vai trò được xác định rõ) là tiên tri, thầy tế lễ và đức vua.

Ba khía cạnh trong công tác của Đấng Christ đi cùng với nhau trong thư tín gửi cho người Hê-bơ-rơ, ở đó Chúa Giê-xu vừa là vị vua được xức dầu, được tôn lên ngai (1:3, 13; 4:16; 2:9), vừa là Thầy Tế Lễ cả vĩ đại (2:17; 4:14-5:10; chương 7-10), Đấng phó chính mình cho Đức Chúa Trời như là sinh tế cho tội lỗi của chúng ta. Ngoài ra, Đấng Christ còn là sứ giả ("sứ đồ", người được sai đi để công bố, 3:1) mà qua Ngài sứ điệp mà chính Ngài là cốt lõi lần đầu tiên được công bố (2:3). Trong Công Vụ 3:22, Chúa Giê-xu được gọi là tiên tri vì chính lý do mà thư Hê-bơ-rơ gọi Ngài là sứ đồ/sứ giả, nghĩa là, bởi vì Ngài chỉ dẫn mọi người bằng cách công bố Lời Chúa cho họ.

Trong khi trong Cựu Ước, vai trò trung gian của tiên tri, thầy tế lễ và đức vua được làm trọn qua những cá nhân riêng biệt, thì ba chức vụ này giờ đây đều kết hợp trong một thân vị là Chúa Giê-xu. Làm Đấng Cứu Thế độc lập theo cách này là vinh hiển của Ngài, được Cha Ngài ban cho. Tín hữu chúng ta được kêu gọi để hiểu điều này và thể hiện chính mình là người thuộc về Ngài bằng cách vâng phục Ngài trong tư cách đức vua của chúng ta, phó thác cho Ngài trong tư cách thầy tế lễ của chúng ta và học từ Ngài trong tư cách tiên tri và người thầy của chúng ta. Đặt Chúa Giê-xu là trọng tâm theo cách này là đặc trưng của Cơ Đốc giáo chân thật.

Sự Hy Sinh

Chúa Giê-Xu Là Sinh Tế Chuộc Tội

Đức Chúa Trời đã lập Ngài làm sinh tế chuộc tội
cho những ai có đức tin trong huyết Ngài...
Rô-ma 3:25

Chuộc tội có nghĩa là sửa lại hay cải tạo, xóa bỏ sự vi phạm, bồi hoàn thỏa đáng cho những sai lầm đã gây ra; qua đó hòa giải một người với một người vốn xa cách khác và phục hồi mối quan hệ bị gián đoạn.

Kinh Thánh mô tả tất cả mọi người đều cần được chuộc tội lỗi của họ nhưng lại thiếu năng lực và nguồn trợ giúp để làm điều đó. Chúng ta đã xúc phạm đến Đấng Tạo Hóa thánh khiết của mình, Đấng ghét tội lỗi (Giê 44:4; Ha 1:13) và hình phạt tội lỗi (Thi 5:4-6; Rô 1:18; 2:5-9). Ta không thể mong đợi một Đức Chúa Trời như thế chấp nhận hoặc giao thông trừ phi sự chuộc tội được thực hiện và bởi vì ngay cả trong những hành động tốt đẹp nhất của chúng ta cũng chứa đựng tội lỗi, nên bất cứ điều gì chúng ta làm với hy vọng sửa chữa lại cũng chỉ có thể làm tăng tội hay thậm chí làm cho tình huống trở nên xấu hơn mà thôi. Điều này cho thấy một sự rồ dại tai hại khi tìm cách thiết lập sự công chính của riêng mình trước mặt Chúa (Gióp 15:14-16; Rô 10:2-3); chỉ đơn giản là điều đó không thể nào thực hiện được.

Nhưng trước tình cảnh vô vọng này của con người, Kinh Thánh công bố tình yêu, ân điển, lòng thương xót, nhân từ của Đức Chúa Trời, Đấng Tạo Hóa bị xúc phạm, trong việc chính Ngài đã chu cấp sự đền tội mà tội lỗi của chúng ta đòi hỏi. Ân điển tuyệt vời này là trọng tâm của niềm tin, hy vọng, sự thờ phượng, đạo đức và nếp sống thuộc linh của Tân Ước; từ Ma-thi-ơ đến Khải Huyền nó chiếu rọi vinh hiển ngoạn mục.

Khi Đức Chúa Trời đem Y-sơ-ra-ên ra khỏi Ai Cập, Ngài đã lập nên một hệ thống sinh tế mà trọng tâm của nó là việc đổ huyết và dâng huyết của những con sinh không tì vết "để đền tội cho các ngươi" như là một phần của mối quan hệ giao ước (Lê 17:11). Những sinh tế này *mang tính hình bóng* (nghĩa là, chúng là hình bóng chỉ về một điều khác). Mặc dù tội lỗi thật ra "vẫn... chưa bị hình phạt" (Rô 3:25) khi các con sinh này được trung tín dâng lên, nhưng điều thật sự xóa bỏ tội lỗi không phải là huyết của con thú (Hê 10:11) mà là huyết của *nguyên mẫu*, Con vô tội của Đức Chúa Trời, Chúa Giê-xu Christ, Đấng mà sự chết trên thập tự giá của Ngài chuộc mọi tội lỗi đã được tha thứ trước sự kiện thập tự giá cũng như những tội lỗi đã phạm phải sau đó (Rô 3:25-26; 4:3-8; Hê 9:11-15).

Những phần Kinh Thánh Tân Ước nói về huyết của Chúa Giê-xu thường mang tính chất sinh tế (ví dụ Rô 3:25; 5:9; Êph 1:7; Khải 1:5). Là một sinh tế hoàn hảo cho tội lỗi (Rô 8:3; Êph 5:2; 1 Phi 1:18-19), sự chết của Chúa Giê-xu là sự cứu chuộc cho chúng ta (nghĩa là chúng ta được cứu nhờ được chuộc: trả một cái giá để giải phóng chúng ta khỏi ngục tù của tội lỗi, khỏi chỗ làm nô lệ cho tội lỗi và khỏi cơn thịnh nộ hầu đến; Rô 3:24; Ga 4:4-5; Côl 1:14). Sự chết của Đấng Christ là hành động Đức Chúa Trời hòa giải chúng ta với chính Ngài, đánh bại sự thù địch của Ngài với chúng ta do tội lỗi chúng ta gây ra (Rô 5:10; 2 Cô 5:18-19; Côl 1:20-22).

Thập tự giá làm nguôi cơn giận của Đức Chúa Trời (nghĩa là dập tắt cơn thịnh nộ của Ngài đối với chúng ta bằng cách chuộc tội lỗi của chúng ta, qua đó cất chúng đi khỏi tầm mắt Ngài). Những phân đoạn Kinh Thánh then chốt ở đây là Rô-ma 3:25; Hê-bơ-rơ 2:17; 1 Giăng 2:2 và 4:10; trong mỗi câu từ ngữ Hy Lạp đều diễn đạt sự làm cho nguôi giận một cách rõ ràng. Thập tự giá chứa đựng tác động làm cho nguôi giận bởi vì trong sự chịu khổ, Đấng Christ mang lấy danh tính của chúng ta và chịu đựng sự đoán phạt đáng dành cho chúng ta ("sự rủa sả của luật pháp", Gal 3;133) thay cho chúng ta, thế chỗ cho chúng ta, với một bản ghi chú những sự vi phạm của chúng ta bị Đức Chúa Trời đóng lên thập tự giá của Ngài như là tổng hợp tất cả những tội mà vì đó Ngài đang phải chết (Côl 2:14; xem thêm Mat 27:37; Ê-sai 53:4-6; Lu-ca 22:37).

Sự chết chuộc tội của Đấng Christ chứng thực sự mở màn của giao ước mới, trong đó cánh cửa đến với Đức Chúa Trời dưới bất cứ hoàn cảnh nào cũng đều được bảo đảm bởi sinh tế duy nhất của Đấng Christ, là sinh tế khỏa lấp tất cả mọi vi phạm (Mat 26:27-28; 1 Cô 11;25; Hê 9:15; 10:12-18). Những ai bởi đức tin nơi Đấng Christ nhận được "sự giảng hòa" (Rô 5:11) "trong Ngài... thì trở nên sự công chính của Đức Chúa Trời" (2 Cô 5:21). Nói cách khác, họ được xưng công chính và được nhận lấy địa vị làm con nuôi trong nhà Đức Chúa Trời (Ga 4:5). Từ đó trở đi, họ sống dưới sự điều khiển đầy cảm hứng là tình yêu của Đấng Christ dành cho họ, là tình yêu được bày tỏ và đo lường bằng thập tự giá ấy (2 Cô 5:14).

Sự Chuộc Tội Có Hạn Định

Chúa Giê-Xu Chết Vì Những Người Được Chọn Của Đức Chúa Trời

Ta là người chăn nhân lành. Ta biết chiên Ta, và chiên Ta biết Ta;
cũng như Cha biết Ta, và Ta biết Cha vậy.
Ta vì bầy chiên mà hi sinh mạng sống mình.
Giăng 10:14, 15

Sự chuộc tội có hạn định, đôi khi được gọi là "sự chuộc tội thực tiễn", "sự chuộc tội có hiệu lực" và "sự chuộc tội giới hạn" là một giáo lý Cải Chính lịch sử về ý định của Ba Ngôi Đức Chúa Trời qua sự chết của Chúa Giê-xu Christ. Dù không nghi ngờ gì về giá trị vô hạn của sự hy sinh của Chúa Giê-xu hay tính chân thật của lời mời gọi "hễ ai" của Đức Chúa Trời dành cho tất cả những ai nghe Phúc Âm (Khải 22:17), nhưng giáo lý này cho rằng sự chết của Đấng Christ thật sự cất bỏ tội lỗi của tất cả những kẻ được chọn của Đức Chúa Trời và đảm bảo rằng họ sẽ đến với đức tin thông qua sự tái sinh và được gìn giữ trong đức tin để nhận lấy vinh hiển, rằng đây là điều được định để đạt được. Từ việc có hạn định và hiệu lực này dẫn tới tính giới hạn của nó: về phương diện hiệu lực thì Đấng Christ không chết cho mọi người. Bằng chứng cho điều đó, theo như Kinh Thánh và kinh nghiệm cùng kết hợp dạy chúng ta, là không phải tất cả mọi người đều được cứu.

Những chọn lựa thay thế khả thi là: (a) thuyết cứu rỗi phổ quát thực tiễn, cho rằng sự chết của Đấng Christ đảm bảo sự cứu rỗi cho cả loài người, trong quá khứ, hiện tại và tương lai, hoặc (b) thuyết cứu rỗi phổ quát giả thuyết, cho rằng sự chết của Đấng Christ đem lại sự cứu rỗi cho mọi người nhưng trên thực tế thì chỉ dành cho những ai chịu đáp ứng bằng đức tin và sự ăn năn mà sự cứu rỗi đó không đảm bảo. Vì thế, các chọn lựa là: sự chuộc tội không giới hạn về hiệu lực nhưng giới hạn về phạm vi (chủ nghĩa phân lập Cải Chính), sự chuộc tội không giới hạn về phạm vi nhưng giới hạn về hiệu lực (thuyết cứu rỗi phổ quát giả thuyết), hay sự chuộc tội không giới hạn về hiệu lực và không giới hạn về phạm vi (thuyết cứu rỗi phổ quát thực tiễn). Kinh Thánh phải là người dẫn đường trong việc chọn lựa giữa những khả năng này.

Kinh Thánh nói Đức Chúa Trời đã chọn cứu rỗi một số lượng lớn loài người và đã sai Đấng Christ vào thế gian để cứu vớt họ (Giăng 6:37-40; 10:27-29; 11:51-52; Rô 8:28-39; Êph 1:3-14; 1 Phi 1:20). Người ta thường nói rằng Đấng Christ đã chết cho một nhóm người cụ thể, với hàm ý rõ ràng là sự chết của Ngài đảm bảo sự cứu rỗi cho họ (Giăng 10:15-18, 27-29; Rô 5:8-10; 8:32; Gal 2:20; 3:13-14; 4:4-5; 1 Giăng 4:9-10; Khải 1:4-6; 5:9-10). Đối diện với sự khổ nạn của mình, Ngài chỉ cầu nguyện cho những người mà Cha đã ban cho Ngài, không phải cho "thế gian" (nghĩa là toàn thể nhân loại, Giăng 17:9, 20). Ta có thể nào hiểu được chuyện Ngài không cầu nguyện cho bất cứ ai mà Ngài định chết cho không? Sự cứu chuộc hạn định là quan điểm duy nhất trong ba quan điểm hòa hợp với dữ kiện này.

Không có một sự bất nhất hay thiếu mạch lạc nào trong sự dạy dỗ của Tân Ước một mặt là về lời hứa hẹn của Đấng Christ qua Phúc Âm mà Cơ Đốc nhân được bảo phải tỏ ra ở khắp mọi nơi, và mặt khác là việc trên thập tự giá Đấng Christ giành được cứu rỗi hiệu lực hoàn toàn cho những người Đức Chúa Trời chọn lựa. Lẽ thật chắc chắn đó là tất cả những ai đến với Đấng Christ bằng đức tin sẽ tìm được sự thương xót (Giăng 6:35; 47-51; 54-57; Rô 1:16; 10:8-13). Người được chọn nghe được lời hứa hẹn của Đấng Christ và qua việc nghe, họ thật sự được Đức Thánh Linh kêu gọi. Cả lời mời gọi và sự kêu gọi có hiệu lực đều bắt nguồn từ sự chết của Đấng Christ để mang lấy tội lỗi. Những người chối từ lời mời gọi của Đấng Christ làm vậy bởi ý chí tự do của cá nhân họ (nghĩa là bởi vì họ chọn làm như vậy; Mat 22:1-7; Giăng 3:18), nên sự hư mất cuối cùng của họ là bởi lỗi của chính họ. Những người đón nhận Đấng Christ học cách cảm tạ Ngài vì thập tự giá là vấn đề trọng tâm trong kế hoạch ban ân điển cứu rỗi tể trị của Đức Chúa Trời.

Phần Ba
Đức Chúa Trời Được Mạc Khải Là Chúa Của Ân Điển

Thần Yên Ủi

Đức Thánh Linh Săn Sóc Tín Đồ

Khi Thần Chân lý đến, Ngài sẽ dẫn các con vào mọi chân lý;
vì Ngài không tự mình nói, nhưng sẽ nói những gì mình nghe,
và công bố cho các con những gì sẽ đến. Ngài sẽ tôn vinh Ta,
vì Ngài sẽ lấy những gì thuộc về Ta mà công bố cho các con.
Giăng 16:13-14

Trước khi chịu thương khó, Ngài hứa rằng Cha và Ngài sẽ ban xuống cho các môn đồ "một Đấng Yên Ủi khác" (Giăng 14:16, 26; 15:26; 16:7). Đấng Yên Ủi hay Thần Yên Ủi, bắt nguồn từ từ liệu *parakletos* trong tiếng Hy Lạp (có nghĩa là người cung cấp sự trợ giúp) là người giúp đỡ, cố vấn, thêm sức, khích lệ, là đồng minh và là người biện hộ. *Khác* chỉ việc Chúa Giê-xu là Đấng Yên Ủi đầu tiên và đang hứa ban một Đấng thay thế để sau khi Ngài đi thì Đấng ấy sẽ tiếp tục việc dạy dỗ và làm chứng mà Ngài đã khởi sự (Giăng 16:6-7).

Chức vụ của Đấng Yên Ủi, theo đúng bản chất của nó, là chức vụ cá nhân và mang tính chất của mối liên hệ, hàm chứa sự trọn vẹn về thân vị của Đấng thực hiện chức vụ ấy. Mặc dù Cựu Ước nói nhiều về hoạt động của Đức Thánh Linh trong sự tạo dựng (ví dụ, Sáng 1:2; Thi 33:6), sự khải thị (ví dụ, Ê-sai 61:1-6; Mic 3:8), sự thêm năng lực để phục vụ (ví dụ, Xuất 31:2-6; Quan 6:34; 15:14-15; Ê-sai 11:2) và sự đổi mới bên trong (ví dụ Thi 51:10-12; Êxê 36:25-27), nhưng Cựu Ước không nói rõ rằng Đức Thánh Linh là một ngôi riêng biệt của Thiên Chúa. Tuy nhiên, trong Tân Ước, thì rõ ràng Thánh Linh là một thân vị riêng biệt so với Cha và Con. Điều này không chỉ rõ ràng ở lời Chúa Giê-xu hứa ban "một Đấng Yên Ủi khác" mà còn ở việc bên cạnh những công tác khác, thì Đức Thánh Linh còn phán bảo (Công 1:16; 8:29; 10:19; 11:12; 13:2; 28:25), dạy dỗ (Giăng 14:26); làm chứng (Giăng 15:26); tìm kiếm (1 Cô 2:11), quyết định (1 Cô 12:11), cầu thay (Rô 8:26-27), bị nói dối (Công 5:3) và là Đấng biết đau lòng (Êph 4:30). Người ta chỉ nói những điều như thế về những hữu thể có thân vị mà thôi.

Thần tính của Đức Thánh Linh xuất hiện qua lời tuyên bố rằng nói dối Đức Thánh Linh là nói dối Đức Chúa Trời (Công 5:3-4), và qua việc nối kết Thánh Linh với Cha và Con trong lời chúc phước (2 Cô 13:14; Khải 1:4-6) và qua công thức báp-têm (Mat 28:19). Thánh Linh được gọi là "bảy linh" trong Khải Huyền 1:4; 3:1; 4:5; 5:6 có vẻ như một phần là bởi vì *bảy* là con số chỉ sự toàn hảo của Chúa và một phần bởi vì Thánh Linh hành động trong sự đầy trọn của Ngài.

Rồi Thánh Linh là "Đấng" chứ không phải là "nó", và cùng với Cha và Con, Ngài phải được vâng phục, yêu thương và tôn thờ.

Chức vụ trọng tâm của Thần Yên Ủi là làm chứng về Chúa Giê-xu Christ, tôn vinh Ngài bằng cách cho các môn đồ thấy Ngài là ai và Ngài đã làm gì (Giăng 16:7-15) và giúp các môn đồ nhận biết trong Ngài họ là ai (Rô 8:15-17; Ga 4:6). Đức Thánh Linh soi dẫn chúng ta (Êph 1:17-18), tái sinh chúng ta (Giăng 3:5-8), dẫn chúng ta vào sự thánh khiết (Rô 8:14; Ga 5:16-18), biến đổi chúng ta (2 Cô 3:18; Ga 5:22-23), ban cho chúng ta sự đảm bảo (Rô 8:16) và những ân tứ để chúng ta phục vụ (1 Cô 12:4-11). Tất cả những việc Chúa làm trong chúng ta, đụng chạm lòng chúng ta, tâm tính, hành vi của chúng ta đều được thực hiện bởi Thánh Linh, mặc dù các khía cạnh của nó đôi khi được quy về cho Cha và Con, mà Thánh Linh là Đấng thi hành những chỉ đạo của Cha.

Chức vụ yên ủi chính thức của Đức Thánh Linh bắt đầu vào sáng ngày lễ Ngũ Tuần, sau sự kiện Chúa Giê-xu thăng thiên (Công 2:1-4). Giăng Báp-tít đã tiên báo rằng Chúa Giê-xu sẽ làm báp-têm bằng Thánh Linh (Mác 1:8; Giăng 1:33), theo lời hứa trong Cựu Ước về việc tuôn đổ Thánh Linh Đức Chúa Trời vào những ngày sau cuối (Giô-ên 2:28-32; xem thêm Giê 31:31-34), và Chúa Giê-xu đã lặp lại lời hứa ấy (Công 1:4-5). Tầm quan trọng của buổi sáng Ngũ Tuần bao gồm hai mặt: Nó đánh dấu khởi đầu của kỷ nguyên cuối cùng trong lịch sử thế giới trước khi Đấng Christ trở lại, và khi so sánh với kỷ nguyên Cựu Ước, nó đánh dấu sự đề cao chức vụ của Thánh Linh và kinh nghiệm sống cho Chúa.

Trước Lễ Ngũ Tuần, các môn đồ của Chúa Giê-xu rõ ràng đã trở thành những tín hữu được sinh bởi Thánh Linh, vì thế báp-têm bằng Thánh Linh của họ là điều mang năng quyền đến trên đời sống và công tác của họ

(Công 1:8), không phải là khởi đầu cho kinh nghiệm thuộc linh. Tuy nhiên đối với tất cả những ai đến với đức tin kể từ buổi sáng Ngũ Tuần ấy, bắt đầu bằng chính những người quy đạo tại lễ Ngũ Tuần, thì việc nhận lãnh Thánh Linh trong đầy đủ phước hạnh của giao ước mới đã trở thành một khía cạnh của sự quy đạo và tái sinh của họ (Công 2:37; Rô 8:9; 1 Cô 12:13). Mọi năng lực để phục vụ xuất hiện sau đó trong đời sống của một Cơ Đốc nhân phải được xem là tuôn đổ từ phép báp-têm bằng Thánh Linh ban đầu này, là phép báp-têm hiệp nhất tội nhân với Đấng Christ phục sinh.

Sự Cứu Rỗi

Chúa Giê-Xu Giải Cứu Người
Thuộc Về Ngài Khỏi Tội Lỗi

Chẳng có sự cứu rỗi trong đấng nào khác, vì ở dưới trời chẳng có
danh nào khác ban cho loài người, để chúng ta nhờ đó mà được cứu.
Công Vụ Các Sứ Đồ 4:12

Chủ đề trọng tâm của Phúc Âm Cơ Đốc là sự cứu rỗi. *Sự cứu rỗi* là từ gợi tả với rất nhiều ứng dụng, diễn đạt ý niệm về sự giải cứu khỏi hiểm nguy và đau khổ để bước vào trạng thái an toàn. Phúc Âm công bố rằng Đức Chúa Trời cứu chuộc Y-sơ-ra-ên khỏi Ai Cập, Giô-na khỏi bụng con cá, tác giả thi thiên khỏi sự chết và các anh lính khỏi bị chết đuối (Xuất 15:2; Giô-na 2:9; Thi 116:6; Công 27:31), cứu tất cả những ai tin cậy nơi Đấng Christ khỏi tội lỗi và hậu quả của tội lỗi.

Những sự giải cứu trên đất này hoàn toàn là việc Đức Chúa Trời làm, chứ không phải là trường hợp con người tự cứu mình với sự trợ giúp của Chúa thế nào, thì việc cứu rỗi khỏi tội lỗi và sự chết cũng thế. "Vì nhờ ân điển, bởi đức tin mà anh em được cứu, điều nầy không đến từ anh em mà [hoặc đức tin hoặc cả đức tin và sự cứu rỗi] là tặng phẩm của Đức Chúa Trời" (Êph 2:8). "Sự cứu đến từ Đức Giê-hô-va" (Giô-na 2:9).

Tín hữu được cứu khỏi điều gì? Từ địa vị trước đây của họ là ở dưới cơn thịnh nộ của Đức Chúa Trời, dưới sự cai trị của tội lỗi và năng quyền của sự chết (Rô 1:18; 3:9; 5:21); từ tình trạng tự nhiên của họ là bị thế gian, xác thịt và ma quỷ làm chủ (Giăng 8:23-24; Rô 8:7-8; 1 Giăng 5:19); từ nỗi sợ mà đời sống tội lỗi sản sinh ra (Rô 8:15; 2 Ti 1:7; Hê 2:14-15) và từ nhiều thói quen gian ác vốn là một phần của đời sống ấy (Êph 4:17-24; 1 Tê 4:3-8; Tít 2:11-3:6).

Tín hữu được cứu khỏi những điều này bằng cách nào? Nhờ Đấng Christ và qua Đấng Christ. Cha quan tâm đến chuyện tôn ngợi Con chẳng khác nào Ngài quan tâm đến chuyện giải cứu người hư mất (Giăng 5:19-23; Phi 2:9-11; Côl 1:15-18; Hê 1:4-14), và cũng đúng khi nói rằng những kẻ được chọn được định cho Đấng Christ – Con Yêu Dấu – chẳng khác nào nói rằng Đấng Christ được định cho những kẻ yêu dấu được chọn (Mat 3:17; 17:5; Côl 1:13; 3:12; 1 Phi 1:20; 1 Giăng 4:9-10).

Sự cứu rỗi của chúng ta bao hàm trước nhất là Đấng Christ chết vì chúng ta, thứ nhì là Đấng Christ sống trong chúng ta (Giăng 15:4; 17:26; Côl 1:27) và chúng ta sống trong Đấng Christ, được liên hiệp với Ngài trong sự chết và sự sống lại (Rô 6:3-10; Côl 2:12, 20; 3:1). Sự liên hiệp sống còn này, về phía Chúa được duy trì bởi Thánh Linh và về phía chúng ta là được duy trì bởi đức tin, và là sự liên hiệp được thiết lập trong và qua sự tái sinh của chúng ta, bao hàm sự hiệp nhất mang tính giao ước theo nghĩa là sự lựa chọn đời đời của chúng ta trong Đấng Christ (Êph 1:4-6). Chúa Giê-xu được định trước là Đấng làm đầu đại diện cho chúng ta và Đấng mang lấy tội lỗi thay cho chúng ta (1 Phi 1:18-20; xem thêm Mat 1:21), và chúng ta được chọn để được kêu gọi một cách hiệu quả, được biến đổi theo hình ảnh của Ngài và được làm cho vinh hiển bởi năng quyền Thánh Linh Ngài (Rô 8:11, 29-30).

Tín hữu được cứu khỏi tội lỗi và sự chết, nhưng tín hữu được cứu để làm gì? Để sống trong tình yêu của Đức Chúa Trời trong đời này và cõi đời đời – Cha, Con và Thánh Linh – và sống yêu người lân cận mình. Nguồn cội của lòng yêu mến Chúa là sự nhận biết tình yêu cứu chuộc của Đức Chúa Trời dành cho chúng ta, và bằng chứng của lòng yêu mến Chúa là tình yêu thương tha nhân (1 Giăng 4:19-21). Mục đích của Chúa, ngay hiện thời và trong tương lai, là tiếp tục bày tỏ tình yêu của Ngài thông qua Đấng Christ đến cho chúng ta, và mục tiêu của chúng ta phải là tiếp tục bày tỏ tình yêu của chúng ta dành cho Ba Ngôi Đức Chúa Trời duy nhất bằng sự thờ phượng và phục vụ qua Đấng Christ. Cuộc đời yêu thương và thờ phượng là niềm hy vọng vinh hiển của chúng ta, là sự cứu rỗi của chúng ta hiện thời và là niềm vui thỏa của chúng ta mãi mãi.

Sự Chọn Lựa

Đức Chúa Trời Chọn Những Người Thuộc Về Ngài

Vì Ngài phán với Môi-se: "Ta sẽ nhân từ với người nào Ta muốn nhân từ, Ta sẽ thương xót người nào Ta muốn thương xót." Vậy điều đó không tùy thuộc vào ước muốn hay sự bôn ba của con người, mà bởi sự thương xót của Đức Chúa Trời.

Rô-ma 9:15-16

Động từ *chọn lựa* có nghĩa là "tuyển chọn, chọn ra". Giáo lý về sự lựa chọn của Kinh Thánh cho rằng trước khi sáng tạo thế gian, do nhìn thấy trước sự sa ngã, Đức Chúa Trời đã chọn từ giữa loài người những người mà Ngài sẽ chuộc mua, kéo đến tin nhận, xưng công chính và làm cho vinh hiển trong và qua Chúa Giê-xu Christ (Rô 8:28-39; Êph 1:3-14; 2 Tê 2:13-14; 2 Ti 1:9-10). Sự chọn lựa của Chúa này là một biểu hiện của ân điển rộng rời và tể trị, bởi vì nó không giới hạn và vô điều kiện, không phải nỗ lực có được bởi bất cứ điều gì trong những người là chủ thể của nó. Đức Chúa Trời không mắc nợ lòng thương xót nào với tội nhân cả, mà chỉ sự đoán phạt mà thôi; vì thế, khi Ngài chọn cứu bất cứ ai trong chúng ta, đó là một sự kỳ diệu và là đề tài cho sự ngợi khen không dứt và càng hơn gấp bội khi sự chọn lựa ấy bao hàm việc ban Con của Ngài để chịu khổ như là người mang lấy tội lỗi vì những người được chọn lựa (Rô 8:32).

Giáo lý chọn lựa, giống như mọi lẽ thật về Chúa, chứa đựng sự huyền nhiệm và đôi khi khuấy động tranh cãi. Nhưng trong Kinh Thánh, nó là một giáo lý mang tính mục vụ, được đem vào để giúp Cơ Đốc nhân thấy ân điển cứu chuộc họ lớn lao dường bao, và để khiến họ đáp ứng bằng sự khiêm nhường, tin quyết, vui mừng, ngợi ca, trung tín, thánh khiết. Nó là bí mật gia đình của con cái Đức Chúa Trời. Chúng ta không biết Ngài đã chọn ai giữa vòng những người chưa tin, cũng không biết tại sao chọn chúng ta lại là niềm vui thỏa tốt lành của Ngài. Điều chúng ta biết, trước nhất, đó là nếu chúng ta không được chọn để sống thì chúng ta hiện thời không phải là người tin Chúa đâu (bởi vì chỉ những người được chọn mới bước đến tin nhận Chúa), và thứ hai, chúng ta biết rằng là những tín hữu được chọn, chúng ta có thể tin cậy Chúa sẽ làm trọn trong chúng ta việc tốt lành mà

Ngài đã bắt đầu (1 Cô 1:8-9; Phi 1:6; 1 Tê 5:23-24; 2 Ti 1:12; 4:18). Vì thế, biết về sự chọn lựa của một người sẽ mang đến sự an ủi và vui mừng.

Phi-e-rơ nói với chúng ta rằng chúng ta cần phải "cố gắng hơn nữa để xác định sự kêu gọi và sự chọn lựa của mình" (2 Phi 1:10) – nghĩa là biết chắc về điều đó. Ta có thể biết được sự chọn lựa nhờ kết quả của nó. Phao-lô biết người Tê-sa-lô-ni-ca được chọn nhờ vào đức tin, niềm hy vọng và tình yêu, sự biến đổi bên trong và bên ngoài của đời sống họ mà Phúc Âm mang đến (1 Tê 1:3-6). Những phẩm chất mà Phi-e-rơ cổ vũ những độc giả của mình xuất hiện trong đời sống chúng ta càng nhiều (nhân từ, hiểu biết, tiết độ, kiên trì, tin kính, yêu thương anh em, lòng yêu mến: 2 Phi 1:5-7), thì sự chọn lựa mà chúng ta có được càng trở nên chắc chắn.

Trên một phương diện, những người được chọn là quà tặng của Đức Chúa Trời dành cho Con (Giăng 6:39; 10:29; 17:2, 24). Chúa Giê-xu làm chứng rằng Ngài đến trong thế gian đặc biệt để cứu họ (Giăng 6:37-40; 10:14-16; 26-29; 15:16; 17:6-26; Êph 5:25-27), và bất cứ ký thuật nào về sứ mạng của Ngài đều phải nhấn mạnh điều này.

Bị đày xuống địa ngục là cách gọi quyết định đời đời của Chúa liên hệ đến những tội nhân mà Ngài không chọn để nhận sự sống. Quyết định của Ngài về thực chất là một quyết định không phải để thay đổi họ, vì người được chọn được định để được biến đổi, nhưng là để bỏ mặc họ trong tội lỗi như lòng họ muốn làm, và cuối cùng là đoán phạt họ như họ đáng nhận vì những gì họ đã làm. Khi trong những tình huống cụ thể Đức Chúa Trời phó họ cho tội lỗi của mình (nghĩa là, cất đi những thứ giới hạn sự bất tuân mà lòng họ mong muốn), điều này tự thân nó đã là khởi đầu của sự đoán phạt. Nó được gọi là "sự làm cho cứng lòng" (Rô 9:18; 11:25; xem thêm Thi 81:12; Rô 1:24, 26, 28), và nó không tránh khỏi dẫn tới tội lỗi lớn hơn.

Bị đày xuống địa ngục là một lẽ thật đúng theo Kinh Thánh (Rô 9:14-24; 1 Phi 2:8), nhưng không phải là một lẽ thật trực tiếp ảnh hưởng đến hành vi của người Cơ Đốc. Những người bị đày xuống địa ngục không có gương mặt nào cả, vì thế chúng ta đừng cố gắng nhận diện họ. Thay vào đó, chúng ta cần sống trong ánh sáng của sự đảm bảo rằng bất cứ ai cũng có thể được cứu nếu người ấy ăn năn và đặt lòng tin nơi Đấng Christ.

Chúng ta cần xem mọi người chúng ta gặp là người có khả năng nằm trong số những người được chọn.

Sự Kêu Gọi Hiệu Nghiệm

Đức Chúa Trời Kéo Những Người Thuộc Về Ngài Đến Với Ngài

Thưa anh em là những người yêu dấu của Chúa, chúng tôi buộc phải uôn luôn cảm tạ Đức Chúa Trời về anh em, vì từ ban đầu Ngài đã chọn để ban sự cứu rỗi cho anh em, qua sự thánh hóa bởi Thánh Linh và lòng tin vào chân lý. Cũng vì thế, Ngài đã dùng Tin Lành của chúng tôi kêu gọi anh em, để anh em được hưởng vinh quang của Chúa chúng ta là Đức Chúa Giê-xu Christ.

2 Tê-sa-lô-ni-ca 2:13-14

Sự kêu gọi hiệu nghiệm - cụm từ tiếng Anh ở thế kỷ mười sáu (effectual calling) - trở thành tựa đề của chương X Bản tuyên xưng đức tin Westminster 1647. Chương này bắt đầu như sau:

Trong tất cả những kẻ được Đức Chúa Trời tiền định cho sự sống, và chỉ những người ấy mà thôi, thì vào thời điểm đã định và thích hợp, Ngài lấy làm vui lòng dùng Lời và Thánh Linh Ngài để kêu gọi họ cách hiệu nghiệm ra khỏi tình trạng tội lỗi và sự chết mà họ đang sống do bản chất của mình, để hưởng ân sủng và sự cứu rỗi, nhờ Chúa Giê-xu Christ; soi sáng tâm trí về mặt thuộc linh cho được cứu để hiểu những điều thuộc về Đức Chúa Trời, cất lòng bằng đá, ban cho họ lòng bằng thịt, làm mới lại ý chí và do quyền năng mạnh mẽ, quyết định cho họ điều tốt đẹp, kéo họ về với Chúa Giê-xu Christ một cách hiệu quả: dầu vậy, khi họ tự do đến, thì chính ân sủng thúc đẩy họ làm như vậy.

Điều đang được nói ở đây là thực tại nhiều mặt của sự cải đạo Cơ Đốc, bao hàm sự soi sáng, tái sinh, tin nhận và ăn năn. Nó đang được phân tích như một công tác tể trị của Đức Chúa Trời, được thi thố "một cách hiệu nghiệm" (nghĩa là một cách hiệu quả) bởi năng quyền của Đức Thánh Linh. Khái niệm này tương ứng với cách Phao-lô sử dụng động từ *kêu gọi* (có nghĩa là "đến với đức tin") và *được kêu gọi* (có nghĩa là "cải đạo") trong Rô-ma 1:6; 8:28, 30; 9:24; 1 Cô-rinh-tô 1:24; 7:18, 21; Ga 1:15; Êph 4:1, 4; và 2 Tê 2:14, và đối lập với ý niệm về lời mời gọi bên ngoài và không hiệu nghiệm, như ở Ma-thi-ơ 22:14.

Nguyên tội khiến mọi người đều sẽ chết mất trước mặt (không đáp ứng với) Đức Chúa Trời, nhưng trong sự kêu gọi hiệu nghiệm, Đức Chúa Trời hồi sinh kẻ chết. Lời kêu gọi bên ngoài của Chúa đến với đức tin trong Đấng Christ được truyền đạt thông qua việc đọc, giảng và giải thích nội dung của Kinh Thánh thế nào, thì Đức Thánh Linh soi dẫn và làm mới lại lòng của tội nhân được chọn để họ hiểu Phúc Âm, xem Phúc Âm là lẽ thật từ Chúa, và Đức Chúa Trời qua Đấng Christ trở thành đối tượng của sự khao khát và yêu mến của họ thế ấy. Giờ đây được tái sinh và qua việc sử dụng ý chí tự do có thể chọn Đức Chúa Trời và điều thiện, họ quay lưng khỏi nếp sống cũ để tiếp nhận Chúa Giê-xu Christ làm Chúa và Đấng Cứu Thế và bắt đầu đời sống mới với Ngài.

Sự Soi Sáng

Đức Thánh Linh Ban Sự Hiểu Biết Thuộc Linh

Người không có Thánh Linh không nhận được những điều từ Thánh Linh
của Đức Chúa Trời, bởi người ấy xem những điều nầy là điên rồ và
không thể hiểu được, vì phải được phán đoán cách thuộc linh.
1 Cô-rinh-tô 2:14

Sự hiểu biết về những điều thiêng liêng mà các Cơ Đốc nhân được kêu gọi không chỉ là một sự quen thuộc về mặt hình thức với những lời lẽ của Kinh Thánh và các ý niệm Cơ Đốc giáo. Đó là sự nhận biết thực tại và sự phù hợp của những hoạt động của Đức Chúa Trời Ba Ngôi với những gì Kinh thánh làm chứng. Không ai tự nhiên có được nhận thức như thế, dù họ có thể quen thuộc với các ý niệm Cơ Đốc (như "một người không có Thánh Linh" trong 1 Cô-rinh-tô 2:14 là người không thể tiếp nhận những gì Cơ Đốc nhân nói với người ấy, hay những kẻ mù dẫn đường kẻ mù mà Chúa Giê-xu nói đến trong Mat 15;14, hay giống như chính Phao-lô trước khi Đấng Christ gặp gỡ ông trên đường Đa-mách). Chỉ Đức Thánh Linh, Đấng tìm kiếm những điều sâu nhiệm về Đức Chúa Trời (1 Cô 2:10), mới có thể đem đến nhận thức này trong tâm trí và tấm lòng bị tội lỗi làm cho tăm tối của chúng ta. Đó là lý do vì sao nó được gọi là "sự hiểu biết thuộc linh" (*thuộc linh* có nghĩa là "được Thánh Linh ban cho", Côl 1:9; xem thêm Lu-ca 24:25; 1 Giăng 5:20). Những ai, cùng với sự chỉ dẫn đúng đắn bằng lời, "được xức dầu bởi Đấng Thánh" thì "đều có sự hiểu biết" (1 Giăng 2:20).

Công tác truyền đạt sự hiểu biết này của Đức Thánh Linh được gọi là "soi dẫn", hay soi sáng. Nó không phải là việc ban một khải thị mới, nhưng là một công việc bên trong chúng ta, giúp chúng ta nắm bắt và yêu mến sự khải thị đã có trước mặt chúng ta trong bản văn Kinh Thánh khi được nghe hay được đọc, và được giải thích bởi những người dạy đạo và các tác giả Cơ Đốc. Tội lỗi trong hệ thống tư tưởng và đạo đức che mờ tâm trí và ý chí của chúng ta để rồi chúng ta bỏ qua hay chống lại sức mạnh của Kinh Thánh. Dường như với chúng ta, Đức Chúa Trời xa xôi đến độ không có thật, và khi đối diện với lẽ thật về Chúa, chúng ta nghểnh ngãng và thờ ơ. Tuy nhiên, Thánh Linh tháo mở, phơi bày tâm trí của chúng ta và bắt sóng với lòng chúng ta để chúng ta hiểu được (Êph 1:17-18; 3:18-19; 2 Cô 3:14-16; 4:6). Bởi sự soi dẫn, Ngài cung cấp lẽ thật Kinh Thánh cho chúng ta thế nào, thì giờ đây bởi sự soi dẫn Ngài giải nghĩa nó cho chúng ta hiểu thể ấy. Vì thế, soi dẫn là áp dụng lẽ thật của Đức Chúa Trời đã được khải thị cho lòng chúng ta, để rồi chúng ta nắm bắt những gì bản văn thiêng liêng của Kinh Thánh trình bày một cách rất thật cho chính mình.

Sự soi dẫn, vốn là chức vụ suốt đời mà Thánh Linh thực hiện đối với Cơ Đốc nhân, bắt đầu từ trước khi quy đạo với việc ngày càng nắm bắt được lẽ thật về Chúa Giê-xu và một sự cảm nhận ngày càng tăng của việc được lẽ thật ấy đo lường và phơi bày. Chúa Giê-xu nói rằng Thánh Linh sẽ "cáo trách thế gian" về tội lỗi vì không tin vào Ngài, về việc Ngài ngồi bên hữu Đức Chúa Cha (như việc Ngài được nghênh đón trở lại thiên đàng đã minh chứng), và về thực tại của sự đoán phạt cả trong hiện tại và tương lai (Giăng 16:8-11). Nhận thức ba mặt này vẫn là phương tiện của Chúa để làm cho tội lỗi trở nên ghê tởm và Đấng Christ là đáng chuộng trong mắt những người trước đây yêu mến tội lỗi và chẳng màng gì đến Đấng Cứu Thế.

Cách để hoàn toàn được ích lợi từ chức vụ soi dẫn của Thánh Linh là qua việc nghiêm túc học Kinh Thánh, nghiêm túc cầu nguyện và nghiêm túc đáp ứng bằng sự thuận phục trước bất cứ lẽ thật nào mà một người được tỏ cho biết. Điều này phù hợp với lời bình của Luther đó là ba điều tạo nên một nhà thần học: *oratio* (cầu nguyện), *meditation* (suy ngẫm về bản văn trước sự hiện diện của Chúa), và *tentatio* (thử thách, tranh chiến để trung thành với Kinh Thánh khi đối diện với áp lực xem thường những gì Kinh Thánh phán dạy).

Tái Sinh

Cơ Đốc Nhân Được Sinh Lại

Đức Chúa Giê-xu đáp: "Thật, Ta bảo thật ngươi, nếu một người không được sinh lại, thì không thể thấy vương quốc Đức Chúa Trời.

Giăng 3:3

Tái sinh là một khái niệm của Tân Ước có vẻ như xuất phát từ một cụm từ mang tính hình ảnh và ngụ ngôn mà Chúa Giê-xu sử dụng để cho Ni-cô-đem thấy tính chất nội tâm và chiều sâu của sự thay đổi mà ngay cả những người Do Thái sùng đạo cũng phải trải qua nếu họ muốn thấy và bước vào nước Trời, qua đó có được sự sống đời đời (Giăng 3:3-15). Chúa Giê-xu phác họa sự thay đổi đó là sự "tái sinh".

Đây là khái niệm nói về việc Đức Chúa Trời đổi mới tấm lòng, cốt lõi của một con người, bằng cách cấy vào một nguyên tắc mới với khao khát, mục đích và hành động, một trạng thái tâm tính được thể hiện qua đáp ứng tích cực với Phúc Âm và Đấng Christ. Cụm từ "sinh ra bởi nước và sinh ra bởi Thánh Linh" của Chúa Giê-xu (Giăng 3:5) đưa chúng ta trở lại với Ê-xê-chi-ên 36:25-27, ở đó Đức Chúa Trời được mô tả là thanh tẩy con người, theo nghĩa biểu tượng, từ chỗ bị vấy bẩn bởi tội lỗi (nhờ nước) và ban một "tấm lòng mới" bằng cách đặt Thánh Linh Ngài vào trong lòng họ. Bởi điều này quá rõ ràng, nên Chúa Giê-xu khiển trách Ni-cô-đem, "bậc thầy của Y-sơ-ra-ên", vì không hiểu được sự tái sinh diễn ra như thế nào (Giăng 3:9-10). Ý của Chúa Giê-xu từ đầu đến cuối đó là nếu không được tái sinh thì sẽ không có sự thực hành đức tin nơi chính Ngài là Đấng Cứu Thế siêu nhiên, không có sự ăn năn, và không có chuyện môn đồ hóa thật sự.

Ở những chỗ khác, Giăng dạy rằng niềm tin vào sự nhập thể và sự chết đền tội, bằng đức tin và tình yêu, sự thánh khiết và công chính, là trái và là bằng chứng cho thấy một người đã được sinh bởi Đức Chúa Trời (1 Giăng 2;29; 3:9; 4:7; 5:1, 4). Vì thế, không có sự quy đạo nếu không có sự tái sinh thể nào, thì cũng không có sự tái sinh nếu không có sự quy đạo thể ấy.

Mặc dù sinh em bé là một thực tế vì Chúa định như thế (Lu 1:15; 41-44), nhưng ở đây bối cảnh sinh ra lại liên hệ đến sự kêu gọi hiệu nghiệm –

nghĩa là, kết quả của việc đối diện trực diện với Phúc Âm và sự soi sáng để hiểu biết lẽ thật và tầm quan trọng của Phúc Âm như một sứ điệp từ Chúa cho một người chứ không phải ai sinh ra trên đời cũng đều được tái sinh cả. Tái sinh luôn là yếu tố quyết định trong sự kêu gọi hiệu nghiệm.

Tái sinh mang tính duy thần tái sinh thuyết: nghĩa là, hoàn toàn là công tác của Thánh Linh Đức Chúa Trời. Nó khiến cho người được chọn giữa vòng những người chết về thuộc linh sống đời sống mới trong Đấng Christ (Êph 2:1-10). Tái sinh là bước chuyển tiếp từ chết thuộc linh sang sống thuộc linh, và việc tin vào Chúa cách có ý thức, chủ đích và tích cực là hoa trái trực tiếp mà nó sản sinh ra, không phải nguyên nhân trực tiếp. Tái sinh là công tác mà Augustine gọi là ân điển "hộ phòng", tức ân điển đi trước khi ta hướng lòng mình về Đức Chúa Trời.

Việc Lành

Việc Lành Là Biểu Hiện Của Đức Tin

Anh em thấy đó, người ta được xưng công chính bởi hành động chứ không chỉ bởi đức tin mà thôi.

Gia-cơ 2:24

Trong Tân Ước, đức tin (sự phó thác đầy tin tưởng hay lòng tin tưởng phó thác, dựa trên lời chứng nhận được từ Đức Chúa Trời) là tối quan trọng, bởi vì nó là phương tiện hay là căn nguyên của sự cứu rỗi. Chính bởi đức tin mà Cơ Đốc nhân được xưng công bình trước mặt Chúa (Rô 3:26; 4:1-5; Ga 2:16), được sống động (nghĩa đen là "bước đi", 2 Cô 5:7) và duy trì niềm hy vọng của mình (Hê 10:35-12:3).

Đức tin, xét về khía cạnh chủ động, không thể được định nghĩa là tư duy tự tin và lạc quan, theo thuật ngữ thụ động, là tính chính thống hay sự tin quyết mặc nhiên vào Đức Chúa Trời mà không cam kết gì với Ngài cả. Đức tin là một đáp ứng hướng về đối tượng, được tạo nên bởi đối tượng được tín thác, tức là chính Đức Chúa Trời, lời hứa của Chúa và Chúa Giê-xu Christ, tất cả như được trình bày trong Kinh Thánh. Và đức tin là một đáp ứng trọn tâm hồn, bao gồm lý trí, tình cảm, ý chí và lòng yêu mến. Thần học Cải chính ngày xưa phân tích đức tin là *notitia* ("hiểu biết", nghĩa là quen thuộc với nội dung của Phúc Âm), cộng với *ascensus* ("đồng ý", nghĩa là nhận thức rằng Phúc Âm là thật), cộng với *fiducia* ("tín thác và nương cậy", nghĩa là một sự lệ thuộc cá nhân với lòng biết ơn vào ân điển của Cha, Con và Thánh Linh để được cứu, với việc dừng lại tất cả các nỗ lực để tự cứu lấy mình bằng việc thiết lập sự công chính của riêng mình: Rô 4:5; 10:3). Nếu không có *fiducia* thì không có đức tin, nhưng không có *notitia* và *assensus* thì cũng không có *fiducia* (Rô 10:14).

Món quà đức tin Đức Chúa Trời ban cho là kết quả của sự soi dẫn bởi Thánh Linh, và nó thường chứa đựng trong đó một mức độ đảm bảo có ý thức nào đó thông qua lời chứng của Đức Thánh Linh (Rô 8:15-17). Calvin định nghĩa đức tin là "sự hiểu biết đảm bảo và chắc chắn về ân huệ mà Chúa dành cho chúng ta, căn cứ trên lẽ thật về lời hứa hào phóng trong

Đấng Christ, và được tỏ ra cho tâm trí chúng ta và được Thánh Linh ấn chứng trong lòng chúng ta."

Xưng công bình bởi việc làm (những điều chúng ta làm) là dị giáo của chủ nghĩa duy luật. Sự xưng công bình, như Luther khẳng định, là bởi đức tin mà thôi ("đức tin chứ không phải bởi việc làm theo luật pháp", Rô 3:28), bởi vì sự xưng công bình là bởi Đấng Christ và chỉ bởi Đấng Christ mà thôi, và lệ thuộc vào bản tính của Ngài, không lệ thuộc gì vào chuyện chúng ta là ai. Nhưng nếu "việc lành" (các hành động phục vụ Chúa và người khác) không theo sau lời tuyên xưng đức tin, thì chúng ta chỉ đang tin bằng cái đầu chứ không phải từ tấm lòng: nói cách khác, chúng ta chưa có đức tin được xưng công bình (*fiducia*). Sự thật là, mặc dù chúng ta được xưng công bình bởi đức tin mà thôi, nhưng đức tin xưng công bình thì không bao giờ đơn độc. Nó sản sinh ra nhiều bông trái đạo đức; nó biểu lộ "qua tình yêu" (Ga 5:6); nó biến đổi lối sống của con người; nó sản sinh ra đức hạnh. Điều này không chỉ bởi vì Chúa đòi hỏi sự thánh khiết, mà còn bởi vì tấm lòng tái sinh, mà *fiducia* là một biểu hiện của nó, khao khát sự thánh khiết và chỉ có thể tìm được sự thỏa lòng trọn vẹn trong việc đeo đuổi sự thánh khiết mà thôi.

Khi Gia-cơ nói rằng đức tin không có việc làm là chết (nghĩa là xác chết), ông sử dụng từ *đức tin* theo nghĩa giới hạn là *notitia* cộng với *assensus*, chính là cách mà những người ông viết thư cho đang sử dụng. Khi ông nói rằng một người được xưng công bình bởi những gì người đó làm, không phải bởi đức tin mà thôi, ý ông khi nói từ "được xưng công bình" là "được chứng minh là chân thật; được minh oan khỏi sự nghi ngờ là giả hình hoặc lừa lọc." Gia-cơ muốn nói rằng tính chính thống về giáo lý mà thôi chẳng cứu được ai (Gia 2:14-26). Phao-lô sẽ đồng ý và toàn bộ thư tín cho thấy ông đồng ý với Phao-lô rằng đức tin phải thay đổi cuộc đời một người. Phao-lô phản đối ý niệm sự cứu rỗi là bởi việc làm; Gia-cơ phản đối sự cứu rỗi có được là nhờ đức tin chết.

Mặc dù việc làm của người tín hữu không mang lại sự cứu rỗi và luôn chứa đựng bên trong điều gì đó bất toàn (Rô 7:13-20; Gal 5:17), nhưng với đặc điểm là biểu hiện của tình yêu và sự trung thành bắt nguồn từ đức tin, việc làm là cơ sở qua đó Đức Chúa Trời hứa ban phần thưởng trên thiên đàng (Phi 3:12-14; 2 Ti 4:7-8). Vì thế, như Augustine ghi nhận, việc Chúa ban thưởng theo việc làm của chúng ta là sự ban thưởng đầy ân sủng những tặng phẩm đầy ân điển của Ngài.

Ăn Năn

Cơ Đốc Nhân Thay Đổi Triệt Để

...tôi rao giảng cho những người ở Đa-mách, kế đến tại Giê-ru-sa-lem
và cả miền Giu-đê, rồi đến các dân ngoại rằng phải ăn năn
và quay về với Đức Chúa Trời, làm công việc xứng đáng với sự ăn năn.
Công Vụ Các Sứ Đồ 26:20

Từ ăn năn trong Tân Ước có nghĩa là thay đổi quyết định để quan điểm, giá trị, mục tiêu và phương cách của người ấy được thay đổi và cả cuộc đời của người ấy sống khác đi. Sự thay đổi này là triệt để, cả trong lẫn ngoài; tâm trí và khả năng phán đoán, ý chí và tình cảm, hành vi và lối sống, động cơ và mục đích đều bao hàm trong đó. Ăn năn có nghĩa là bắt đầu sống một cuộc sống mới.

Lời kêu gọi ăn năn là lời mời gọi đầu tiên và căn bản trong sự giảng dạy của Giăng Báp-tít (Mat 3:2), của Chúa Giê-xu (Mat 4:17), của mười hai sứ đồ (Mác 6:12), của Phi-e-ơ tại Lễ Ngũ Tuần (Công 2:38), của Phao-lô dành cho dân ngoại (Công 17:30; 26:20), và của Đấng Christ được vinh hiển đối với năm trong số bảy hội thánh tại vùng A-si (Khải 2:5, 16, 22; 3:3, 19). Nó là một phần trong tóm lược về Phúc Âm của Chúa Giê-xu cần phải được mang đến cho thế giới (Lu 24:47). Nó khớp với những lời mời gọi không ngớt của các tiên tri Cựu Ước dành cho Y-sơ-ra-ên là hãy trở lại với Chúa là Đấng mà họ đã từ bỏ (ví dụ Giê 23:22; 25:4-5; Xa 1:3-6). Ăn năn luôn được trình bày như là con đường dẫn tới sự tha thứ tội lỗi và phục hồi ân huệ của Đức Chúa Trời, không chịu ăn năn là con đường dẫn đến sự hủy diệt (ví dụ Lu 13:1-8).

Ăn năn là kết quả của đức tin, mà tự bản thân nó đã là kết quả của sự tái sinh. Nhưng trong thực tế đời sống, ăn năn không thể tách rời khỏi đức tin, là một khía cạnh tiêu cực (đức tin là khía cạnh tích cực) của việc đến với Chúa là Chúa và Đấng Cứu Thế. Ý niệm cho rằng có thể có đức tin cứu rỗi mà không cần ăn năn, rằng một người có thể được xưng công bình bởi việc nhận Đấng Christ làm Đấng Cứu Thế nhưng không chấp nhận Ngài là Chúa là sự lừa dối tai hại. Đức tin thật nhận biết Đấng Christ đúng với con người thật của Ngài, vị Vua được Đức Chúa Trời chỉ định cũng như vị tế lễ được Đức Chúa Trời ban cho, và đặt lòng tin thật sự vào Ngài là Cứu Chúa, sẽ thể hiện qua việc vâng phục Ngài vì Ngài là Chúa nữa. Khước từ điều này là tìm kiếm sự xưng công bình qua một đức tin không cần sự ăn năn, mà như thế thì không phải là đức tin gì cả.

Về sự ăn năn, Bản tuyên xưng Westminster có nói:

Nhờ nhìn thấy và cảm nhận được không chỉ mối nguy, mà còn là sự ô uế và ghê tởm của tội lỗi mình vốn đi ngược lại bản chất thánh khiết và công bình của luật pháp Đức Chúa Trời; và dựa vào sự hiểu biết về lòng thương xót của Đấng Christ đối với chính mình cùng những kẻ biết sám hối, mà tội nhân mới buồn rầu và ghét tội lỗi mình, để từ bỏ tất cả mà quay về với Đức Chúa Trời, quyết định và cố gắng bước đi với Ngài trong mọi đường lối của điều răn Ngài (XV.2).

Lời phát biểu này nhấn mạnh sự thật đó là sự ăn năn không trọn vẹn, đôi khi được gọi là "sự sám hối" (hối hận, tự trách mình và buồn rầu về tội lỗi xuất phát từ việc sợ bị hình phạt mà không có bất cứ ước muốn hay quyết tâm từ bỏ tội lỗi nào) là không đủ. Ăn năn thật là "hối lỗi", như tấm gương của Đa-vít trong Thi 51. Trọng tâm của ăn năn thật là nghiêm túc quyết tâm không phạm tội nữa nhưng sống một cuộc đời thể hiện sự ăn năn một cách đầy trọn và chân thành (Lu 3:8; Công 26:20). Ăn năn về bất cứ điều ác nào có nghĩa là đi hướng ngược lại, thực hành những mỹ đức trái ngược với điều ác ấy.

Sự Xưng Công Bình

Sự Cứu Rỗi Nhờ Ân Điển Bởi Đức Tin

Thật rõ ràng rằng không một ai nhờ luật pháp mà được xưng công chính trước mặt Đức Chúa Trời cả, vì "người công chính sẽ sống bởi đức tin."
Ga-la-ti 3:11

Giáo lý về sự xưng công bình, tâm bão của cuộc Cải Chánh, là mối quan tâm chính của sứ đồ Phao-lô. Đối với ông, nó là trái tim của Phúc Âm (Rô 1:17; 3:21-5:21; Ga 2:15-5:1) định hình cả sứ điệp của ông (Công 13:38-39) lẫn lòng tận hiến và đời sống thuộc linh của ông (2 Cô 5:13-21; Phi 3:4-14). Mặc dù về mặt bản chất, các tác giả Tân Ước khác cũng xác nhận giáo lý đó, nhưng các thuật ngữ mà người Tin Lành công nhận và bảo vệ trong suốt năm thế kỷ qua chủ yếu đến từ Phao-lô.

Sự xưng công bình là hành động pháp lý ấy là Đức Chúa Trời tha tội cho tội nhân (những người bất kính và gian ác, Rô 4:5; 3:9-24), công nhận họ là công chính, vì thế mãi mãi giải hòa mối quan hệ trước đây vốn xa cách giữa họ với Ngài. Bản án vô tội này là món quà công chính của Đức Chúa Trời (Rô 5:15-17), là việc ban cho một địa vị được chấp nhận nhờ Chúa Giê-xu (2 Cô 5:21).

Cách xưng công bình của Chúa có vẻ rất lạ, vì công bố kẻ có tội là vô tội có vẻ như là hành động hoàn toàn không công bằng của một thẩm phán và luật của Chúa ngăn cấm điều này (Phục 25:1; Châm 17:15). Thế nhưng, thực chất đó là một cách đánh giá công bằng, bởi vì nền tảng của nó là sự công chính của Chúa Giê-xu Christ - Đấng trong tư cách "A-đam cuối cùng" (1 Cô 15:45), Đấng làm đầu đại diện hành động thay cho chúng ta, vâng phục luật pháp trói buộc chúng ta và chịu hình phạt cho sự vô luật mà đáng lẽ chúng ta phải chịu, qua đó (sử dụng thuật ngữ chuyên môn thời Trung Cổ) "ban tặng" sự xưng công chính cho chúng ta. Vì thế, chúng ta được xưng công bình một cách công bằng, dựa trên công lý đã được thực hiện (Rô 3:25-26) và sự công chính của Đấng Christ được coi là thuộc về chúng ta (Rô 5:18-19).

Quyết định xưng công chính của Đức Chúa Trời là sự đoán xét vào Ngày Cuối Cùng, tuyên bố chúng ta sẽ trải qua cõi đời đời ở đâu, được mang vào trong hiện tại và được tuyên bố ngay trong hiện tại. Đó là sự đoán xét cuối cùng cho số phận của chúng ta; Đức Chúa Trời sẽ không bao giờ quay lại chuyện đó nữa, dù Sa-tan có chống lại phán quyết của Đức Chúa Trời thế nào đi nữa (Xa 3:1; Khải 12:10; Rô 8:33-34). Được xưng công bình là sự đảm bảo đời đời (Rô 5:1-5; 8:30).

Phương tiện thiết yếu của sự xưng công bình là đức tin cá nhân đặt nơi Chúa Giê-xu Christ - Đấng Cứu Thế đã bị đóng đinh và sống lại (Rô 4:23-25; 10:8-13). Nền tảng cho sự xưng công bình của chúng ta hoàn toàn ở nơi Đấng Christ. Khi bằng đức tin chúng ta dâng chính mình hoàn toàn cho Đấng Christ, Ngài sẽ ban cho chúng ta món quà là sự công chính của Ngài, để rồi trong chính hành động "đến gần với Đấng Christ", như những người dạy dỗ của phái Cải Chánh xưa vẫn thường nói, chúng ta sẽ nhận được sự tha thứ của Chúa và được Ngài chấp nhận, hai điều mà chúng ta không thể nào có được nếu không làm thế (Ga 2:15-16; 3:24).

Thần học Công giáo La Mã chính thống bao hàm sự thánh hóa trong định nghĩa của sự xưng công chính. Công giáo La Mã xem sự xưng công chính là một tiến trình thay vì là một sự kiện mang tính quyết định, và xác nhận rằng đức tin đóng góp vào trong việc chúng ta được Đức Chúa Trời đón nhận, nhưng việc làm của chúng ta cũng đóng góp vào đó nữa. Công Giáo xem rửa tội, được xem là ống dẫn của ân điển thánh hóa, là nguyên cớ chính mang tính phương tiện của sự xưng công bình, và thánh lễ sám hối, qua đó công đức thích hợp có được thông qua việc lành, là căn nguyên bổ sung mang tính phục hồi ở những nơi ơn tiếp nhận ban đầu của Chúa bị mất đi do tội trọng. Công đức thích hợp, khác với công đức thích đáng, có nghĩa là công đức hợp lẽ, mặc dù không hoàn toàn là cần thiết, để Chúa ban thưởng thông qua một sự tuôn chảy tươi mới dòng ân sủng thánh hóa. Vì thế, theo quan điểm của Công Giáo La Mã, tín hữu tự cứu mình với sự trợ giúp của ân điển tuôn chảy từ Đấng Christ thông qua hệ thống thánh lễ của hội thánh và trong đời này không có một sự tin tưởng vào ân điển của Chúa nào thường thấy mà có được. Sự dạy dỗ như thế khác xa sự dạy dỗ của Phao-lô.

Sự Nhận Làm Con Nuôi

Đức Chúa Trời Làm Cho Người Thuộc Về Ngài Trở Thành Con Cái Ngài

Nhưng khi kỳ hạn đã được trọn, Đức Chúa Trời sai Con Ngài đến,
do một người nữ sinh ra, sinh ra dưới luật pháp...
nhờ đó chúng ta được nhận làm con nuôi của Ngài.
Ga-la-ti 4:4-5

Phao-lô dạy rằng tặng phẩm của sự xưng công bình (nghĩa là được Đức Chúa Trời trong tư cách Đấng Đoán Xét thế gian chấp nhận) đi kèm với địa vị làm con vì được nhận làm con nuôi (nghĩa là mãi mãi được gần gũi với Đức Chua Trời trong tư cách Cha Thiên Thượng, Ga 3:26; 4:4-7). Trong thế giới thời Phao-lô, người ta thường nhận nuôi những người nam trẻ tuổi trưởng thành có đạo đức để trở thành người thừa kế và duy trì thanh danh cho gia tộc của người giàu không con cái. Tuy nhiên, Phao-lô tuyên bố Chúa nhân từ nhận những người không có đạo đức gì cả làm "người kế tự của Đức Chúa Trời và người đồng kế tự với Đấng Christ" (Rô 8:17).

Xưng công chính là phước lành căn bản, là nền tảng cho việc nhận làm con nuôi; nhận làm con là phước lành tột đỉnh mà sự xưng công bình dọn đường cho. Địa vị làm con nuôi thuộc về tất cả những ai tiếp nhận Đấng Christ (Giăng 1:12). Địa vị làm con nuôi của tín hữu đồng nghĩa với việc trong và qua Đấng Christ, Đức Chúa Trời yêu thương họ như Ngài yêu thương Con Độc Sinh của mình và sẽ chia sẻ với họ tất cả vinh hiển hiện thuộc về Đấng Christ (Rô 8:17, 38-39). Ngay hiện nay, tín hữu ở dưới sự chăm sóc và kỷ luật của Cha Thiên Thượng (Mat 6:26; Hê 12:5-11) và được hướng dẫn, đặc biệt bởi Chúa Giê-xu, để sống cả cuộc đời dưới ánh sáng của sự hiểu biết rằng Đức Chúa Trời là Cha trên trời của họ. Họ phải cầu nguyện với Ngài như thế (Mat 6:5-13), bắt chước Ngài như thế (Mat 5:44-48; 6:12, 14-15; 18:21-35; Êph 4:32-5:2) và tin cậy Ngài như thế (Mat 6:25-34), qua đó thể hiện bản năng của người con mà Đức Thánh Linh đã trồng trong họ (Rô 8:15-17; Ga 4:6).

Nhận làm con và tái sinh đồng hành với nhau trong như hai khía cạnh của sự cứu rỗi mà Đấng Christ mang đến (Giăng 1:12-13), nhưng chúng cần phải tách bạch với nhau. Nhận làm con là sự trao tặng một mối quan hệ, trong khi tái sinh là sự biến đổi bản chất đạo đức của chúng ta. Thế nhưng sự liên kết giữa chúng thì rõ ràng; Đức Chúa Trời muốn con cái Ngài, người mà Ngài yêu, mang lấy tâm tính của Ngài và hành động theo đó.

Sự Nên Thánh

Cơ Đốc Nhân Lớn Lên Trong Ân Điển

Anh em không biết rằng những kẻ không công chính sẽ chẳng được
thừa hưởng vương quốc Đức Chúa Trời sao?... Trước đây anh em
có đôi người như vậy. Nhưng trong danh Chúa là Đức Chúa Giê-xu Christ
và trong Thánh Linh của Đức Chúa Trời chúng ta, anh em đã được
thanh tẩy, được thánh hóa và được xưng công chính.
1 Cô-rinh-tô 6:9-11

Bản Tuyên xưng đức tin Rút gọn Westminster nói rằng, nên thánh là "công tác của ân điển rộng rời, bởi đó chúng ta được đổi mới trở nên con người trọn vẹn theo hình ảnh của Đức Chúa Trời và được thêm sức ngày càng nhiều hơn để chết đi tội lỗi và sống trong sự công bình." Khái niệm này không có nghĩa là tội lỗi hoàn toàn được xóa bỏ (nói thế là nói quá), cũng không có nghĩa là tội lỗi không còn tác động gì nữa (nói thế là đánh giá quá thấp), nhưng đây là khái niệm về sự thay đổi tâm tính được Chúa mài giũa giải phóng chúng ta khỏi những thói quen tội lỗi và hình thành trong chúng ta những ước muốn, tâm tính và đức hạnh giống Đấng Christ.

Nên thánh là sự biến đổi tiếp diễn bên trong một sự thánh hóa được duy trì (maintained consecration), và nó sản sinh ra sự công chính thật trong khuôn khổ sự thánh khiết về mối liên hệ. Thánh hóa về mối liên hệ, trạng thái được biệt riêng hoàn toàn cho Đức Chúa Trời, bắt nguồn từ thập tự giá, nơi Đức Chúa Trời qua Đấng Christ chuộc mua và tuyên bố chúng ta thuộc về chính Ngài (Công 20:28; 26:18; Hê 10:10). Sự cải thiện về đạo đức, ở đó chúng ta ngày càng được biến cải từ con người mà chúng ta từng sống, bắt nguồn từ trung gian là Đức Thánh Linh ngự trong chúng ta (Rô 8:13; 12:1-2; 1 Cô 6:11, 19-20; 2 Cô 3:18; Êph 4:22-24; 1 Tê 5:23; 2 Tê 2:13; Hê 13:20-21). Đức Chúa Trời kêu gọi con cái Ngài đến sự thánh hóa và nhân từ ban cho những gì mà Ngài đòi hỏi (1 Tê 4:4; 5:23).

Tái sinh là sinh ra; thánh hóa là lớn lên. Trong sự tái sinh, Đức Chúa Trời trồng những ước muốn trước đây không có vào trong chúng ta: sự khao khát Đức Chúa Trời, khao khát thánh khiết và khao khát tôn vinh danh Chúa trong thế giới này; khao khát cầu nguyện, thờ phượng, yêu thương, phục vụ, tôn kính và làm vui lòng Đức Chúa Trời; khao khát bày tỏ tình yêu và mang ích lợi đến cho người khác. Trong sự thánh hóa, Đức Thánh Linh "hành động trong anh em vừa muốn vừa làm" theo mục đích của Đức Chúa Trời; điều Ngài làm là thúc đẩy bạn "làm nên sự cứu chuộc mình" (nghĩa là thể hiện nó bằng hành động) bằng cách làm trọn những ước muốn mới mẻ này (Phil 2:12-13). Cơ Đốc nhân ngày càng trở nên giống Chúa vì hình ảnh đạo đức của Chúa Giê-xu ("trái Thánh Linh") được thành hình ngày càng rõ nét hơn trong họ (2Cô 3:18; Ga 4:19; 5:22-25). Cách Phao-lô sử dụng từ *vinh hiển* trong 2 Cô-rinh-tô 3:18 cho thấy đối với ông, nên thánh về tâm tính là bắt đầu tiến trình được làm cho vinh hiển. Sau đó, sự biến đổi về thể chất cho chúng ta một thân thể giống thân thể của Đấng Christ, là thân thể phù hợp với tâm tính được biến đổi hoàn toàn của chúng ta và là phương tiện toàn hảo để thể hiện điều đó, sẽ là sự vinh hiển được hoàn tất (Phi 3:20-21; 1 Cô 15:49-53).

Tái sinh là hành động hồi sinh tạm thời người chết tâm linh theo thuyết duy thần tái sinh. Theo đó, đây là công việc của một mình Đức Chúa Trời mà thôi. Tuy nhiên, trên một phương diện nào đó, nên thánh mang tính hiệp tác hay đồng tác – nó là một tiến trình cộng tác tiếp diễn mà trong đó người được tái sinh, sống cho Chúa và được giải phóng khỏi sự cai trị của tội lỗi (Rô 6:11; 14-18), được yêu cầu phải nỗ lực trong sự thuận phục liên tục. Phương cách nên thánh của Đức Chúa Trời không phải là chủ nghĩa hoạt động (hoạt động tự lực, nỗ lực bản thân) cũng không phải là sự thờ ơ (sự lệ thuộc vào Chúa một cách thụ động), nhưng là nỗ lực lệ thuộc vào Đức Chúa Trời (2 Cô 7:1; Phil 3:10-14; Hê 12:14). Vì biết rằng nếu không có sự thêm sức của Chúa thì chúng ta không thể làm điều chúng ta cần làm , nói theo nghĩa đạo đức, và rằng Ngài sẵn sàng thêm sức cho chúng ta trong tất cả những gì chúng ta phải làm (Phil 4:13), chúng ta "cứ" (vẫn, tiếp tục) ở trong Đấng Christ, thường xuyên xin Ngài vùa giúp – và chúng ta nhận lãnh sự giúp đỡ của Ngài (Cô 1:11; 1 Ti 1:12; 2 Ti 1:7; 2:1).

Tiêu chuẩn mà công tác thánh hóa những người thánh của Đức Chúa Trời hướng đến là luật đạo đức đã được khải thị của Chúa, như được chính Chúa Giê-xu giải thích và làm gương. Tình yêu, sự khiêm nhường, kiên nhẫn của Đấng Christ khi chịu áp lực phải được bắt chước theo một cách có ý thức (Êph 5:2; Phi 2:5-11; 1 Phi 2:21), vì tinh thần và thái độ giống Chúa là một phần ý nghĩa của việc làm theo luật pháp.

Tín hữu thấy bên trong mình có những ước muốn trái ngược nhau. Thánh Linh duy trì những ước muốn và mục đích của con người đã được tái sinh; còn bản năng sa ngã, bản năng của A-đam trong họ ("xác thịt"), dù đã bị hạ bệ, vẫn chưa bị tiêu diệt hoàn toàn, thường xuyên làm họ xao lãng trong việc làm theo ý muốn của Chúa và cám dỗ họ theo con đường dẫn đến sự chết (Ga 5:16-17; Gia 1:14-15). Để làm rõ mối quan hệ giữa luật pháp và tội lỗi, Phao-lô phân tích một cách cá nhân và kịch tính ý nghĩa của sự bất lực đối với việc hoàn toàn tuân thủ luật pháp, và sự cầm tù trước những hành vi mà một người kinh ghét, mà sự căng thẳng giữa Thánh Linh-xác thịt sản sinh ra (Rô 7:14-25). Mối xung đột và nản lòng này sẽ đi với Cơ Đốc nhân chừng nào họ còn trong thân xác. Thế nhưng, bằng cách cẩn trọng và cầu nguyện trước những cám dỗ đó, và nuôi dưỡng những đức hạnh trái ngược, họ có thể nhờ Thánh Linh "hạ bệ" những thói quen xấu cụ thể và theo nghĩa đó ngày càng chết về tội lỗi (Rô 8:13; Côl 3:5). Họ sẽ kinh nghiệm nhiều sự giải cứu và chiến thắng cụ thể trong trận chiến không dứt với tội lỗi, trong khi không bao giờ bị phải đối diện với cám dỗ không thể nào chống lại nổi (1 Cô 10:13).

Sự Tự Do

Cứu Rỗi Mang Đến Tự Do

Đấng Christ đã giải phóng để chúng ta được tự do.
Vậy hãy đứng vững, đừng đặt mình dưới ách nô lệ một lần nữa.
Ga-la-ti 5:1

Tân Ước xem sự cứu rỗi trong Đấng Christ là sự giải phóng và nếp sống Cơ Đốc là đời sống được giải phóng – Đấng Christ đã giải phóng chúng ta để hưởng tự do (Ga 5:1; Giăng 8:32, 36). Hành động giải phóng của Đấng Christ không chỉ là vấn đề cải thiện về kinh tế-chính trị-xã hội, như đôi lúc người ta nghĩ về nó ngày nay, nhưng liên hệ đến ba điểm sau:

Thứ nhất, Cơ Đốc nhân đã được giải phóng khỏi luật pháp là hệ thống cứu rỗi. Được xưng công chính bởi đức tin nơi Chúa, họ không còn ở dưới luật pháp của Chúa nữa, nhưng dưới ân điển của Ngài (Rô 3:19; 6:14-15; Ga 3:23-25). Điều này có nghĩa là địa vị của họ trước mặt Chúa (sự "hòa thuận" và được "bước vào trong ân điển" của Rô 5:1-2) nằm hoàn toàn ở việc qua Đấng Christ họ đã được chấp nhận và được nhận làm con. Nó không, và sẽ không bao giờ, lệ thuộc vào việc họ làm, nó sẽ không bao giờ bị đe dọa bởi điều họ không làm được. Họ sống, và chừng nào họ còn tồn tại trên trái đất này thì họ sẽ sống không phải bởi sự toàn hảo nhưng bởi được tha thứ.

Tất cả các tôn giáo tự nhiên đều bị vô hiệu hóa, vì bản chất tự nhiên của con người sa ngã, như được thể hiện trong mọi hình thức tôn giáo mà thế giới từng nghĩ ra, đều cho rằng người ta có được và giữ được một mối quan hệ đúng đắn với thực tại tối thượng (dù được xem là một Đức Chúa Trời cá nhân hay theo những cách khác) bằng những kỷ luật vâng giữ luật pháp, bằng nghi lễ đúng đắn và sự khổ hạnh. Đây là cách những tôn giáo thế giới quy định về việc thiết lập sự công chính của con người – chính là điều mà Phao-lô thấy những người Do Thái vô tín đang cố gắng để làm (Rô 10:3). Kinh nghiệm của Phao-lô đã dạy ông rằng đây là một nỗ lực vô vọng. Không một sự thể hiện tốt lành nào của con người đủ tốt, bởi vì bên cạnh việc thiếu đi những ước muốn đúng đắn, luôn có những ước muốn sai trái trong lòng người bất chấp điệu bộ bên ngoài của người đó có đúng đắn thế nào đi nữa (Rô 7:7-11; xem thêm Phi 3:6), mà Chúa thì trước hết nhìn xem lòng người.

Tất cả những gì mà luật pháp có thể làm là gợi lên, phơi bày và lên án tội lỗi vốn ngấm vào những lớp son đạo đức của chúng ta, và làm cho chúng ta ý thức về thực chất, về chiều sâu, về tính chất tội lỗi của nó (Rô 3:19; 1 Cô 15:56; Ga 3:10). Vì thế, sự vô ích của việc xem luật pháp là giao ước việc làm, tìm kiếm sự công chính bằng luật pháp, trở nên rõ ràng (Ga 3:10-12; 4:21-31), giống như sự khốn khổ khi không biết phải làm gì cả vậy. Đấng Christ đã giải phóng chúng ta ra khỏi ngục tù của luật pháp.

Thứ nhì, Cơ Đốc nhân được trả tự do khỏi sự cai trị của tội lỗi (Giăng 8:34-36; Rô 6:14-23). Họ đã được tái sinh một cách siêu nhiên và được làm cho sống lại cho Chúa thông qua sự liên hiệp với Đấng Christ qua sự chết và đời sống phục sinh (Rô 6:3-11), và điều này có nghĩa là ước muốn sâu kín nhất của lòng họ bây giờ là phục vụ Chúa bằng cách thực hành sự công chính (Rô 6:18, 22). Sự cai trị của tội lỗi bao hàm không chỉ là những hành động bất tuân thường trực mà còn cả sự thường xuyên thiếu hụt lòng nhiệt thành giữ luật pháp, đôi lúc trở thành sự oán giận hay thù ghét đối với luật pháp. Tuy nhiên, giờ đây được thay đổi trong tấm lòng, được thúc đẩy bởi lòng biết ơn vì được chấp nhận thông qua ân điển miễn phí và được thêm năng lực bởi Đức Thánh Linh, họ "phục vụ theo cách mới của Thánh Linh, chứ không theo cách cũ của văn tự nữa" (Rô 7:6). Điều này có nghĩa là những nỗ lực vâng phục của họ giờ đây đầy vui mừng và được hòa hợp theo cách trước đây chưa bao giờ có được. Tội lỗi không cai trị họ nữa. Theo đó, họ đã được giải phóng khỏi gông cùm.

Thứ ba, Cơ Đốc nhân được giải phóng khỏi sự mê tín xem vật chất và niềm vui thể xác là gian ác từ trong bản chất. Chống lại ý tưởng này, Phao-lô cho rằng Cơ Đốc nhân được tự do vui hưởng tất cả những thứ được tạo nên và những thú vui mà họ yêu thích như những tặng phẩm tốt lành từ Chúa (1 Ti 4:1-5), với điều kiện là chúng ta không vi phạm luật đạo đức trong sự vui hưởng của mình cũng không ngăn trở sự lành mạnh về thuộc linh của chính mình hoặc của người khác (1 Cô 6:12-13; 8:7-13). Các nhà Cải Chính làm mới lại điểm nhấn này nhằm chống lại những hình thức khác nhau của chủ nghĩa duy luật thời Trung Cổ.

Chủ Nghĩa Duy Luật

Nỗ Lực Để Nhận Được Ân Huệ Của Chúa
Là Tước Bỏ Ân Huệ Đó

...Vậy, hãy làm theo và tuân giữ những gì họ bảo các ngươi;
nhưng đừng bắt chước những gì họ làm, vì họ chỉ nói mà không làm.
Họ buộc và chất những gánh nặng khó mang trên vai người ta,
còn chính họ thì chẳng động ngón tay vào.
Họ làm việc gì cũng cốt để cho người ta thấy...
Ma-thi-ơ 23:3-5

Tân Ước xem sự thuận phục của tín hữu là "việc lành". Cơ Đốc nhân phải "giàu có trong việc lành" (1 Ti 6:18; xem thêm Mat 5:16; Êph 2:10; 2 Ti 3:17; Tít 2:7, 14; 3:8, 14). Việc lành là việc được thực hiện (a) theo tiêu chuẩn đúng đắn (ý muốn được khải thị của Đức Chúa Trời, tức là luật đạo đức của Ngài); (b) xuất phát từ động cơ đúng đắn (tình yêu dành cho Chúa và cho người khác là đặc điểm của tấm lòng đã được tái sinh); (c) với một mục đích đúng đắn (làm vui lòng và làm vinh hiển Đức Chúa Trời, tôn kính Đấng Christ, thúc đẩy nước Trời tấn tới và mang ích lợi đến cho người lân cận mình).

Chủ nghĩa duy luật (hay chủ nghĩa câu nệ luật pháp) bóp méo sự vâng phục, và nó không bao giờ có thể sản sinh ra việc lành thật sự. Sai lầm đầu tiên của nó đó là nó xuyên tạc động cơ và mục tiêu, xem việc lành là những phương cách cần thiết để có được ân huệ của Đức Chúa Trời nhiều hơn điều mà người đó có được tại thời điểm đó. Sai lầm thứ hai của nó là sự ngờ nghệch, không biết. Niềm tin rằng nỗ lực của con người có thể giúp người ấy có được ân huệ của Chúa sẽ sản sinh ra sự khinh thường những người không nỗ lực theo cách đó. Sai lầm thứ ba của nó đó là sự thiếu yêu thương ở chỗ mục tiêu tự hoàn thiện mình của nó vắt cạn đi sự tử tế khiêm nhu và lòng yêu thương chân thật.

Trong Tân Ước, chúng ta gặp cả chủ nghĩa duy luật kiểu Pha-ri-si và chủ nghĩa duy luật kiểu Do Thái giáo. Người Pha-ri-si nghĩ rằng địa vị làm con cái Áp-ra-ham của họ làm Chúa vui lòng về họ, rằng việc họ giữ luật mỗi ngày theo kiểu nghi thức, đến từng chi tiết nhỏ nhất, làm cho Chúa thật sự đẹp lòng. Người theo Do Thái giáo lại xem việc truyền giảng cho người ngoại bang là một hình thức bội đạo đối với Do Thái giáo; họ tin rằng người ngoại bang tin theo Đấng Christ phải tiếp tục trở thành người Do Thái bằng cách cắt bì và giữ lịch lễ hội cũng như luật nghi lễ, và nhờ đó người ấy ngày càng được Đức Chúa Trời sủng ái. Chúa Giê-xu tấn công người Pha-ri-si, còn Phao-lô lại tấn công vào người Do Thái theo chủ nghĩa duy luật.

Người Pha-ri-si là những người theo chủ nghĩa hình thức, tập trung hoàn toàn vào những hành động bên ngoài, xem thường động cơ và mục đích, hạ thấp đời sống xuống chỉ còn là việc giữ luật một cách máy móc mà thôi. Họ tự nghĩ mình là người trung tín giữ luật mặc dù (a) họ chuyên để ý đến những tiểu tiết, mà quên điều hệ trọng hơn hết (Mat 23:23-24); (b) lý lẽ ngụy biện của họ phủ nhận tinh thần và mục tiêu của luật pháp (Mat 15:3-9; 23:16-24); (c) họ xem truyền thống trở thành một phần luật đầy thẩm quyền của Chúa, vì thế họ ràng buộc lương tâm trong những điều mà Đức Chúa Trời cho phép lương tâm được tự do quyết định (Mác 2:16-3:6; 7:1-8); (d) họ là những người giả hình trong lòng, lúc nào cũng cố để được con người công nhận (Lu 20:45-47; Mat 6:1-8; 23:2-7). Chúa Giê-xu nghiêm khắc với họ khi nói về những vấn đề này.

Trong Ga-la-ti, Phao-lô lên án sứ điệp "Đấng Christ cộng" của người Do Thái theo chủ nghĩa duy luật là che khuất và thật ra là chối bỏ tính đầy đủ của ân điển được khải thị qua Chúa Giê-xu (Ga 3;1-3; 4:21; 5:2-6). Trong Cô-lô-se, ông cũng có một cuộc bút chiến tương tự chống lại công thức "Đấng Christ cộng" để có được sự "đầy trọn" tương tự (nghĩa là sự trọn vẹn về thuộc linh: Côl 2:8-23). Bất cứ điều "cộng" nào đòi hỏi chúng ta phải hành động nhằm thêm vào những gì Đấng Christ đã ban cho chúng ta là sự quay lại với chủ nghĩa duy luật và thật ra là một sự xúc phạm đối với Đấng Christ.

Cho đến lúc này, từ chỗ làm phong phú thêm mối liên hệ của chúng ta với Chúa như điều mà chủ nghĩa duy luật nỗ lực thực hiện, thì trong tất cả các hình thức của mình, nó chỉ làm điều ngược lại mà thôi. Nó đặt mối liên hệ đó vào chỗ lâm nguy và bằng cách ngăn chặn chúng ta tập trung vào Đấng Christ, nó bỏ đói linh hồn chúng ta trong khi lại vỗ béo cho lòng cao ngạo của chúng ta. Sự tin đạo theo kiểu của chủ nghĩa duy luật thuộc mọi hình thức đều cần phải tránh như tránh tà.

Thuyết Chống Đạo Lý

Chúng Ta Không Được Giải Phóng Để Phạm Tội

Hỡi các con bé nhỏ, đừng để ai lừa dối các con. Ai làm điều công chính
là người công chính, như chính Ngài là Đấng công chính.
1 Giăng 3:7

Chủ thuyết chống đạo lý, có nghĩa là "chống đối luật pháp" là tên gọi của
một số quan điểm phủ nhận việc luật pháp của Chúa trong Kinh Thánh cần
trực tiếp kiểm soát đời sống của tín hữu Cơ Đốc. Chủ nghĩa chống đối đạo
lý lưỡng phân xuất hiện trong tà giáo Trí huệ mà Giu-đe và Phi-e-rơ chống
lại (Giu-đe 4-19; 2 Phi 2). Quan điểm này xem sự cứu rỗi chỉ dành cho linh
hồn, hành vi thể xác không can hệ gì đến sức khỏe tâm linh và cũng không
phải là mối quan tâm của Chúa, vì thế người ta có quyền cư xử tệ hại mà
chẳng bị sao cả

Thuyết chống đạo lý với hình thức tập trung vào Thánh Linh tin tưởng
vào sự thúc giục trong lòng của Đức Thánh Linh, qua đó phủ nhận mọi nhu
cầu cần được luật pháp dạy dỗ trong cách sống. Được tự do khỏi luật pháp
như một phương cách cứu rỗi được xem là đi kèm với sự tự do khỏi luật
pháp theo nghĩa những chỉ dẫn cho lối sống. Trong một tram năm mươi
năm đầu tiên của kỷ nguyên Cải Chính, kiểu chủ nghĩa chống đạo lý này
thường bị đe dọa, và việc Phao-lô kiên định cho rằng một người thuộc linh
thật sự là người nhận biết thẩm quyền của Lời Đức Chúa Trời phán thông
qua các sứ đồ của Chúa Giê-xu (1 Cô 14:37; xem thêm 7:40) cho thấy rằng
hội thánh Cô-rinh-tô quá mấu về Thánh Linh đang bị kìm kẹp trong lối tư
duy này.

Thuyết chống đạo lý với hình thức tập trung vào Đấng Christ thì lại lập
luận rằng Đức Chúa Trời không thấy tội lỗi nào trong người tín hữu cả, bởi
vì họ đã ở trong Đấng Christ, Đấng giữ luật pháp cho họ, vì thế điều họ thật
sự làm chẳng đem lại khác biệt nào cả, miễn là họ vẫn tiếp tục tin cậy Ngài.
Nhưng 1 Giăng 1:8-2:1 (giải thích 1:7) và 3:4-10 chỉ sang một hướng khác,
cho thấy rằng không thể nào có chuyện vừa ở trong Đấng Christ vừa xem
tội lỗi là một lối sống.

Thuyết chống đạo lý phân kỳ cho rằng giữ luật đạo đức không hề cần thiết đối với Cơ Đốc nhân, bởi vì chúng ta sống dưới thời đại ân điển, chứ không phải thời kỳ luật pháp. Tuy nhiên, Rô-ma 3:31 và 1 Cô-rinh-tô 6:9-11 nói rõ rằng giữ luật pháp là một nghĩa vụ liên tục đối với Cơ Đốc nhân. Phao-lô bảo: "tôi không phải không có luật pháp, vì tôi ở dưới luật pháp của Đấng Christ" (1 Cô 9:21).

Thuyết chống đạo lý biện chứng, như trong Barth và Brunner, phủ nhận luật của Kinh Thánh là mạng lệnh trực tiếp, khẳng định rằng những mệnh lệnh trong Kinh Thánh làm nảy sinh Lời của Thánh Linh, là lời mà khi xuất hiện có thể tương ứng hoặc không tương ứng chính xác với những gì đã được viết ra. Sự sai lầm của quan điểm tân chính thống về thẩm quyền của Kinh Thánh, là quan điểm giải thích sự soi dẫn của Kinh Thánh theo cách Kinh Thánh trở thành phương tiện cho lời phán hiện thời của Chúa dành cho người thuộc về Ngài, trở nên rõ ràng ở đây.

Chủ nghĩa chống đạo lý tình thế nói rằng động cơ hay ý định yêu thương là tất cả những gì Chúa đòi hỏi nơi Cơ Đốc nhân ngày nay, những mạng lệnh trong Mười Điều răn hay các phần Kinh Thánh về đạo đức khác, tất cả những điều được Đức Chúa Trời trực tiếp phán dạy, chỉ đơn thuần là những nguyên tắc nằm lòng để yêu thương, những nguyên tắc mà tình yêu bất cứ lúc nào cũng có thể xem nhẹ. Nhưng Rô-ma 13:8-10, phân đoạn Kinh Thánh mà quan điểm này dựa vào, dạy rằng nếu không có tình yêu thương làm động lực thì những điều răn cụ thể này không thể nào được làm trọn. Một lần nữa, một quan điểm yếu kém không thể chấp nhận được về Kinh Thánh lại nổi lên.

Ta cũng cần nhấn mạnh rằng luật đạo đức, như được kết tinh trong Mười Điều Răn và mở ra trong sự dạy dỗ về đạo đức của cả Tân và Cựu Ước, là một luật chặt chẽ, được ban để trở thành bộ luật hành vi cho những người thuộc về Chúa ở mọi thời đại. Ngoài ra, ăn năn có nghĩa là quyết định tìm sự trợ giúp của Chúa trong việc giữ những luật đó. Thánh Linh được ban để thêm năng lực cho việc giữ luật pháp và làm cho chúng ta ngày càng trở nên giống Đấng Christ, người giữ luật pháp nguyên mẫu, hơn (Mat 5:17). Sự giữ luật pháp này thật ra là làm trọn bản chất con người của chúng ta, và Kinh Thánh từ chối ban hy vọng cứu rỗi cho bất cứ ai, dù họ đã tuyên xưng đức tin, không chịu từ bỏ tội lỗi để đến với sự công chính (1 Cô 6:9-11; Khải 21:8).

Yêu Thương

Yêu Là Nền Tảng Cho Hành Vi Của Người Cơ Đốc

Tình yêu thương hay nhịn nhục, tình yêu thương hay nhân từ;
tình yêu thương không ghen tị, không khoe mình, không kiêu ngạo,
không cư xử trái lẽ, không kiếm tư lợi, không nhạy giận,
không nuôi dưỡng điều dữ, không vui vẻ điều bất công,
nhưng vui trong sự thật. Tình yêu thương hay dung thứ mọi sự,
tin mọi sự, hi vọng mọi sự, chịu đựng mọi sự.
1 Cô-rinh-tô 13:4-7

Về bản chất, Cơ Đốc giáo Tân Ước là sự đáp ứng với khải thị của Đấng Tạo Hóa, một Đức Chúa Trời yêu thương. Đức Chúa Trời là Hữu Thể ba thân vị, Đấng quá yêu con người bất kính đến nỗi Cha đã phó Con, Con đã phó sự sống mình, Cha và Con giờ đây cùng ban Thánh Linh để cứu tội nhân từ chỗ khốn khổ khôn cùng và dẫn họ vào vinh hiển tột cùng. Tin vào và tràn ngập trong thực tại tuyệt vời là tình yêu thiên thượng này sản sinh ra và duy trì lòng yêu mến Chúa và yêu người lân cận mà hai điều răn lớn của Đấng Christ đòi hỏi (Mat 22:35-40). Lòng yêu thương của chúng ta là cách diễn đạt sự biết ơn của chúng ta trước tình yêu đầy ân điển của Chúa dành cho chúng ta (Êph 4:32-5:2; 1 Giăng 3:16).

Vì thế, đặc điểm của nếp sống Cơ Đốc là tình yêu thương Cơ Đốc. Thước đo và bài kiểm cho lòng yêu mến Chúa là sự thuận phục hết lòng và hoàn toàn (1 Giăng 5:3; Giăng 14:15; 21; 23); thước đo và bài kiểm cho lòng yêu thương người lân cận là hy sinh mạng sống mình vì họ (1 Giăng 3:16; xem thêm Giăng 15:12-13). Tình yêu hy sinh này bao hàm ban cho, dấn thân và dốc hết những gì mình có hết mức có thể cho ích lợi của họ. Câu chuyện Chúa Giê-xu kể về lòng tốt của người Sa-ma-ri dành cho người Do Thái bị thù ghét là định nghĩa mẫu của Ngài về việc yêu thương người lân cận (Lu 10:25-37).

Yêu thương người lân cận được mô tả trong 1 Cô-rinh-tô 13:4-8. Việc hoàn toàn không quan tâm đến chính mình trong tình yêu dành cho người lân cận là điều thật hấp dẫn. Yêu thương người lân cận là tìm kiếm điều tốt đẹp cho người lân cận, và thước đo đúng đắn của nó là mức độ mà nó dành cho mục tiêu ấy.

Tình yêu là một nguyên tắc hành động chứ không phải là nguyên tắc cảm xúc. Mục đích của nó là tôn trọng và mang lại lợi ích cho người kia. Nó là vấn đề làm cho người khác xuất phát từ lòng thương cảm cho nhu cầu của họ, dù cho chúng ta có cảm thấy yêu quý họ hay không. Chính bởi tình yêu thương tích cực dành cho người khác mà người ta có thể nhận biết một người có phải là môn đồ của Chúa Giê-xu hay không (Giăng 13:34-35).

Hy Vọng

Hy Vọng Là Nền Tảng Cho Nhãn Quan Cơ Đốc

Những gì đã được chép từ xưa đều nhằm dạy dỗ chúng ta, để nhờ
sự kiên định và khích lệ của Kinh Thánh mà chúng ta có niềm hi vọng.

Rô-ma 15:4

Vì sống giữa hai lần đến của Đấng Christ, nên Cơ Đốc nhân phải nhìn lại đằng sau và nhìn về phía trước: nhìn lại máng cỏ, thập tự giá và ngôi mộ trống, nơi sự cứu rỗi đã giành được cho họ; nhìn về ngày họ được gặp Đấng Christ khi không còn trong thế gian này nữa, về sự sống lại của cá nhân họ và niềm vui khi được ở với Đấng Cứu Thế của họ trong sự vinh hiển đời đời. Tân Ước nhất quán hướng về niềm hy vọng này; Đấng Christ là "niềm hy vọng của chúng ta" (1 Ti 1:1) và chúng ta hầu việc "Đức Chúa Trời của hy vọng" (Rô 15:13). Bản thân đức tin được định nghĩa là "sự xác quyết về những điều mình đang hi vọng" (Hê 11:1) và cam kết của Cơ Đốc nhân được định nghĩa là "chạy đến... giữ niềm hi vọng này như cái neo của linh hồn" (Hê 6:18-19). Khi Chúa Giê-xu dạy các môn đồ chứa của cải ở trên trời, bởi vì "của cải các con ở đâu, thì lòng các con cũng ở đó" (Mat 6:21), thật ra Ngài đang nói, như Phi-e-rơ sau này có nói, "vậy, anh em hãy chuẩn bị tâm trí, hãy tiết độ, đặt hi vọng hoàn toàn vào ân điển sẽ ban cho anh em khi Đức Chúa Giê-xu Christ hiện ra" (1 Phi 1:13).

Đạo lý trông đợi, hy vọng tràn ngập khắp Tân Ước. Nó là nền đạo đức của người hành hương: Trong thế gian này, ta phải xem mình như một người lạ đang trên đường về nhà (1 Phi 2:11; Hê 11:13). Nó là nền đạo đức của sự thánh khiết: Tất cả những người muốn giống Chúa Giê-xu khi Ngài hiện ra thì đều phải "giữ mình thanh sạch, như Ngài là thanh sạch" (1 Giăng 3:3). Đó là nền đạo đức của sự chuẩn bị: chúng ta cần sẵn sàng để rời bỏ thế giới này vì mối liên hệ gần gũi hơn với Đấng Christ, Chúa chúng ta, bất cứ lúc nào khi được hiệu triệu (2 Cô 5:6-8; Phil 1:21-24; xem thêm Lu-ca 12:15-21). Đó là đạo đức của nhẫn nhịn: "Nhưng nếu đặt hi vọng vào điều mình không thấy thì chúng ta cứ kiên nhẫn chờ mong điều đó" (Rô 8:25; xem thêm 5:1-5, là câu Kinh Thánh mà từ "kiên nhẫn" trong tiếng Hy Lạp được dịch là "kiên định" nhằm thể hiện sắc thái của sự kiên trì cứng cỏi trước áp lực). Và nó là đạo đức của năng quyền: hy vọng mang đến sức mạnh và lòng tin tưởng, thêm nỗ lực để chạy đua, đánh trận tốt lành và chịu được "những hoạn nạn nhẹ và tạm" (2 Cô 4:17) vẫn còn mãi cho đến khi chúng ta về đến nhà (Rô 8:18; 15:13; 2 Ti 4:7-8).

Mặc dù đời sống Cơ Đốc nhân thường mang đặc trưng là sự khổ nạn hơn là chiến thắng (1 Cô 4:8-13; 2 Cô 4:7-18; Công 14:22), nhưng niềm hy vọng của chúng ta là chắc chắn và tâm thế của chúng ta phải là tâm thế tin quyết không gì dập tắt được: chúng ta ở phe chiến thắng!

Sự Kêu Gọi

Cơ Đốc Nhân Sống Để Làm Chúa Vui Thỏa

...chúng tôi cứ thế mà rao giảng, không phải để làm vừa lòng loài người, nhưng để làm vừa lòng Đức Chúa Trời là Đấng dò xét tấm lòng chúng tôi.

1 Tê-sa-lô-ni-ca 2:4

Một lẽ thật quen thuộc đó là mục đích sống của mọi Cơ Đốc nhân đều phải là làm vinh hiển Đức Chúa Trời. Đây là sự kêu gọi chính thức của người tín hữu. Mọi điều chúng ta nói hay làm, mọi sự thuận phục điều răn Đức Chúa Trời của chúng ta, mọi mối quan hệ của chúng ta với người khác, tất cả việc sử dụng ân tứ, khả năng và cơ hội mà Chúa ban cho chúng ta, tất cả những sự nhịn chịu mọi tình huống chống đối và sự thù địch từ người khác của chúng ta phải được thực hiện để dành sự tôn kính cho Đức Chúa Trời và ngợi khen Ngài về sự tốt lành của Ngài dành cho những người mà Ngài yêu thương (1 Cô 10:31; xem thêm Mat 5:16; Êph 3:10; Côl 3:17).

Quan trọng không kém là lẽ thật rằng mọi công việc trọn thời gian của Cơ Đốc nhân đều phải nhắm làm Đức Chúa Trời vui lòng. Công việc này có thể được xem là sự kêu gọi cá nhân của người Cơ Đốc. Chúa Giê-xu không sống để làm vui lòng chính mình, chúng ta cũng vậy (Giăng 8:29; Rô 15:1-3). Làm vui lòng Chúa trong mọi điều phải là mục tiêu của chúng ta (2 Cô 5:9; Côl 1:10; 1 Tê 2:4; 4:1). Đức tin (Hê 11:5-6), sự ngợi khen (Thi 69:30-31), lòng rộng rãi (Phil 4;18; Hê 13:16), sự thuận phục trước những thẩm quyền được Chúa đặt để (Côl 3:20), và sự một lòng kiên định trong việc phục vụ Chúa (2 Ti 2:4) kết hợp lại để tạo nên một phương cách được Chúa chỉ định để thực hiện điều đó. Đức Chúa Trời vừa thêm sức cho chúng ta để sống theo cách sống này vừa vui thỏa khi chúng ta sống như thế. Tiến trình chúng ta thường thấy trong ân điển tể trị của Chúa là Ngài ban năng lực để ta làm những gì Ngài đòi hỏi và Ngài vui lòng về kết quả (Hê 13:21; xem thêm Phi 2:12:13).

Từ những lời kêu gọi chi phối cuộc sống là làm vui lòng Chúa, chúng ta học biết ý nghĩa thật sự của sự tin kính thật, nó vừa mang tính liên hệ vừa mang tính sáng tạo. Đức Chúa Trời liên hệ với Cơ Đốc nhân không chỉ như Cha với con mà còn như Bạn với bạn. Áp-ra-ham được gọi là bạn của

Đức Chúa Trời (2 Sử 20:7; Ê-sai 41:8; Gia-cơ 2:23); Đấng Christ gọi các môn đồ là bạn hữu của Ngài (Lu 12:4; Giăng 15:14). Thước đo ân điển của Đức Chúa Trời đó là Ngài kết bạn với tội nhân; thước đo sự tin kính của người Cơ Đốc đó là ta tìm cách làm vui lòng người Bạn thiên thượng của mình, như những người phối ngẫu tìm cách làm vui lòng nhau để thể hiện tình yêu của họ (1 Cô 7:32-35). Cơ Đốc giáo là chuyện tình yêu, và sự tin kính trong bản chất của nó là vấn đề bày tỏ tình yêu tôn thờ, biết ơn bằng cách làm cho Chúa vui.

Tính sáng tạo là một phần của ảnh tượng Chúa trong con người, nó tìm cách thể hiện trong lối sống dám nghĩ dám làm để bày tỏ lòng biết ơn dành cho Đức Chúa Trời. Tình yêu sẽ luôn đặt ra câu hỏi liệu ta có thể làm nhiều hơn nữa để làm hài lòng và yêu thương người lân cận nhiều hơn, phục vụ nhu cầu của người khác nhiều hơn luôn là một phần quan trọng cho câu trả lời ấy (1 Giăng 3:11-18). Nếu kế hoạch làm vui lòng Chúa của chúng ta bao hàm lòng can đảm, dám dấn thân, thì chúng ta cần nhớ rằng ngụ ngôn về các ta-lâng của Chúa Giê-xu khen ngợi những người dám liều lĩnh đầu tư và lên án những người thụ động nhát sợ (Mat 25:14-30).

Cầu Nguyện

Cơ Đốc Nhân Thực Hành Mối Thông Công Với Chúa

Ngài phán với họ: "Khi các con cầu nguyện, hãy nói:
'Lạy Cha! Nguyện Danh Cha được tôn thánh.
Vương quốc Cha được đến.
Xin cho chúng con thức ăn ngày nào đủ cho ngày nấy.
Xin tha tội cho chúng con, vì chúng con cũng tha kẻ mắc lỗi với chúng con.
Xin đừng để chúng con sa vào sự cám dỗ!
Lu-ca 11:2-4

Đức Chúa Trời tạo dựng và cứu chuộc chúng ta để thông công với Ngài, và đó là ý nghĩa của sự cầu nguyện. Đức Chúa Trời phán với chúng ta bằng và thông qua nội dung của Kinh Thánh mà Đức Thánh Linh mở ra, áp dụng cho chúng ta và thêm sức cho chúng ta để chúng ta hiểu được. Rồi chúng ta nói với Chúa về chính Ngài, về chính chúng ta, về những người trong thế giới của Ngài, định hình điều chúng ta nói để đáp ứng với những gì Ngài đã nói. Hình thức trò chuyện hai chiều độc nhất này tiếp tục suốt cuộc đời một người.

Kinh Thánh dạy và xem cầu nguyện là một hoạt động gồm bốn mặt, được thực hiện bởi cá nhân người thuộc về Chúa ở cả chỗ riêng tư (Mat 6:5-8) và trong tập thể (Công 1:14; 4:24). Sự tôn thờ và ngợi khen được bày tỏ; ăn năn xưng tội phải được thực hiện và sự tha thứ phải được tìm kiếm; lời cảm tạ cho những ích lợi nhận được phải được dâng lên; và sự nài xin cũng như khẩn nguyện cho chính mình và người khác được nêu ra. Bài Cầu Nguyện chung (Mat 6:9-13; Lu 11:2-4) là hiện thân cho sự tôn kính, nài xin và xưng tội; sáchThi Thiên bao gồm khuôn mẫu của cả bốn yếu tố của sự cầu nguyện.

Nài xin, trong đó người cầu nguyện khiêm nhường nhận thức nhu cầu của mình và thể hiện mình hoàn toàn lệ thuộc vào Chúa để Ngài đáp ứng nhu cầu đó từ nguồn lực khôn ngoan và tốt lành của Ngài, là chiều kích của sự cầu nguyện được nhấn mạnh thường xuyên nhất trong Kinh Thánh (ví dụ, Sáng 18:16-33; Xuất 32:31-33; Exơ 9:5-15; Nê 1:5-11; 4:4-5, 9; 6:9, 14; Đa 9:4-19; Giăng 17; Gia-cơ 5:16-18; Mat 7:7-11; Giăng 16:23-24; Êph 6:18-20; 1

Giăng 5:14-16). Nài xin, cùng với các hình thức cầu nguyện khác, thường hướng về Cha, như Bài Cầu Nguyện Chung cho thấy, nhưng ta cũng có thể kêu xin Đấng Christ cứu rỗi và chữa lành, như trong những ngày Ngài còn trong xác thịt (Rô 10:8-13; 2 Cô 12:7-9), và kêu cầu Đức Thánh Linh ban ân điển và sự bình an (Khải 1:4). Dâng sự nài xin cho Đức Chúa Trời Ba Ngôi hay xin bất cứ phước lành thuộc linh nào từ bất cứ ngôi nào trong Ba Ngôi cũng không có gì sai cả, nhưng sẽ là khôn ngoan khi đi theo khuôn mẫu của Tân Ước.

Chúa Giê-xu dạy rằng việc cầu nguyện với Cha phải được thực hiện trong danh Ngài (Giăng 14:13-14; 15:16; 16:23-24). Điều này đồng nghĩa với việc viện dẫn vai trò trung gian của Ngài, là Đấng đảm bảo cho chúng ta được đến gần với Cha, và trông đợi Ngài vừa giúp trong tư cách Đấng cầu thay cho chúng ta trong sự hiện diện của Cha. Tuy nhiên, chúng ta chỉ có thể trông đợi Ngài vừa giúp khi những gì chúng ta cầu xin hợp với ý muốn đã được khải thị của Ngài (1 Giăng 5:14) và động cơ của chúng ta trong khi cầu xin là đúng đắn (Gia-cơ 4:3).

Chúa Giê-xu dạy rằng chúng ta được phép hối thúc Đức Chúa Trời bằng việc kiên trì sốt sắng khi chúng ta trình dâng nhu cầu của mình lên cho Ngài (Lu 11:5-13; 18:1-8), rằng Ngài sẽ trả lời cho những lời cầu xin như thế. Nhưng chúng ta phải nhớ rằng, Chúa – Đấng biết điều gì là tốt nhất theo cách mà chúng ta không biết, có thể từ chối những lời cầu xin cụ thể của chúng ta khi nói đến chuyện những nhu cầu ấy cần phải được đáp ứng như thế nào. Tuy nhiên, nếu Ngài có từ chối, thì ấy cũng bởi vì Ngài có điều tốt lành để ban cho chúng ta hơn là điều mà chúng ta xin Ngài, như trong trường hợp khi Đấng Christ từ chối chữa cái dằm xóc trong thân thể Phao-lô (2 Cô 12:7-9). Nói "ý Cha được nên", phó thác ước muốn đã trình dâng của cá nhân cho sự khôn ngoan của Cha như Chúa Giê-xu đã làm trong vườn Ghết-sê-ma-nê (Mat 26:39-44), là cách bày tỏ đức tin nơi sự tốt lành của điều Đức Chúa Trời hoạch định một cách dễ thấy nhất.

Không có sự căng thẳng hay bất nhất nào giữa sự dạy dỗ của Kinh Thánh về sự định trước của muôn vật và tính hiệu nghiệm của sự cầu nguyện. Đức Chúa Trời định trước cả phương tiện lẫn đích đến, và sự cầu nguyện của chúng ta được định trước là phương tiện để qua đó ý muốn tối thượng của Ngài trở thành hiện thực.

Những Cơ Đốc nhân cầu nguyện với Chúa cách chân thành, với sự tôn kính và khiêm nhường, với tinh thần nhận biết đặc ân và với lòng thánh khiết (nghĩa là được thanh tẩy và ăn năn), sẽ thấy trong chính họ một bản năng hướng về sự cầu nguyện và phó thác cho Cha thiên thượng của họ mà Thánh Linh ban cho (Ga 4:6; Rô 8:15), và một khao khát cầu nguyện chiến thắng sự mơ hồ của họ trước việc họ cần phải bày tỏ những suy nghĩ nào cho Ngài (Rô 8:26-27). Thực tại đầy huyền nhiệm về sự vùa giúp của Đức Thánh Linh trong sự cầu nguyện chỉ được bày tỏ cho những ai thật sự cầu nguyện mà thôi.

Thề Hứa

Cơ Đốc Nhân Phải Trung Thực

Họ nói: "Chúng tôi sẽ trả lại và không đòi họ điều gì cả. Chúng tôi
sẽ làm đúng như ông đã nói". Tôi cũng gọi những thầy tế lễ, bắt họ
phải thề làm theo như lời đã hứa. Tôi cũng giũ vạt áo và nói:
"Ai không thực hiện lời hứa nầy thì xin Đức Chúa Trời
giũ sạch nhà cửa và tài sản của hắn. Nguyện hắn bị giũ sạch
và trắng tay như vậy!" Cả hội chúng đồng nói: "A-men" và họ ca ngợi
Đức Giê-hô-va. Vậy dân chúng đều làm theo lời hứa ấy.
Nê-hê-mi 5:12-13

Sự chân chật trong các mối quan hệ, đặc biệt giữa các Cơ Đốc nhân với
nhau, là mệnh lệnh từ Chúa (Êph 4:25; Côl 3:9), và nó được định rõ là một
phần không thể thiếu để có lòng tin kính thật sự (Thi 15:1-3). Đức Chúa Trời
cấm nói dối, gian xảo và làm chứng dối (Xuất 20:16; Lê 19:11). Chúa Giê-xu
nói rằng sự dối trá bắt nguồn từ Sa-tan (Giăng 8:44), tương tự Sa-tan, trong
Kinh Thánh, những ai nói dốt để lừa gạt hoặc làm hại người khác đều bị
lên án là bất kính bằng những cách thức rất đáng sợ và đáng ghét (Thi
5:9; 12:1-4; 52:2-5; Giê 9:3-6; Khải 22:15). Một cách nhận biết phẩm hạnh
của người lân cận chúng ta, người mang ảnh tượng của Chúa, là nhận biết
người ấy có quyền được nghe sự thật. Vì thế, nói thật, bày tỏ sự tôn trọng
xứng đáng đối với sự thật, đối với người lân cận chúng ta và đối với Chúa
trở thành yếu tố căn bản trong sự tin đạo thật và trong việc yêu thương
người lân cận cách chân thật.

Cắt nghĩa điều răn thứ chín, ngăn cấm nói chứng dối (Xuất 20:16), về
mặt nguyên tắc cái phủ định hàm chứa cái khẳng định (nghĩa là điều răn
ấy đòi hỏi tất cả những gì cần để tránh điều mà nó ngăn cấm), Giáo lý Căn
bản Đầy đủ của Westminster nói (câu hỏi 144) như sau:

Những trách nhiệm đòi hỏi đó là: duy trì và quảng bá sự thật giữa
người với người, danh tiếng cho người lân cận chúng ta cũng như cho
chính chúng ta, đứng lên vì lẽ thật và nói thật từ tấm lòng, chân thành,
tự do, rõ ràng và đầy đủ, và chỉ nói thật mà thôi, trong chuyện xét xử và

công lý, cũng như trong tất cả những vấn đề khác nữa, bất kể đó là vấn đề gì.

Thề là lời tuyên bố trịnh trọng cầu xin Đức Chúa Trời làm nhân chứng cho câu nói hay lời hứa của một người, yêu cầu Ngài hình phạt nếu người đó nói dối. Kinh Thánh chấp thuận việc đưa ra lời thề ở một số dịp long trọng (Sáng 24:1-9; Êxra 10:5; Nê 5:12; xem thêm 2 Cô 1:23; Hê 6:13-17), mặc dù vào thời kỳ Cải Chính, người Anabaptist bỏ việc này như một phần của sự phản đối dự phần vào trong đời sống của thế giới thế tục. Họ dẫn chứng việc Chúa Giê-xu lên án chuyện thề thốt được đưa ra nhằm lừa gạt như thể nó là một sự phản đối chuyện đưa ra lời thề thay vì là lời kêu gọi hãy nói thật với nhau và lời cảnh báo chống lại cám dỗ sử dụng lời nói để tạo ấn tượng sai với mục đích điều khiển và lợi dụng (Mat 5:33-37; xem thêm Gia-cơ 5:12).

Những lời hứa nguyện với Chúa tương tự như những lời thề và phải được xem nghiêm túc như nhau (Phục 21:23; Truyền 5:4-6). Điều mà một người thề hay khấn hứa sẽ làm phải được thực hiện bằng mọi giá (Thi 15:4; xem thêm Giô 9:15-18). Đức Chúa Trời đòi hỏi chúng ta xem trọng không chỉ lời Ngài mà còn lời của chính chúng ta nói ra nữa. Tuy nhiên, "không ai được phép thề sẽ làm điều mà Lời Chúa ngăn cấm, hoặc điều gây cản trở cho bất cứ nhiệm vụ nào mà Lời Chúa truyền dạy" (Bản Tuyên Xưng Đức Tin Westminster XXII.7).

Nước Đức Chúa Trời

Cơ Đốc Nhân Phải Thể Hiện Nếp Sống
Của Nước Trời

*Người Pha-ri-si hỏi Đức Chúa Giê-xu khi nào vương quốc Đức Chúa Trời
mới đến, Ngài đáp: "Vương quốc Đức Chúa Trời không đến
một cách rõ ràng để có thể quan sát được; người ta sẽ không nói:
Kìa nó ở đây hay ở đó! Vì vương quốc Đức Chúa Trời ở trong các ngươi."
Lu-ca 17:20-21*

Chủ đề nước Đức Chúa Trời trải khắp cả Cựu và Tân Ước, tập trung vào mục đích của Đức Chúa Trời dành cho lịch sử thế giới. Trong thời Cựu Ước, Đức Chúa Trời tuyên bố rằng Ngài sẽ thực thi quyền làm vua của Ngài (sự tể trị của Ngài, Đa 4:34-35) bằng cách thiết lập nước của Ngài (sự cai trị của Ngài trên đời sống và hoàn cảnh của mọi người) dưới sự lãnh đạo của vị vua được Ngài chọn (Đấng Mết-si-a từ dòng vua Đa-vít, Ê-sai 9:6-7) trong thời kỳ vàng son của phước hạnh. Nước này đến cùng với Chúa Giê-xu Đấng Mết-si-a như một thực tại của mối quan hệ trên toàn cầu, tồn tại ở bất cứ nơi đâu quyền làm chúa tể của Chúa Giê-xu được nhận biết qua sự ăn năn, tin cậy và thuận phục mới mẻ. Chúa Giê-xu, Đấng được bổ nhiệm làm Người Cai Trị đầy dẫy Thánh Linh, được Thánh Linh xức dầu (Lu 3:21-22; 4:1, 14; 18-21; 32-36, 41), đã chết, sống lại, thăng thiên và hiện được ngồi trên ngai ở trên trời làm Đấng cai trị trên muôn vật (Mat 28:18; Côl 1:13), Vua trên muôn vua và Chúa trên muôn chúa (Khải 17:14; 19:16). Thời đại vàng son của phước hạnh là một kỷ nguyên phước hạnh thuộc linh trong hiện tại (được cứu khỏi tội lỗi và được giao thông với Chúa), dẫn tới một vương quốc tương lai của niềm vui không pha trộn nơi vũ trụ được tái dựng. Nước trời hiện diện từ khi nó bắt đầu, mặc dù trong tương lai thì nước Trời sẽ trọn vẹn hơn; trên một phương diện, nó đã hiện diện ở đây rồi, nhưng theo nghĩa phong phú nhất thì nó vẫn còn trong tương lai (Lu 11:20; 16:16; 17:21; 22:16, 18, 29-30).

Nước Trời đã đến không chỉ để thương xót mà còn để đoán phạt, như Giăng Báp-tít, tiền nhân của nó, đã nói về nó (Mat 3:1-12). Những người đón nhận Lời Chúa Giê-xu và đặt số phận của họ trong tay của Ngài sẽ tìm được sự thương xót, trong khi những người lãnh đạo Do Thái, là những người không làm như vậy, thì bị đoán phạt. Đúng hơn, những người lãnh đạo Do Thái đã tự bị đoán xét, bởi vì họ chọn sống trong tối tăm bằng cách tránh mặt Đấng Cứu Thế (Giăng 3:17-20).

Nhiệm vụ của hội thánh là làm cho vương quốc không thấy được trở nên thấy được thông qua nếp sống trung tín và thông qua lời làm chứng của Cơ Đốc nhân. Phúc âm về Đấng Christ cũng là phúc âm về nước trời (Mat 4:23; 24:14; Công 20:25; 28:23, 31), tin vui về sự công chính, bình an và niềm vui trong Đức Thánh Linh thông qua việc một môn đồ bước vào một mối quan hệ với Chúa hằng sống (Rô 14:7). Hội thánh phải làm cho sứ điệp của nó trở nên đáng tin cậy bằng cách thể hiện thực tại về cuộc sống của nước trời.

Nước trời đến đồng nghĩa với một giai đoạn mới trong chương trình cứu chuộc lịch sử của Đức Chúa Trời. Đấng Mết-si-a đến, cứu chuộc và trở về ngai của mình với một lời hứa rằng Ngài sẽ trở lại. Tất cả những xếp đặt mang tính hình bóng, tạm thời và không hoàn hảo để Y-sơ-ra-ên có mối giao thông với chính Ngài trở thành điều của quá khứ. Y-sơ-ra-ên của Đức Chúa Trời, dòng dõi của Áp-ra-ham, được tái xác định là tập hợp những người tin vào Chúa Giê-xu (Ga 3;16; 26-29). Đức Thánh Linh đã được tuôn đổ, và một lối sống mới, tức là đời sống trong Đấng Christ và có Đấng Christ, trở thành một thực tại của thế giới này. Vì thế, chủ nghĩa quốc tế mới về mối thông công giữa hội thánh và truyền giáo toàn cầu được sản sinh (Êph 2:11-18; 14-15; Khải 5:9-10; 7;9; Mat 28:19-20; Côl 1:28-29). Mặc dù đây là những thay đổi to lớn, nhưng không thay đổi nào trong số đó đồng nghĩa với việc một bộ tiêu chuẩn đạo đức mới xuất hiện, như đôi khi người ta vẫn cho là như vậy. Luật đạo đức dành cho Cơ Đốc nhân, luật về nước hiện tại của Đức Chúa Trời, là luật được tìm thấy trong Mười Điều Răn và các sách tiên tri, giờ đây được áp dụng cho tình huống mới. Chúa Giê-xu không bỏ luật pháp ấy đi mà chỉ điền ý nghĩa của nó vào mà thôi (Mat 5:17-48).

Sứ Đồ

Những Người Đại Diện Cho Chúa Giê-xu
Thực Thi Thẩm Quyền Của Ngài

Họ bắt thăm trúng nhằm Ma-thia, và ông được
bổ sung vào mười một sứ đồ.
Công Vụ Các Sứ Đồ 1:26

Mặc dù các sách Phúc Âm có khi gọi nhóm mười hai người là "môn đồ" có khi lại gọi là "sứ đồ" (Mác 3:7, 14, 20), nhưng hai thuật ngữ này không đồng nghĩa với nhau. *Môn đồ* có nghĩa là "học trò, người học"; *sứ đồ* có nghĩa là "phái viên, người đại diện", theo nghĩa một người được sai đi với đầy đủ thẩm quyền của người sai phái. "Mười hai sứ đồ của Chiên Con" (Khải 21:14), khác so với sứ giả ("đại diện") của các hội thánh (2 Cô 8:23) và những môn đồ còn lại của Chúa Giê-xu, được Chúa Giê-xu tuyển chọn và sai phái (Mác 3:14) như chính Chúa Giê-xu, "sứ giả... mà chúng ta tin theo" (Hê 3:1), được Cha chọn lựa và sai phái (1 Phi 1:20). Chối từ Chúa Giê-xu là chối từ Cha thế nào, thì chối từ các sứ đồ là chối từ Chúa Giê-xu thế ấy (Lu 10:16).

Tân Ước cho thấy các sứ đồ thực hiện chức năng như những người rao giảng Tin Lành, những người thành lập hội thánh theo nghĩa người sáng lập ra cộng đồng và mục sư, như chính Chúa Giê-xu đã làm ba vai trò này trong suốt chức vụ trên đất của Ngài. Chúa Giê-xu tuyên bố thẩm quyền thiên thượng của Cha trên những lời Ngài nói thế nào (Giăng 12:49-50; 14:24), thì các sứ đồ cũng tuyên bố thẩm quyền của Đấng Christ trên lời họ nói thế ấy (1 Tê 2;13; 2 Tê 3:6; xem thêm 1 Cô 2:12-13; 14:37).

Công Vụ 1:15-26 cho chúng ta thấy hội thánh trước Lễ Ngũ Tuần đã cầu hỏi Đấng Christ thông qua việc bốc thăm để chọn ra một người thay thế cho Giu-đa. Liệu họ có đúng khi làm điều này và Phao-lô là sứ đồ thứ mười ba của Chúa Giê-xu hay Phao-lô là người Đấng Christ định để thay thế cho Giu-đa và việc chọn Ma-thia là một sai lầm, thì ta không thấy nói rõ trong Công Vụ Các Sứ Đồ; bản thân Lu-ca có lẽ cũng không biết. Phao-lô, "vị sứ đồ cho dân ngoại" (Rô 11:13; Ga 2:8), người tuyên bố chính mình là một sứ đồ trong những lời mở đầu của hầu hết các bức thư của ông, kiên định cho rằng bởi vì ông đã gặp Đấng Christ trên đường Đa-mách và đã được Ngài ủy nhiệm (Công 26:16-18), nên ông thật sự là nhân chứng cho sự phục sinh của Chúa Giê-xu (mà một sứ đồ phải làm, Công 1:21-22; 10:41-42) cũng giống như các sứ đồ khác. Gia-cơ, Phi-e-rơ, Giăng chấp nhận Phao-lô vào trong nhóm nhóm cộng sự sứ đồ (Ga 2:9), và Đức Chúa Trời xác nhận địa vị của ông bằng các dấu lạ của một sứ đồ (các phép lạ và những sự bày tỏ, 2 Cô 12:12; Hê 2:3-4) và bởi tính hiệu quả của chức vụ của ông (1 Cô 9:2).

Các sứ đồ là những tác nhân cho sự khải thị các lẽ thật của Đức Chúa Trời, là các lẽ thật sẽ trở thành nguyên tắc cho đức tin và nếp sống của người Cơ Đốc. Như thế, và thông qua việc Đấng Christ chỉ định họ làm những đại diện được ủy quyền của Ngài (2 Cô 10:8; 13:10), các sứ đồ thi hành một thẩm quyền độc nhất và mang tính chức năng trong hội thánh sơ khai. Ngày nay, không có sứ đồ nào cả, mặc dù một số Cơ Đốc nhân làm trọn các công tác mang tính chất công tác dành cho các sứ đồ. Không một sự khải thị mới mẻ từ Kinh Thánh nào hiện nay được đưa ra, thẩm quyền dạy dỗ của các sứ đồ ở trong Kinh Thánh kinh điển, mà trong đó những sách của các sứ đồ là cốt lõi và chìa khóa. Tuy nhiên, việc không có sự khải thị mới nào cả không đặt hội thánh đương đại vào bất cứ một thế bất lợi nào so với hội thánh thời các sứ đồ cả, bởi vì Đức Thánh Linh tiếp tục giải nghĩa và áp dụng Kinh Thánh cho người thuộc về Chúa.

Hội Thánh

Đức Chúa Trời Đặt Người Thuộc Về Ngài
Trong Một Cộng Đồng Mới

Như vậy, anh em không còn là người xa lạ hoặc là người tạm trú nữa,
nhưng là người đồng hương với các thánh đồ và là thành viên trong
gia đình của Đức Chúa Trời; anh em được xây dựng trên nền của
các sứ đồ và các nhà tiên tri mà chính Đấng Christ Giê-xu là đá góc nhà.
Trong Ngài, cả ngôi nhà được kết hợp với nhau và trở thành
một đền thờ thánh trong Chúa.
Trong Ngài, anh em cũng được xây dựng chung vào nhà đó,
để trở nên nơi ngự của Đức Chúa Trời trong Thánh Linh.
Ê-phê-sô 2:19-22

Hội thánh (tiếng Hy Lạp: *ecclesia*, có nghĩa là "những người hội họp") tồn tại trong, qua và vì Chúa Giê-xu Christ. Vì thế, nó là một thực tại Tân Ước đặc biệt. Thế nhưng, nó đồng thời là một sự tiếp nối, thông qua một giai đoạn mới của lịch sử cứu chuộc của Y-sơ-ra-ên, hậu tự Áp-ra-ham, dân giao ước trong thời Cựu Ước của Đức Chúa Trời. Sự khác biệt giữa hội thánh và Y-sơ-ra-ên bắt nguồn từ sự mới mẻ của giao ước mà bởi đó Đức Chúa Trời và người thuộc về Ngài ràng buộc với nhau. Giao ước mới mà hội thánh sống theo (1 Cô 11:25; Hê 8:7-13) là một hình thức mới của mối liên hệ, theo đó Đức Chúa Trời phán với một cộng đồng được chọn "Ta sẽ nhận các con làm dân Ta, và Ta sẽ là Đức Chúa Trời của các con" (Xuất 6:7; Giê 31:33). Cả sự tiếp nối lẫn sự không tiếp nối giữa Y-sơ-ra-ên và hội thánh đều phản ánh sự thay đổi trong hình thức giao ước này, là điều diễn ra khi Chúa Giê-xu giáng sinh.

Các đặc trưng mới của giao ước mới là: Thứ nhất, thầy tế lễ, sinh tế và nơi thánh trong Cựu Ước được thay thế bằng vai trò trung gian của Chúa Giê-xu, Đấng thần-nhân bị đóng đinh, sống lại và tể trị (Hê 1-10), qua Ngài tín hữu giờ đây có được danh tính là hậu tự Áp-ra-ham và dân sự của Đức Chúa Trời (Gal 3:29; 1 Phi 2:4-10).

Thứ nhì, xu hướng loại trừ về mặt đạo đức của giao ước cũ (Phục 7:6; Thi 147:19-20) được thay thế bằng tính bao gồm trong Đấng Christ dựa trên cùng một tiêu chuẩn dành cho tất cả các tín hữu từ mọi dân tộc (Êph 2-3; Khải 5:9-10).

Thứ ba, Thánh Linh được tuôn đổ vào mỗi một Cơ Đốc nhân lẫn vào hội thánh, qua đó mối thông công với Chúa (1 Giăng 1:3), sự săn sóc của Đấng Christ (Giăng 12:32; 14:18; Êph 2;17) và việc nếm trước mùi vị thiên đàng (2 Cô 1:22; Êph 1:14) trở thành những thực tế trong kinh nghiệm của hội thánh.

Sự vô tín của hầu hết người Do Thái (Rô 9-11) dẫn đến một tình huống được Phao-lô khắc họa là Chúa chặt những nhánh tự nhiên của cây ô-liu (cộng đồng giao ước lịch sử) và thay thế bằng những nhánh ô-liu dại (Rô 11:17-24). Tính chất chi phối phần lớn bởi người ngoại của hội thánh không phải do điều khoản của giao ước mới đòi hỏi như thế nhưng bởi sự chối từ giao ước mới của người Do Thái, và Phao-lô dạy rằng một ngày nào đó điều này sẽ được đảo ngược (Rô 11:15; 23-31).

Tân Ước định nghĩa hội thánh theo nghĩa sự làm trọn những niềm hy vọng và khuôn mẫu của Cựu Ước thông qua một mối quan hệ với tất cả ba ngôi của Đức Chúa Trời, mối quan hệ ấy được tạo ra bởi chức vụ trung gian của Chúa Giê-xu Christ. Hội thánh được xem là gia đình và bầy chiên của Đức Chúa Trời (Êph 2:18; 3:15; 4:6; Giăng 10:16; 1 Phi 5:2-4), Y-sơ-ra-ên của Ngài (Ga 6:16); thân thể và cô dâu của Đấng Christ (Êph 1:22-23; 5:25-28; Khải 19:7; 21:2, 9-27); và đền thờ của Đức Thánh Linh (1 Cô 3;16; xem thêm Êph 2:19-22). Những người ở trong hội thánh được gọi là "người được chọn" là "người thánh" (người được biệt riêng cho Đức Chúa Trời), và "anh em" (con nuôi của Đức Chúa Trời).

Về căn bản, hội thánh là, đã là và sẽ luôn là một cộng đồng thờ phượng đơn nhất, luôn tụ họp trong đền thánh thật sự là Giê-ru-sa-lem trên trời (Ga 4:26; Hê 12:22-24), nơi Đức Chúa Trời hiện diện. Ở đó tất cả những ai sống trong Đấng Christ, người sống về thể xác với người chết về thể xác (nghĩa là những chiến sĩ của hội thánh và những người chiến thắng của hội thánh) thờ phượng không thôi. Tuy nhiên, trên thế giới, hội thánh duy nhất này xuất hiện trong hình thái của những hội chúng địa phương, mỗi hội chúng được kêu gọi để làm trọn vai trò của một thế giới thu nhỏ (một khuôn mẫu đại diện thu nhỏ của hội thánh nói chung). Điều này lý giải đối với Phao-lô hội thánh phổ thông duy nhất là thân thể của Đấng Christ ra sao (1 Cô 12:12-26; Êph 1:22-23; 3:6; 4:4), và hội chúng địa phương cũng vậy (1 Cô 12:27).

Người ta thường nêu đặc trưng của hội thánh trên đất là "một" (bởi vì trong Đấng Christ hội thánh là một thật sự, như Êph 4:3-6 đã cho thấy, bất chấp số lượng hội chúng và các hệ phái địa phương nhiều như thế nào), "thánh" (bởi vì nó được biệt riêng cho Đức Chúa Trời theo tính tập thể, vì mỗi Cơ Đốc nhân đều được biệt riêng cho Chúa về mặt cá nhân, Êph 2:21), "phổ thông" (bởi vì nó mang tính toàn cầu về mặt phạm vi và nỗ lực nắm giữ sự trọn vẹn của niềm tin), và "thuộc về các sứ đồ" (bởi vì nó được thành lập trên lời dạy của các sứ đồ, Êph 2:20). Cả bốn đặc điểm đó có thể được minh họa qua Ê-phê-sô 2:19-22.

Có một sự khác biệt được rút ra giữa hội thánh theo cách nhìn của con người và của một mình Đức Chúa Trời. Đây là sự khác biệt mang tính lịch sử giữa "hội thánh hữu hình" và "hội thánh vô hình". *Vô hình* không có nghĩa là chúng ta không thể thấy bất cứ dấu hiệu nào về sự hiện diện của nó, mà là chúng ta không thể biết (như Đức Chúa Trời biết, 2 Ti 2:19) ai trong số những thuộc viên đã được báp-têm, tuyên xưng đức tin của hội thánh trong tư cách một cơ quan có tổ chức bên trong lòng đã được tái sinh và thuộc về hội thánh trong tư cách một hội thông công thuộc linh của các tội nhân yêu mến Đấng Cứu Thế. Chúa Giê-xu dạy rằng trong hội thánh có tổ chức, luôn luôn có những người nghĩ họ là Cơ Đốc nhân và đã vượt qua những yêu cầu của một Cơ Đốc nhân, một số người thậm chí còn trở thành mục sư truyền đạo, nhưng lại không được đổi mới trong lòng, vì thế sẽ bị từ chối trong ngày Phán xét (Mat 7:15-27; 13:24-30, 36-43, 47-50; 25:1-46). Sự khác biệt giữa "hữu hình – vô hình" được rút ra nhằm ghi nhận điều này. Không phải là có hai hội thánh mà là cộng đồng hữu hình thường xuyên chứa đựng những Cơ Đốc nhân dởm, những người Đức Chúa Trời biết là họ không phải là Cơ Đốc nhân thực sự (và họ cũng có thể tự biết, 2 Cô 13:5).

Tân Ước cho rằng mọi Cơ Đốc nhân đều chia sẻ sự sống của một hội thánh địa phương, gặp gỡ hội thánh để thờ phượng (Hê 10:25), chấp nhận sự trưởng dưỡng và kỷ luật của hội thánh (Mat 18:15-20; Ga 6:1), và chia sẻ công tác làm chứng của nó. Cơ Đốc nhân đang không vâng lệnh Chúa và tự làm cho mình kiệt sức bằng cách không chịu hợp lại với những tín hữu khác khi có một hội chúng địa phương mà họ có thể thuộc về.

Đức Chúa Trời không quy định chi tiết cho việc thờ phượng Cơ Đốc như trong thời Cựu Ước, nhưng Tân Ước cho thấy rõ những yếu tố cơ bản của sự thờ phượng tập thể của người Cơ Đốc là gì, đó là ngợi khen ("thi thiên, thánh ca, bài hát thiêng liêng", Êph 5:19), cầu nguyện và giảng dạy, với việc thường xuyên ban lễ Tiệc Thánh (Công 20:7-11). Rõ ràng, hát ngợi khen Chúa là một việc quan trọng trong hội thánh thời các sứ đồ, như nó luôn là một điều quan trọng trong tất cả các biến chuyển của năng quyền thuộc linh kể từ đó: Phao-lô và Ba-na-ba đã cùng cầu nguyện (lớn tiếng) và hát thánh ca trong ngục tù tại Phi-líp (Công 16:25), và Tân Ước chứa đựng một số phần giống như là những phần của một bài thánh ca (Êph 5:14; Phi 2:6-11; 1 Ti 3:16 và các đoạn khác nữa). "Những bài ca mới" của Khải Huyền nhiều vô kể, đầy hân hoan và thật sự làm ta mê say (Khải 4:8, 11; 5:9-10, 12-13; 7:10, 12; 11:15, 17-18; 12:10-12; 15:3-4; 19:1-8; 21:3-4). Bất cứ hội thánh địa phương ở bất cứ đâu còn sống động về thuộc linh chắc chắn đều sẽ xem trọng việc ngợi khen, cầu nguyện, giảng dạy là quan trọng, và sẽ đều rất nhiệt thành với ba điều này.

Lời Chúa Và Các Thánh Lễ

Cách Để Nhận Diện Một Hội Thánh Thật

...Hội Thánh Ê-phê-sô...Hội Thánh Si-miệc-nơ...Hội Thánh Pẹt-găm...
Hội Thánh Thi-a-ti-rơ...Hội thánh Sạt-đe...Hội thánh Phi-la-đen-phi-a...
Hội thánh Lao-đi-xê...
Khải Huyền 2:1, 8, 12, 18; 3:1, 7, 14

Mỗi hội thánh địa phương là phần thấy được của hội thánh phổ thông duy nhất và sẽ là hiện thân cho bản chất của hội thánh phổ thông như là gia đình được tái sinh của Cha, thân thể của Đấng Christ và một mối thông công được Đức Thánh Linh duy trì. Thế gian có các hội thánh tự xưng với những giấy ủy nhiệm giả hoặc đáng ngờ (ví dụ các giáo hội Nhất thể và hội thánh Mọc-môn, cả hai đều phủ nhận Ba Ngôi). Ngoài ra, các hội chúng từng nắm giữ niềm tin một cách không mập mờ lại được biết đến là sa ngã đến mức khó để biết liệu chúng có còn là hội thánh nữa hay không. Vì thế, cần có sự khôn ngoan để phân biệt. Khi chống lại giáo hoàng và phân ly khỏi giáo hội Công giáo La Mã, các nhà Cải chính cần phải quyết định đâu là những đặc điểm của hội thánh chân thật. Từ Kinh Thánh, họ tìm được câu trả lời dựa trên hai tiêu chí.

1. *Trung thành giảng dạy Lời Chúa.* Điều này có nghĩa là tổ chức ấy dạy những điều thiết yếu của Phúc Âm Cơ Đốc từ Kinh Thánh. Việc phủ nhận Ba Ngôi, thần tính của Đấng Christ, sự chết chuộc tội lỗi, sự xưng công bình bởi đức tin, chẳng hạn, liên kết các hệ phái lầm lạc đương thời với những kẻ phân ly Ảo Thân thuyết (Docetic), những người phủ nhận sự nhập thể và sự chết chuộc tội (1 Giăng 4:1-3) khiến cho Giăng phải nói: "Họ không thật sự thuộc về chúng ta" (1 Giăng 2:19).

2. *Sử dụng các thánh lễ một cách đúng đắn.* Điều này có nghĩa là báp-têm và Tiệc Thánh được xem và được giải thích là trình bày Phúc Âm theo cách gợi lên, xác nhận và củng cố niềm tin vào Đấng Christ. Những mê tín dị đoan làm nghẹt ngòi đức tin bằng cách biến các thánh lễ thành những nghi thức ma thuật là không thể tha thứ được. Những sự mê tín như thế tấn công vào căn tính của hội thánh một

cách mạnh mẽ, giống như bất cứ điều gì cản trở đức tin nơi Đấng Christ. Được nhận vào trong hội thánh hữu hình là một phần ý nghĩa của việc được báp-têm. Xác nhận địa vị của một người là một phần ý nghĩa của việc dự phần trong Lễ Tiệc Thánh. Sử dụng các thánh lễ một cách đúng đắn bao hàm yếu tố kỷ luật hội thánh ở đó những lời tuyên xưng đức tin được thử nghiệm và hành vi giữa chốn đông người được xem xét.

Lý tưởng mà nói, một cộng đồng Cơ Đốc sẽ thể hiện những đặc điểm khác về danh tính của nó bên cạnh hai đặc điểm tối thiểu này. Luther nêu đích danh các chìa khóa của kỷ luật (Mat 16:19), chức vụ được ủy nhiệm (Công 14:23; 20:28), sự thờ phượng chung (Hê 10:25) và sự chịu khổ vì thập tự giá (Công 14:22; 20:29). Các hội thánh Cải chính lại kể đến một hệ thống kỷ luật và nói rằng kỷ luật là tiêu chí hay đặc điểm thứ ba của hội thánh hữu hình (Tít 1:13; 2:15; 3:10). Những hội thánh ân tứ và các hội thánh khác ngày nay thì ghi rõ sự phục vụ tích cực của từng thành là một đặc điểm khác của hội thánh thật (Êph 4:7-16).

Tuy nhiên, những đặc điểm thêm vào này không thiết yếu theo cách giống hai đặc điểm tối thiểu ở trên. Một hội thánh thiếu những đặc điểm thêm đó thì rõ ràng là thiếu hụt tiêu chuẩn, nhưng cũng sẽ không đúng khi nói rằng nó không phải là một hội thánh.

Trưởng Lão

Mục Sư Phải Chăm Lo Cho Hội Thánh

Hằng giữ đạo thật y như đã nghe dạy, hầu cho có thể theo đạo lành
mà khuyên dỗ người ta và bác lại kẻ chống trả.
Tít 1:9

Các sứ đồ bảo tất cả Cơ Đốc nhân phải coi sóc lẫn nhau bằng sự quan tâm đầy trìu mến và bằng việc cầu nguyện (Ga 6:1-2; 1 Giăng 3:16-18; 5:16; Hê 12:15-16), nhưng ở mỗi hội chúng, họ cũng lập lên những người giám hộ hay người bảo vệ, tức là các "trưởng lão" (Công 14:23; Tít 1:5), những người săn sóc cho người khác như người chăn săn sóc chiên mình (Công 20:28-31; 1 Phi 5:1-4), hướng dẫn họ tránh xa tất cả những điều nguy hại để bước vào tất cả những gì tốt lành bằng việc làm gương (1 Phi 5:3). Trong vai trò của mình, trưởng lão (Tiếng Hy Lạp là: *presbuteroi*) cũng được gọi là "người chăn bầy" (Tiếng Hy Lạp: *poimenes*, hay "mục sư", Êph 4:11) và giám mục (tiếng Hy Lạp: *episkopoi*, Công 20:28; xem thêm câu 17; Tít 1:5; xem thêm câu 7; 1 Phi 5:1-2) và được nói đến bằng cách từ ngữ khác chỉ vai trò lãnh đạo (Rô 12:8; 1 Tê 5:12; Hê 13:7, 17, 24). Hội chúng phải nhận biết thẩm quyền từ Chúa của người lãnh đạo mình và phải đi theo sự lãnh đạo mà họ đưa ra (Hêb 13:17).

Khuôn mẫu này đã xuất hiện trong Cựu Ước, nơi Đức Chúa Trời là Đấng chăn dắt Y-sơ-ra-ên (Thi 80:1), còn các vua, các tiên tri, các thầy tế lễ và các trưởng lão (những người lãnh đạo địa phương) được kêu gọi để hành động trong vai trò những sứ giả của Ngài, trong vai trò của người ở dưới quyền của chủ chăn (Dân 11:24-30; Phục 27:1; E-xơ-ra 5:5; 6:14; 10:8; Thi 77:24-30; Giê 23:1-4; Êxê 34; Xa 11:16-17). Trong Tân Ước, Chúa Giê-xu Người Chăn Hiền Lành (Giăng 10:11-30) cũng là Chủ Chăn (1 Phi 5:4), còn các trưởng lão là những người ở dưới quyền của Ngài. Sứ đồ Phi-e-rơ gọi mình là "trưởng lão" ở dưới thẩm quyền của Đấng Christ (1 Phi 5:1), có lẽ vì ông nhớ rằng sự chăn dắt thuộc linh là nhiệm vụ đặc biệt mà Chúa Giê-xu trao phó cho ông khi Ngài phục hồi ông trở lại với chức vụ (Giăng 21:15-17).

Dầu không phải tất cả nhưng một số trưởng lão còn làm công tác dạy dỗ nữa (1 Ti 5:17; Tít 1:9; Hê 13:7) và Ê-phê-sô 4:11-16 nói rằng Đấng Christ đã ban cho hội thánh "mục sư-giáo sư" (một lớp người có vai trò kép) để trang bị mọi người cho việc phục vụ thông qua việc khám phá và phát triển các ân tứ thuộc linh của từng người (câu 12-16). Trong các nhóm lãnh đạo hội chúng theo suy nghĩ của các sứ đồ, có những người dạy dỗ (giáo sư) không phải là trưởng lão (2 Ti 2:2) cũng như có các trưởng lão không dạy dỗ và các trưởng lão vừa quản trị vừa dạy dỗ.

Vai trò chăn bầy của các trưởng lão đòi hỏi họ phải có tâm tính của người Cơ Đốc trưởng thành, ổn định và một đời sống cá nhân nề nếp (1Ti 3:1-7; Tít 1:5-9). Hết lòng và trung thành trong chức vụ trưởng lão sẽ được ban thưởng (Hê 13:17; 1 Phi 5:4; xem thêm 1 Tim 4:7-8).

Trách nhiệm chăn bầy của các sứ đồ và những người phụ giúp cho họ, như Ti-mô-thê và Tít, rộng lớn hơn trách nhiệm chăn bầy của các trưởng lão hội chúng (2 Cô 11:28; Tít 1:5), trong khi trách nhiệm của các chấp sự hội thánh (Hy Lạp: *diakonoi*, hay "đầy tớ" có lẽ là những người phụ tá cho trưởng lão, 1 Ti 3:8-13; Phi 1:1) lại hẹp hơn nữa, trách nhiệm cụ thể của họ là chức vụ thương xót (Công 6:2-6; Rô 16:1-2).

Mỗi hội thánh đều cần những công chức mục vụ để làm trọn vai trò của người trưởng lão, và cần phải đặt ra một phương pháp chọn lựa và bổ nhiệm họ một cách khôn ngoan.

Các Thánh Lễ

Đấng Christ Thiết Lập Hai Ấn Chứng Cho Giao Ước Của Đức Chúa Trời

Ông Áp-ra-ham đã nhận dấu cắt bì như ấn chứng của sự công chính mà ông đã có được bởi đức tin từ lúc ông chưa chịu cắt bì.
Rô-ma 4:11

Đấng Christ thiết lập hai nghi lễ mà những người theo Ngài phải giữ: báp-têm, nghi lễ kết nạp diễn ra một lần duy nhất (Mat 28:19; Ga 3:27), và Lễ Tiệc Thánh, một nghi lễ tưởng nhớ và thường xuyên được thực hiện (1 Cô 11:23-26). Đây được gọi là "các thánh lễ" trong hội thánh Tây phương, được gọi là "những huyền nhiệm" trong hội thánh Chính thống giáo Đông phương, và được gọi là các "nghi lễ" trong một số người Tin Lành cho rằng hai từ kia dễ khiến người ta hiểu sai. Kinh Thánh không có từ đặc biệt nào để xếp loại hai nghi lễ này và hai nghi lễ tương ứng trong Cựu Ước, là lễ cắt bì cho người nam được gọi là nghi lễ kết nạp (Sáng 17:9-14; 23-27) và Lễ Vượt Qua hàng năm là lễ tưởng nhớ (Xuất 12:1-27). Tuy nhiên, sự dạy dỗ của Kinh Thánh đảm bảo chúng cùng được xếp vào những dấu hiệu hay những ấn chứng cho mối liên hệ giao ước với Đức Chúa Trời.

Thánh lễ xuất phát từ từ *sacramentum* trong tiếng La-tinh, có nghĩa là một nghi thức thánh nói chung, là nghi thức thề trung thành rất thiêng liêng của người lính nói riêng. Nghiên cứu về các nghi lễ xem khái niệm về một thánh lễ là hành động mang tính nghi thức được Đấng Christ lập ra trong đó các dấu hiệu được lĩnh hội thông qua các giác quan sẽ trình bày ân điển của Đức Chúa Trời qua Đấng Christ và các phước lành của giao ước Ngài cho chúng ta. Chúng truyền đạt, ấn chứng và xác nhận tín hữu sở hữu những phước lành đó, người tín hữu khi nhận các thánh lễ với tinh thần đáp ứng bày tỏ lòng tin và sự trung thành của mình với Đức Chúa Trời. Tác động của việc nhận các thánh lễ đó là "tạo ra một sự khác biệt rõ ràng giữa người thuộc về hội thánh và những người thuộc về thế gian, và để trang trọng kéo họ vào sự phục vụ Đức Chúa Trời trong Đấng Christ, theo lời Ngài" (Bản Tuyên Xưng Westminster XXVII.1).

Sai lầm của thời Trung Cổ là xếp năm nghi lễ khác nữa vào hàng thánh lễ (thêm sức, sám hối, hôn phối, bổ nhiệm và xức dầu thánh). Ngoài việc chúng không phải là ấn chứng cho mối quan hệ giao ước với Chúa, chúng cũng "không có cùng bản chất so với hai thánh lễ là báp-têm và Tiệc Thánh, bởi vì chúng không có bất cứ dấu hiệu hay nghi lễ thấy được nào cho thấy chúng được Chúa thiết lập" (Ba mươi chín điều XXV).

Các thánh lễ được xem là phương tiện của ân điển, bởi vì Đức Chúa Trời làm cho chúng trở thành phương tiện của đức tin, sử dụng chúng để củng cố niềm tin vào lời hứa của Chúa và khơi gợi hành động của đức tin vì đã nhận được những tặng phẩm tốt lành. Tính hiệu lực của các thánh lễ đối với mục đích này không nằm ở đức tin hay phẩm chất của người thi hành thánh lễ nhưng ở sự thành tín của Đức Chúa Trời, Đấng đã ban các dấu hiệu ấy nên giờ đây vui lòng mà sử dụng chúng. Do biết điều này, nên Đấng Christ và các sứ đồ không chỉ nói về dấu hiệu ấy như thể nó là điều được biểu thị nhưng cũng nói như thể nhận dấu hiệu cũng là nhận điều được biểu thị (ví dụ, Mat 26:26-28; 1 Cô 10:15-21; 1 Phi 3:21-22). Như việc giảng dạy Lời Chúa làm cho Phúc Âm được người ta nghe đến thế nào, thì các thánh lễ cũng làm cho Phúc Âm trở nên hữu hình thế ấy, và Đức Chúa Trời khuấy động đức tin bằng hai phương cách ấy.

Thánh lễ củng cố đức tin bằng cách đặt niềm tin Cơ Đốc tương quan với lời chứng của các giác quan của chúng ta. Phúc Âm căn bản Heidelberg minh họa điều này trong câu trả lời của nó cho câu hỏi 75. Từ chìa khóa đó là *chắc chắn chẳng khác nào.*

Đấng Christ đã truyền dạy tôi... ăn cái bánh được bẻ ra này và uống chén này để nhớ đến Ngài, qua đó được ban cho sự đảm bảo: thứ nhất đó là thân thể Ngài... bị nát tan trên thập tự giá vì tôi, và huyết Ngài đổ ra vì tôi, chắc chắn chẳng khác gì tôi tận mắt thấy bánh... bị bẻ ra vì tôi và chén được truyền cho tôi; và, ngoài ra, đó là với thân thể đã bị đóng đinh và huyết đã bị đổ ra của Ngài, chính Ngài nuôi nấng và trưởng dưỡng linh hồn tôi cho sự sống đời đời, chắc chắn chẳng khác nào tôi nhận và nếm biết bánh và chén... là những thứ được ban cho tôi như những biểu tượng chắc chắn về thân và huyết của Đấng Christ.

Thánh lễ có chức năng giống như những phương tiện của ân điển dựa trên nguyên tắc đó là thấy là (nghĩa là dẫn tới) tin.

Báp-Têm

Nghi Lễ Thể Hiện Sự Hiệp Nhất Với Đấng Christ

Anh em không biết rằng tất cả chúng ta đều đã chịu báp-têm
trong Đấng Christ Giê-xu, tức là chịu báp-têm trong sự chết của Ngài sao?
Vậy, bởi báp-têm, chúng ta đã được chôn vào trong sự chết với Ngài,
để rồi như Đấng Christ nhờ vinh quang của Cha được sống lại
từ cõi chết thể nào thì chúng ta cũng được sống trong đời mới thể ấy.
Rô-ma 6:3-4

Phép báp-têm của người Cơ Đốc, vốn có hình thức của sự tẩy rửa theo nghi lễ (giống như phép báp-têm tiền Cơ Đốc giáo của Giăng), là một dấu hiệu từ Đức Chúa Trời biểu thị sự tẩy sạch lòng và ân xá tội lỗi (Công 22:16; 1 Cô 6:11; Êph 5:25-27), sự tái sinh do Đức Thánh Linh thực hiện và đời sống mới (Tít 3:5) cũng như sự hiện diện thường xuyên của Đức Thánh Linh trong tư cách ấn chứng của Đức Chúa Trời làm chứng và đảm bảo rằng một người đã được an toàn trong Đấng Christ mãi mãi (1 Cô 12:13; Êph 1:13-14). Phép báp-têm chứa đựng những ý nghĩa này bởi vì trước nhất và về căn bản nó biểu thị cho sự liên hiệp với Đấng Christ trong sự chết, sự chôn và sự sống lại của Ngài (Rô 6:3-7; Côl 2:11-12). Bằng đức tin tiếp nhận dấu hiệu ấy đảm bảo với người được báp-tem rằng món quà sự sống mới mà Đức Chúa Trời ban cho qua Đấng Christ là miễn phí. Đồng thời, nó đưa họ tới chỗ sống theo cách mới mẻ trong tư cách những môn đồ tận hiến cho Chúa. Lễ báp-têm biểu thị bước ngoặt trong cuộc đời con người bởi vì nó biểu thị cho việc được tháp vào trong sự sống phục sinh của Đấng Christ trong tư cách những tạo vật mới.

Đấng Christ dạy các môn đồ Ngài làm báp-têm nhân danh Cha, Con và Thánh Linh (Mat 28:19). Điều này có nghĩa là mối liên hệ giao ước mà phép báp-têm chính thức trao tặng là mối liên hệ của sự tiếp nhận nhờ, bởi sự liên hiệp với và tận hiến cho cả ba ngôi của Thiên Chúa. Khi Phao-lô nói rằng người Y-sơ-ra-ên được "báp-têm trong Môi-se" (1 Cô 10:2), ý ông đó là họ được đặt dưới sự kiểm soát và hướng dẫn của Môi-se. Cũng vậy, báp-têm nhân danh Đức Chúa Trời Ba Ngôi biểu thị việc được chính Đức Chúa Trời kiểm soát và hướng dẫn.

Dấu hiệu bên ngoài này không truyền một cách tự động và thần kỳ những phước hạnh bên trong mà nó biểu thị, và sự tuyên xưng đức tin của ứng viên chịu báp-têm không phải lúc nào cũng chân thật. Phi-e-rơ phải nói với pháp sư Si-môn, người mới nhận báp-têm, rằng ông vẫn chưa được đổi mới trong lòng (Công 8:13-24).

Trong tư cách dấu hiệu cho sự kiện một lần là đủ, phép báp-têm cần được cử hành cho một người chỉ một lần duy nhất mà thôi. Lễ báp-têm là thật và có giá trị nếu nước và danh xưng của Ba Ngôi được sử dụng, ngay cả khi nó là của một người lớn mà lời tuyên xưng đức tin của người đó hóa ra chỉ là giả hình. Pháp sư Si-môn đã nhận báp-têm một lần, và nếu sau này ông có tin Chúa thật lòng thì làm báp-têm lại cho ông vẫn là sai.

Tân Ước không đưa ra quy định về một phương cách báp-têm cụ thể nào cả. Mệnh lệnh báp-têm có thể được làm trọn bằng cách nhận chìm xuống nước, nhúng nước hay rảy nước; cả ba hình thức đó đều thỏa đáp ý nghĩa của động từ *baptize* trong tiếng Hy Lạp và của đòi hỏi mang tính biểu tượng của việc vượt qua hay dầm mình trong nước thanh tẩy.

Báp-tem cho con của tín đồ, với niềm tin rằng nó hòa hợp với ý muốn đã được khải thị của Đức Chúa Trời, đã trở thành tập quán mang tính lịch sử của hầu hết các hội thánh. Tuy nhiên, cộng đồng báp-tít trên khắp thế giới, trong đó bao gồm cả các nhà tư tưởng Cải Chánh lỗi lạc, lại không đồng ý như thế.

Điều này liên hệ đến lập trường của người Báp-tít cho rằng tư cách hội viên của các hội chúng địa phương chỉ dành cho những người công khai tuyên xưng đức tin cá nhân: Một điểm nhấn thường được củng cố thêm bởi lời tuyên bố rằng Đấng Christ thiết lập lễ báp-têm chủ yếu để tuyên xưng đức tin cách công khai, rằng sự tuyên xưng đức tin như thế là một phần định nghĩa của lễ báp-têm, vì thế báp-têm cho trẻ con không thật sự là báp-têm. (Vì thế, các hội thánh Báp-tít thường báp-têm lại cho những người đã được báp-têm từ khi còn nhỏ; theo quan điểm của Báp-tít thì những người như thế vẫn chưa được báp-têm.) Thần học Cải Chính phủ nhận quan điểm cho rằng lễ báp-têm cho tín hữu là lễ báp-têm duy nhất cũng như phản đối việc người Báp-tít phủ nhận chỗ đứng của con cái tín hữu trong thân thể của Đấng Christ nhờ đức tin của ba mẹ chúng, tức là chuyện chúng đã thuộc về thân thể Đấng Christ từ khi sinh ra. Những khác biệt trong quan điểm về hội thánh hữu hình là cơ sở cho toàn bộ những trao đổi về việc báp-têm cho con trẻ.

Lý lẽ ủng hộ phép báp-têm cho con cái của tín đồ (một tập tục mà Tân Ước không có ví dụ, không quy định hay cấm đoán) nằm ở lời tuyên bố rằng sự chuyển tiếp từ hình thức "cũ" và "mới" trong giao ước của Chúa xảy ra khi Đấng Christ đến không tác động trên nguyên tắc đoàn kết gia đình trong cộng đồng giao ước (nghĩa là hội thánh như cách chúng ta gọi ngày nay). Vì thế, con trẻ phải được báp-têm, như các bé trai người Do Thái trước đây đã được cắt bì, không phải để ban cho chúng địa vị giao ước, nhưng để xác nhận địa vị giao ước mà bởi sự chỉ định theo quyền tể trị của Đức Chúa Trời về nguồn gốc cha mẹ của chúng đã ban cho chúng.

Trong 1 Cô-rinh-tô 7:14, Phao-lô giải quyết câu hỏi liệu Đức Chúa Trời có chấp nhận cuộc hôn nhân mà trong đó chỉ một người là Cơ Đốc nhân bằng cách viện dẫn sự đảm bảo rằng con cái của cuộc hôn nhân như thế là "thánh" về mặt giao ước và về mối liên hệ, nghĩa là được dâng cho Chúa và được Chúa chấp nhận cùng với người ba hay người mẹ đã tin Chúa. Vì thế, sự phụ thuộc giữa cha-mẹ-và-con-cái vẫn còn hiệu lực, như Phi-e-rơ cũng đã chỉ ra trong bài giảng Lễ Ngũ Tuần (Công 2:39). Nhưng nếu các con trẻ có cùng địa vị giao ước với cha mẹ chúng, thì sẽ hợp lý khi cho chúng dấu hiệu của địa vị đó và dấu hiệu của địa vị của chúng trong cộng đồng giao ước, và sẽ là không phù hợp khi hội thánh giữ nó lại. Sự phù hợp này được minh chứng bằng việc khi phép cắt bì là dấu hiệu cho địa vị giao ước và cho việc được kể vào trong cộng đồng, thì Đức Chúa Trời đã truyền dạy điều đó một cách rõ ràng (Sáng 17:9-14).

Chống lại quan điểm này, người Báp-tít xác nhận rằng (a) cắt bì chỉ là dấu hiệu cho biết nhân thân là người Do Thái, vì thế rút ra tính chất tương đồng giữa nó và phép báp-têm của người Cơ Đốc là một sai lầm; (b) dưới giao ước mới, đòi hỏi đức tin cá nhân trước khi báp-têm là đòi hỏi tuyệt đối; và (c) những tập tục mà Kinh Thánh không công nhận và chấp thuận một cách rõ ràng thì không nên đưa vào trong đời sống hội thánh.

Rõ ràng, tất cả những thuộc viên trưởng thành trong hội thánh cần phải tuyên xưng đức tin cá nhân trước hội thánh và cộng đồng làm báp-têm cho trẻ em cung cấp cho sự tuyên xưng này một nghi lễ xác nhận hay một nghi lễ tương ứng. Việc trưởng dưỡng trong nếp sống Cơ Đốc của trẻ em theo Báp-tít và những trẻ em được rảy nước thánh từ nhỏ sẽ tương tự nhau: dâng con cho Chúa, bằng cách làm báp-têm hay bằng lễ dâng con (mà một số người sẽ xem như là một lễ báp-têm khô), khi ấy chúng sẽ được trưởng dưỡng để sống cho Chúa và được dẫn dắt đến lúc tuyên xưng đức tin công khai một cách tự nguyện trong lễ thêm sức hay báp-têm (mà một số người sẽ xem là một lễ thêm sức dùng nước). Sau đó, chúng sẽ vui hưởng địa vị của người dự lễ Tiệc Thánh một cách đầy đủ, trừ phi chúng thật sự phải ở dưới kỷ luật vì một sai lầm nào đó. Sự tranh cãi tiếp diễn không phải về việc trưởng dưỡng mà về cách Đức Chúa Trời định nghĩa hội thánh.

Tiệc Thánh

Nghi Lễ Này Bày Tỏ Sự Hiệp Thông Với Đấng Christ

Vì tôi có nhận nơi Chúa điều tôi đã dạy cho anh em:
Ấy là trong đêm Chúa là Đức Chúa Giê-xu bị phản nộp, Ngài lấy bánh,
tạ ơn, rồi bẻ ra và phán rằng: "Nầy là thân thể Ta vì các con mà phó cho,
hãy làm điều nầy để nhớ đến Ta". Cùng một cách ấy, sau khi ăn bữa tối rồi
Ngài lấy chén và phán rằng: "Chén nầy là giao ước mới
trong huyết Ta; hễ khi nào các con uống, hãy làm điều nầy để nhớ Ta."
Vậy, mỗi lần anh em ăn bánh nầy, uống chén nầy thì
rao giảng sự chết của Chúa cho đến lúc Ngài đến.
1 Cô-rinh-tô 11:23-26

Tiệc Thánh là hành động thờ phượng mang lấy hình thức của một bữa ăn nghi thức, trong đó đầy tớ Đấng Christ chia sẻ bánh và rượu để tưởng nhớ đến Chúa bị đóng đinh và vui mừng về mối quan hệ giao ước mới với Đức Chúa Trời qua sự chết của Đấng Christ.

Chúa Giê-xu chúng ta, trong đêm Ngài bị phản, đã thiết lập thánh lễ về thân và huyết Ngài, được gọi là Lễ Tiệc Thánh, để hội thánh của Ngài gìn giữ cho tới ngày tận thế, để mãi mãi nhớ đến sự hy sinh chính mình của Ngài qua sự chết của Ngài, qua đó ấn chứng mọi ích lợi dành cho những tín hữu chân chính, sự trưởng dưỡng và tăng trưởng thuộc linh của họ trong Ngài, sự gắn bọ của họ trong và dành cho mọi bổn phận mà họ phải làm cho Ngài; và để tạo sự ràng buộc và hứa nguyện tương giao với Ngài, với nhau trong tư cách chi thể trong thân huyền nhiệm của Ngài. (Bản tuyên xưng Westminster XXIX.1)

Các phân đoạn nói về Tiệc Thánh mà lời phát biểu ở trên dựa vào là bốn ký thuật (Mat 26:26-29; Mác 14:22-25; Lu-ca 22:17-20; 1 Cô 11:23-25) và 1 Cô-rinh-tô 10:16-21; 11:17-34. Bài giảng của Chúa Giê-xu (Giăng 6:35-58) về chính Ngài là Bánh Sự Sống và nhu cầu cần được Ngài nuôi dưỡng bằng việc ăn thịt Ngài và uống huyết Ngài được giảng trước khi Lễ Tiệc Thánh tồn tại và nên được hiểu là nói về chuyện Tiệc Thánh biểu thị cho điều gì (cho sự hiệp thông với Đấng Christ bởi đức tin) hơn là về bản thân lễ Tiệc Thánh.

Vào thời Cải Chính, những câu hỏi về bản chất sự hiện diện của Đấng Christ trong Lễ Tiệc Thánh và mối liên hệ của nghi lễ này với sự chết chuộc tội là trọng tâm những tranh cãi nảy lửa. Về câu hỏi đầu tiên, giáo hội Công giáo La Mã khẳng định (như hiện vẫn khẳng định) là sự hóa thể, được định nghĩa trong Công Đồng Lateran thứ tư vào năm 1215. *Hóa thể* có nghĩa là hữu thể bánh và rượu được chuyển đổi cách kỳ diệu thành hữu thể là thân và huyết của Đấng Christ để rồi chúng không còn là bánh và rượu nữa, mặc dù bề ngoài của chúng là thế. Luther hiệu chỉnh điều này, xác nhận quan điểm sau này gọi là "đồng bộ hữu thể thuyết" (consubstantiation) (một thuật ngữ mà Luther không thích), nghĩa là, thân và huyết của Chúa Giê-xu hiện diện trong, với và dưới hình thức bánh và rượu, vì thế không chỉ là bánh và rượu mà thôi, dù cũng vẫn là bánh và rượu. Các hội thánh Chính thống giáo Đông phương và một số người Anh giáo có quan điểm khá giống vậy. Zwingli phủ nhận chuyện Đấng Christ được vinh hiển, giờ đây ở trên trời, lại hiện diện theo bất cứ cách nào phù hợp với từ *mang tính vật lý, mang tính thể chất* hay mang tính chất địa phương. Calvin cho rằng mặc dù bánh và rượu vẫn không đổi (ông đồng ý với Zwingli rằng từ *là* trong "này là thân thể ta... huyết ta" có nghĩa là "tượng trưng cho" chứ không phải "cấu thành"), qua Đức Thánh Linh, Đấng Christ ban cho người thờ phượng niềm vui của sự hiện diện của cá nhân Ngài, kéo họ vào trong mối thông công với chính Ngài trên trời (Hê 12:22-24) theo cách vinh hiển và rất thật, mặc dù không thể mô tả được.

Về câu hỏi thứ hai, tất cả những người Cải Chính đều khẳng định rằng tại bàn Tiệc Thánh, chúng ta cảm tạ Đấng Christ vì công tác chuộc tội của Ngài đã hoàn tất và đã được chấp nhận, chứ không phải lặp lại, làm mới lại, tái hứa ban, tượng trưng cho hay tái kích hoạt nó, như giáo lý lễ Mi-xa của người Công giáo La Mã xác nhận.

Nghi lễ Tiệc Thánh được quy định có ba cấp độ ý nghĩa đối với người tham dự. Thứ nhất, nó nhắc đến sự chết của Đấng Christ *trong quá khứ* mà chúng ta phải nhớ đến. Thứ hai, nó liên hệ đến việc *hiện tại* chúng ta trong tư cách tập thể được Chúa nuôi dưỡng trong đức tin, với hàm ý về cách chúng ta phải đối xử với anh em tín hữu của mình (1 Cô 11:20-22). Thứ ba, nó nhắc đến *tương lai* khi chúng ta trông đợi sự trở lại của Đấng Christ và được khích lệ khi nghĩ đến điều đó. Sự tự xét mình trước khi dự, để đảm bảo rằng lòng chúng ta phải đúng đắn trước mặt Chúa, là điều được khuyên phải làm (1 Cô 11:28), và đây rõ ràng là lời khuyên khôn ngoan.

Kỷ Luật

Hội Thánh Phải Gìn Giữ Tiêu Chuẩn Cơ Đốc

Nếu anh em con có lỗi với con, hãy gặp riêng và nói cho người ấy
biết điều đó. Nếu người ấy chịu nghe thì con được lại anh em.
Nhưng nếu người ấy không chịu nghe thì hãy đem một hay hai người
đi với con, để dựa vào lời của hai hoặc ba nhân chứng mà
mọi lời được xác nhận. Nếu người ấy vẫn không chịu nghe
những người nầy thì hãy báo cho Hội Thánh;
và nếu người ấy không chịu nghe Hội Thánh
thì hãy xem người ấy như người ngoại và kẻ thu thuế.
Ma-thi-ơ 18:15-17

Khái niệm kỷ luật của người Cơ Đốc cũng rộng như từ *disciplina*, là từ trong tiếng La-tinh biểu thị tiến trình trưởng dưỡng, dạy dỗ và đào tạo mà quá trình môn đồ hóa đòi hỏi. Khi thần học Cải Chính nhấn mạnh tầm quan trọng của kỷ luật hội thánh, xác nhận rằng sẽ không có sự khỏe mạnh về thuộc linh nếu không có kỷ luật, rằng nó là dấu hiệu sống còn của một hội thánh thật, người ta không chỉ nghĩ đến các tiến trình tố tụng chống lại những con người vô luân hay những người theo dị giáo. Chỉ khi các kỷ luật cá nhân như học tập và tận hiến, thờ phượng và thông công, công chính và phục vụ được thường xuyên dạy dỗ trong bối cảnh yêu thương và giải trình (Mat 28:20; Giăng 21:15-17; 2 Ti 2:14-26; Tít 2; Hê 13:17) thì những sự sửa phạt mới có ý nghĩa. Tuy nhiên, Tân Ước cho thấy rõ rằng trong bối cảnh đó, sự sửa phạt có vị trí quan trọng trong việc giúp cho hội thánh và các cá nhân trưởng thành (1 Cô 5:1-13; 2 Cô 2:5-11; 2 Tê 3:6, 14-15; Tít 1:10-14; 3:9-11).

Chúa Giê-xu thiết lập kỷ luật hội thánh bằng cách ủy quyền cho các sứ đồ buộc và mở (nghĩa là ngăn cấm và cho phép, Mat 18:18) và công bố tha tội hay cầm tội (Giăng 20:23). "Chìa khóa nước trời" ban đầu được giao cho Phi-e-rơ và được xem là thẩm quyền để buộc và mở (Mat 16:19), thường được hiểu là thẩm quyền trình bày giáo lý cách rõ ràng và thực thi kỷ luật, một thẩm quyền giờ đây được Đấng Christ ban cho hội thánh nói chung và cho các mục sư được ủy quyền nói riêng.

Bản tuyên xưng Westminster tuyên bố:

Sự phê bình, khiển trách của hội thánh là cần thiết để cải tạo và có lại được người anh em phạm lỗi, để ngăn cản những người khác không phạm lỗi giống nhưu thế, để thanh lọc thứ men làm dậy lên cả đám bột, để xác nhận tính đáng tôn của Chúa, tính chất thiêng liêng của lời tuyên xưng đức tin và ngăn ngừa cơn giận của Đức Chúa Trời có thể đổ xuống cách đúng đắn trên hội thánh nếu họ làm cho giao ước Ngài bị tổn thất, làm cho các ấn chứng của giao ước ấy [các thánh lễ] bị những người vi phạm một cách cố ý làm cho bị xúc phạm (XXX.3)

Kỷ luật hội thánh có thể phải tăng mức độ từ việc chỉ khiển trách, đến không được dự lễ Tiệc Thánh, tới bị đuổi ra khỏi hội thánh (dứt phép thông công), được mô tả là phó cho Sa-tan, vua của thế gian này (Mat 18:15-17; 1 Cô 5:1-5, 11; 1 Ti 1:20; Tít 3:10-11). Những tội lỗi công khai (nghĩa là những tội lỗi mà cả hội thánh đều biết) cần phải được khiển trách công khai trước sự hiện diện của hội thánh (1 Ti 5:20; xem thêm Ga 2:11-14). Chúa Giê-xu dạy về tiến trình giải quyết riêng với những người phạm tội, với hy vọng rằng họ không cần phải chịu sự khiển trách công khai từ hội thánh (Mat 18:15-17).

Mục đích của kỷ luật hội thánh ở mọi hình thức không phải để trừng phạt mà để đem đến sự ăn năn và qua đó phục hồi con chiên đi lạc. Cuối cùng, chỉ có một tội duy nhất mà thuộc viên hội thánh phải bị dứt phép thông công, đó là không ăn năn. Khi rõ ràng người ấy đã ăn năn, thì hội thánh phải công bố sự tha thứ và tiếp nhận người vi phạm trở lại thông công với hội thánh một lần nữa.

Truyền Giáo

Đấng Christ Sai Phái Hội Thánh Vào Trong Thế Gian

Ngài lại nói với họ: "Bình an cho các con! Như Cha đã sai Ta thể nào,
Ta cũng sai các con thể ấy.
Giăng 20:21

Truyền giáo bắt nguồn từ chữ *mission* trong tiếng La-tinh, có nghĩa là
"sai phái". Những từ Chúa Giê-xu nói với các môn đồ đầu tiên về vai trò
đại diện của họ là "Như Cha đã sai ta thể nào, thì ta cũng sai các ngươi thể
ấy" (Giăng 20:21; xem thêm 17:18), vẫn còn được áp dụng. Hội thánh phổ
thông, và qua đó là mọi hội chúng địa phương và mọi Cơ Đốc nhân trong
đó, đều được sai phái vào trong thế gian để làm tròn một nhiệm vụ rõ ràng
và đã được xác định. Chúa Giê-xu, Chúa của hội thánh, đã đưa ra lệnh xuất
phát. Về mặt cá nhân và cả tập thể, tất cả dân sự của Chúa giờ đây đều ở
trong thế gian vì công tác mà Đức Vua giao phó.

Nhiệm vụ được chỉ định bao gồm hai mặt. Thứ nhất và căn bản nhất,
nó là công tác làm nhân chứng toàn cầu, huấn luyện môn đồ và lập hội
thánh (Mat 24:14; 28:19-20; Mác 13:10; Lu-ca 24:47-48). Chúa Giê-xu Christ
phải được công bố khắp nơi là Đức Chúa Trời nhập thể, là Chúa và là Đấng
Cứu Thế; và lời mời gọi tìm kiếm sự sống bằng cách đến với Đấng Christ
trong sự ăn năn và đức tin (Mat 22:1-10; Lu-ca 14:16-24) phải được mang
đến cho toàn thể nhân loại. Chức vụ của người chuyên thành lập hội thánh,
ông Phao-lô – người rao giảng Tin lành (miễn là còn sức và khả năng cho
phép) cho toàn thế giới (Rô 1:14; 15:17-29; 1 Côr 9:19-23; Côl 1:28-29), làm
khuôn mẫu cho cam kết trọng yếu này.

Thứ nhì, mọi Cơ Đốc nhân, cũng như mọi hội chúng của hội thánh trên
đất, đều được kêu gọi để thực hành những việc làm thương xót, một tình
yêu thương chu đáo dành cho người lân cận, là tình yêu đáp ứng cách rời
rộng với tất cả các hình thức nhu cầu của con người được thể hiện (Lu
10:25-27; Rô 12:20-21). Lòng thương xót là khía cạnh bên trong của tinh
thần yêu người lân cận, là tình yêu thương dẫn Chúa Giê-xu đến chỗ chữa
lành người bệnh, cho người đói ăn và dạy dỗ những người mông muội,
không biết (Mat 9:36; 15:32; 20:34; Mác 1:41; Lu-ca 7:13), những ai là tạo

vật mới trong Đấng Christ cũng phải thương xót người khác như vậy. Do đó, họ giữ điều răn thứ hai và cũng tạo được tín nhiệm cho lời công bố về Đấng Cứu Thế của họ, khiến tội nhân trở thành những người yêu Chúa và yêu đồng loại. Nếu những người bênh vực cho sứ điệp này không thể hiện năng quyền của sứ điệp ấy trong đời sống họ, thì tính đáng tin cậy bị phá hủy. Nếu họ làm được, thì tính đáng tin cậy được tăng lên. Đây là ý của Chúa Giê-xu khi Ngài nói việc lành của những chứng nhân cho Ngài sẽ dẫn người ta đến chỗ làm vinh hiển Cha (Mat 5:16; xem thêm 1 Phi 2:11-2). Việc lành cần phải được xem là hỗ trợ cho lời lành.

Mặc dù Chúa Giê-xu tiên báo về việc truyền giáo cho người ngoại (Mat 24:14; Giăng 10:16; 12:32), nhưng Ngài xem chức vụ trên đất của mình là nhắm tới "con chiên lạc mất của nhà Y-sơ-ra-ên" (Mat 15:24). Khi đi bất cứ nơi nào để truyền giảng, Phao-lô, vị sứ đồ cho dân ngoại, cũng luôn đến với người Do Thái trước (Công 13:5, 14, 42-48; 14:1; 16:13; 17:1-4, 10; 18:4-7, 19; 19:8-10; 28:17-28; Rô 1:16; 2:9-10). Quyền được nghe Tin lành trước của người Do Thái là sự xếp đặt của Chúa (Công 3:26; 13:26, 46), và việc truyền giảng Tin Lành cho người Do Thái cần phải tiếp tục là ưu tiên khi hội thánh tìm cách thực thi sứ mạng của mình. Cơ Đốc nhân Do Thái được tự do không phải vâng giữ luật nghi lễ và cũng được tự do giữ các phong tục Do Thái thể hiện văn hóa Do Thái của họ. Sự mong đợi lâu đời đó là Cơ Đốc nhân Do Thái phải bỏ đặc trưng là người Do Thái của họ lại đằng sau thay vì vui thỏa trong việc là người Do Thái "trọn vẹn" là một định kiến văn hóa không có nền tảng Kinh Thánh.

Ân Tứ Thuộc Linh

Đức Thánh Linh Trang Bị Cho Hội Thánh

*Nhưng ân điển đã được ban cho mỗi người chúng ta theo mức độ
ban phát của Đấng Christ. Chính Ngài đã ban cho một số người làm sứ đồ,
một số người làm nhà tiên tri, một số người khác
làm nhà truyền giảng Tin Lành, một số người khác nữa làm mục sư
và giáo sư, để các thánh đồ được trang bị cho công tác phục vụ và
xây dựng thân thể Đấng Christ.*
Ê-phê-sô 4:7, 11-12

Tân Ước mô tả về các hội thánh địa phương trong đó một số tín hữu
nắm giữ những vị trí chăn bầy chính thức (trưởng lão và chấp sự, Phil 1:1)
trong khi tất cả những người khác đảm nhiệm vai trò phục vụ không chính
thức. Mọi thành viên đều tham gia phục vụ trong thân thể Đấng Christ là lý
tưởng của Tân Ước. Rõ ràng những viên chức coi sóc hội thánh không nên
giới hạn công tác phục vụ của những người không chính thức mà nên hỗ
trợ họ (Êph 4:11-13). Tương tự, những người chăn bầy cách không chính
thức cũng không nên thách thức hay phá hoại nhưng nên để cho các mục
sư điều hành mục vụ của họ theo sao cho trật tự và gây dựng (1 Cô 14:3-5,
12, 26, 40; Hê 13:17). Thân thể Đấng Christ trưởng thành trong đức tin và
tình yêu "khi mỗi chi thể làm việc của mình" (Êph 4:16) và làm trọn hình
thức phục vụ theo ơn đã được ban cho (Êph 4:7, 12).

Từ *ơn* (nghĩa đen là "tặng phẩm") chỉ xuất hiện trong mối liên hệ với sự
phục vụ trong Ê-phê-sô 4:7-7. Phao-lô giải thích cụm từ *Ngài... ban ơn cho
mỗi người* ám chỉ việc Đấng Christ ban cho hội thánh Ngài những người
được kêu gọi và được trang bị cho chức vụ sứ đồ, tiên tri, người giảng Tin
Lành và mục sư- giáo sư. Cũng vậy, qua chức vụ thêm sức của những người
này, Đấng Christ đang ban cho mỗi một Cơ Đốc nhân một vai trò trong chức
vụ. Ở phần Kinh Thánh khác (Rô 12:4-8; 1 Cô 12-14), Phao-lô gọi những
năng lực được Chúa ban cho để phục vụ này là *charismata* (những ân tứ
vốn là biểu hiện cụ thể của *charis* hay ân điển, tình yêu thương chủ động
và đầy tính sáng tạo của Đức Chúa Trời, 1 Cô 12:4), và *pneumatika* (ân tứ

thuộc linh trong tư cách những minh chứng cụ thể cho năng lượng của Đức Thánh Linh, *pneuma* của Đức Chúa Trời, 1 Cô 12:1).

Giữa rất nhiều những điều còn khó hiểu và những câu hỏi còn tranh cãi về *charismata* của Tân Ước, có ba điều rõ ràng trong đó. Thứ nhất, ân tứ là khả năng để bày tỏ, tán tụng, biểu đạt Đấng Christ theo cách nào đó. Ta được biết rằng nếu được sử dụng đúng, ân tứ sẽ gây dựng tín hữu và hội thánh. Nhưng chỉ sự hiểu biết Đức Chúa Trời thông qua Đấng Christ mới có tính gây dựng mà thôi, vì thế mỗi *charisma* đều phải là một khả năng từ Đấng Christ ban để bày tỏ và chia sẻ về Đấng Christ theo cách gây dựng.

Thứ nhì, ân tứ có hai loại. Có ơn lời nói và ơn yêu thương, giúp đỡ một cách cụ thể. Trong Rô-ma 12:6-8, danh sách những ân tứ của Phao-lô luân phiên giữa các loại: ân tứ số một, ba và bốn (tiên tri, dạy dỗ và khuyên bảo) là những ân tứ về lời nói; ân tứ số hai, năm, sáu và bảy (phục vụ, ban cho, lãnh đạo, bày tỏ lòng thương xót) là những ân tứ giúp đỡ. Sự luân phiên ấy ngầm nói rằng đừng để một tư tưởng ân tứ nào tốt hơn ân tứ nào xe vào. Tuy nhiên, các ân tứ khác nhau nhiều vì hình thức hoạt động của con người khác nhau, tất cả đều có phẩm chất như nhau và câu hỏi duy nhất đó là ta có sử dụng ân tứ mà ta có một cách đúng đắn hay không (1 Phi 4:10-11).

Thứ ba, không Cơ Đốc nhân nào là không có ân tứ cả (1 Cô 12:7; Êph 4:7), và việc tìm ra, phát triển và sử dụng đầy đủ những khả năng ta có cho sự phục vụ mà Đức Chúa Trời giao phó là trách nhiệm của mọi người.

Hôn Nhân

Hôn Nhân Phải Là Mối Quan Hệ Giao Ước Vĩnh Cửu

"Ta ghét việc ly dị" Đức Giê-hô-va vạn quân phán như thế.

Ma-la-chi 2:16

Hôn nhân là một mối quan hệ duy nhất mà trong đó người nam và người nữ cam kết với nhau trọn đời, và trên cơ sở lời hứa nguyện long trọng này, người nam và người nữ trở thành "một thịt" về mặt thể xác (Sáng 2:24; Mal 2:14; Mat 19:4-6).

"Hôn nhân được định để mang đến sự giúp đỡ hỗ tương cho vợ và chồng, để làm cho nhân loại tăng lên một cách hợp pháp và làm cho dòng dõi thánh của hội thánh cũng được tăng trưởng; để ngăn ngừa sự bất khiết [sự gian dâm về tình dục]" (Bản tuyên xưng Westminster XXIV.2; Sáng 2:18; 1:28; 1 Cô 7:2-9). Lý tưởng của Đức Chúa Trời cho hôn nhân đó là người nam và người nữ kinh nghiệm sự trọn vẹn hỗ tương (Sáng 2:23) và chia sẻ công tác sáng tạo của Ngài đó là tạo nên những con người mới. Hôn nhân dành cho toàn nhân loại, nhưng ý muốn của Đức Chúa Trời đó là người thuộc về Ngài chỉ nên lập gia đình với tín hữu mà thôi (1 Cô 7:39; xem thêm 2 Cô 6:14; Exra 9-10; Nê 13:23-27). Sự thân mật ở mức sâu sắc nhất không thể diễn ra khi người bạn đời không hiệp nhất trong đức tin.

Bằng cách sử dụng mối quan hệ của Đấng Christ với hội thánh để minh họa hôn nhân Cơ Đốc phải như thế nào, Phao-lô nhấn mạnh trách nhiệm đặc biệt của người chồng là người lãnh đạo và bảo vệ vợ, và vợ được kêu gọi chấp nhận chồng mình trong vai trò đó (Êph 5:21-33). Tuy nhiên, sự khác biệt về vai trò không hàm nghĩa vợ là người thấp kém hơn: là người mang ảnh tượng của Chúa, chồng và vợ đều có giá trị ngang nhau, và họ đều phải làm trọn vai trò của mình dựa trên nền tảng là sự tôn trọng lẫn nhau bắt nguồn từ việc nhận thức sự thật này.

Đức Chúa Trời ghét ly dị (Mal 2:16), thế nhưng Ngài vẫn ban một quy trình để bảo vệ người vợ đã bị ly dị (Phục 24:1-4); Chúa Giê-xu nói (Mat 19:8) ấy là "bởi vì lòng các ngươi cứng cỏi." Cách hiểu tự nhiên sự dạy dỗ của Ngài trong Ma-thi-ơ 5:31-32 và 19:8-9 đó là sự không chung thủy trong hôn nhân (tội ngoại tình) phá hủy giao ước hôn nhân và chứng thực quyền được ly dị (mặc dù hòa giải vẫn là tốt hơn); nhưng người ly dị vợ vì bất cứ lý do nào khác sẽ phạm tội ngoại tình khi người ấy tái hôn và thúc đẩy người vợ bị ly hôn đó phạm tội ngoại tình khi người ấy tái hôn. Khi nói như thế, Chúa Giê-xu chỉ đang trình bày nguyên tắc đó là tất cả các tình huống ly dị và tái hôn đều phá vỡ ý niệm về mối quan hệ tình dục của Đức Chúa Trời. Ngài trả lời câu hỏi: Khi nào thì được phép ly dị? bằng cách nói rằng ly dị luôn là điều tồi tệ, đáng trách (Mat 19:3-6), nhưng không phủ nhận rằng lòng người vẫn cứ cứng cỏi, vì thế dù lúc nào tự bản thân ly dị cũng là điều ác, nhưng đôi khi có thể nó được cho phép dựa trên cơ sở điều nào ác hơn.

Phao-lô nói rằng người đã là tín hữu rồi và bị người phối ngẫu không tin của mình bỏ thì không còn "bị ràng buộc" (1 Cô 7:15). Rõ ràng điều này có nghĩa là người ấy có thể xem mối quan hệ đó đã chấm dứt rồi. Liệu điều này có phải dẫn đến quyền được tái hôn hay không thì vẫn còn tranh cãi, và quan điểm Cải Chính về vấn đề này từ lâu đã không còn thống nhất nữa.

Khi suy ngẫm về phần Kinh Thánh được trích dẫn ở trên, bản tuyên xưng Westmnister (XXIV. 5-6) phát biểu với sự khôn ngoan đầy cẩn trọng điều mà hầu hết các tín hữu Cải Chính suốt nhiều thế kỷ đồng ý về chuyện ly dị.

Ngoại tình hoặc thông dâm sau khi đã kết hôn là cơ hội hợp pháp cho bên vô tội hủy bỏ hôn thú. Sau khi ly hôn, bên vô tội có quyền lấy người khác, như thể bên có lỗi đã chết.

Mặc dù sự bại hoại của con người đáng cho ta tìm hiểu những lý lẽ không được phép phân rẽ những người Đức Chúa Trời đã phối hiệp trong hôn nhân, thế nhưng sự ngoại tình, hoặc cố tình bỏ mặc mà giáo hội hoặc tòa án dân sự không có cách nào giải quyết, thì có đủ lý do để hủy bỏ ràng buộc hôn nhân, trong đó cần phải cử hành nghi thức công khai và trật tự, và những người liên hệ không được phép tự quyết định theo ý riêng về trường hợp của mình.

Gia Đình

Gia Đình Cơ Đốc Là Một Đơn Vị Thuộc Linh

Vì kính sợ Đấng Christ, hãy thuận phục nhau.
Ê-phê-sô 5:21

Gia đình (gồm có cha mẹ và con cái, có hoặc không có họ hàng, bạn bè và tôi tớ trong đó) là định chế lâu đời và căn bản nhất của con người. Kinh thánh nhấn mạnh tầm quan trọng của nó trong tư cách đơn vị thuộc linh và nền tảng huấn luyện nhân cách trưởng thành.

Gia đình có cấu trúc thẩm quyền gắn liền với nó, ở đó chồng là lãnh đạo của vợ và cha mẹ là lãnh đạo của con cái. Mọi thẩm quyền lãnh đạo đều là hình thức phục vụ thay vì hình thức chuyên chế và vai trò lãnh đạo trong gia đình này phải được làm trọn bằng tình yêu thương (Êph 5:22-6:4; Cô 3:18-21; 1 Phi 3:1-7). Điều răn thứ tư đòi hỏi người làm đầu gia đình phải dẫn dắt toàn bộ gia đình trong việc giữ ngày sa-bát; điều răn thứ năm đòi hỏi con cái phải tôn trọng và thuận phục cha mẹ (Xuất 20:8-12; Êph 6:1-3). Chính Chúa Giê-xu cũng làm gương trong việc này (Lu 2:51). Sau này, Ngài kịch liệt phản đối những cử chỉ hiếu thảo thật ra là sự thoái thác trách nhiệm với cha mẹ (Mác 7:6-13) và hành động cuối cùng của Ngài trước khi Ngài chết là chuẩn bị cho tương lai của mẹ mình (Giăng 19:25-27).

Gia đình phải là một cộng đồng dạy và học về Đức Chúa Trời và đức tin kính. Con cái phải được dạy bảo (Sáng 18:18-19; Phục 4:9; 6:6-8; 11:18-21; Châm 22:6; Êph 6:4) và phải được khích lệ để xem trọng sự dạy bảo đó như là nền tảng cho nếp sống của chúng (Châm 1:8; 6:20). Kỷ luật, có nghĩa là đào luyện bằng cách hướng dẫn và sửa dạy, là cần thiết để dẫn con trẻ vượt ra khỏi sự ngốc nghếch trẻ con mà đi đến chỗ khôn ngoan tiết chế (Châm 13:24; 19:18; 22:15; 23:13-14; 29:15, 17). Trong gia đình của Đức Chúa Trời cần phải có kỷ luật có mục đích và yêu thương thế nào (Châm 3:11-12; Hê 12:5-11), thì trong gia đình con người cũng phải như thế.

Gia đình cần phải vận hành như một đơn vị thuộc linh. Lễ Vượt Qua thời Cựu Ước là một dịp của gia đình (Xuất 12:3). Giô-suê đang làm gương khi ông bảo: "Ta và nhà ta sẽ phục sự Đức Giê-hô-va" (Giô 24:15). Trong thời Tân Ước, hộ gia đình trở thành đơn vị kết ước Cơ Đốc (Công 11:14; 16:15; 31-33; 1 Cô 1:16). Sự xứng đáng để phục vụ trong chức vụ hội thánh của một ứng viên được xem xét bằng cách quan sát liệu người ấy có lãnh đạo gia đình mình tốt hay không (1 Ti 3:4-5; 12; Tít 1:6).

Việc xây dựng đời sống gia đình khỏe mạnh phải luôn là ưu tiên trong việc phục vụ Chúa của chúng ta.

Thế Gian

Cơ Đốc Nhân Ở Trong Xã Hội Để Phục Vụ
Và Biến Cải Nó

*Nếu anh em đã chết với Đấng Christ, thoát khỏi các thần linh của thế gian,
thì tại sao anh em lại vẫn sống như mình còn thuộc về thế gian?
Tại sao vẫn thuận phục những luật lệ: "Chớ lấy, chớ nếm, chớ sờ"
khi mà tất cả những thứ ấy đều hư hoại nếu đã dùng đến?
Chúng chỉ là những luật lệ và giáo huấn của loài người.*
Cô-lô-se 2:20-22

Trong Tân Ước, *thế gian* đôi khi có cùng nghĩa với Cựu Ước, tức là trái đất này, trật tự tự nhiên tốt lành mà Đức Chúa Trời tạo dựng. Tuy nhiên, thông thường nó thường có nghĩa là loài người nói chung, hiện thời đã sa ngã trong tội lỗi và hỗn loạn về đạo đức và trở nên chống nghịch với Chúa và gian ác hoàn toàn. Đôi khi hai nghĩa này dường như pha trộn với nhau, để rồi những câu nói về thế gian chứa đựng những sắc thái phức tạp về con người gian ác mang trong mình mặc cảm tội lỗi và sự xấu hổ bởi vì đã sử dụng những vật thọ tạo một cách sai trái.

Cơ Đốc nhân được Chúa sai vào trong thế gian (Giăng 17:18) để làm chứng về Đấng Christ và vương quốc của Ngài (Mat 24:14; xem thêm Rô 10:18; Côl 1:6, 23) và phục vụ cho các nhu cầu của nó. Nhưng họ cũng phải thực hiện những công tác đó mà không trở thành nạn nhân cho chủ nghĩa vật chất của nó (Mat 6:19-24, 32), không bị đồng hóa với nó trong việc chẳng màng đến Đức Chúa Trời và đời sau (Lu 12:13-21), và trong việc kiêu ngạo đeo đuổi lạc thú, quyền lợi, địa vị mà loại bỏ tất cả mọi điều khác (1 Giăng 2:15-17). Thế gian hiện tại là vương quốc của Sa-tan (Giăng 14:30; 2 Cô 4:4; 1 Giăng 5:19; xem thêm Lu 4:5-7), quan điểm và tư duy của xã hội loài người phản ánh sự tự mãn được thấy trong Sa-tan nhiều hơn là sự khiêm nhường được nhìn thấy trong Đấng Christ.

Giống như Đấng Christ, Cơ Đốc nhân phải đồng cảm với những lo lắng và nhu cầu của con người để có thể phục vụ họ và truyền thông với họ một cách hiệu quả. Tuy nhiên, họ phải làm thế dựa trên cơ sở xa lánh thế gian mà họ hiện đang đi qua này khi họ trên đường về với Đức Chúa Trời và trong đó mục đích duy nhất của họ là làm Đức Chúa Trời vui lòng (Côl 1:9-12; 1 Phi 2:11). Sự rút lui khỏi thế giới này để vào các tu viện không được tán thành (Giăng 17:15), nhưng tinh thần thế gian (nghĩa là bất cứ thái độ tập trung vào những thứ ở dưới đất của con người thế gian, Tít 2:12) cũng thế. Chúa Giê-xu khuyến khích các môn đồ Ngài học theo sự khéo léo của người đời trong việc sử dụng những sự trợ giúp để hoàn thành mục đích của mình, nhưng Ngài chỉ rõ rằng mục tiêu đúng đắn của họ không phải là để có sự đảm bảo ở đời này mà là để Chúa được vinh hiển (Lu 16:9).

Đòi hỏi đầu tiên của Chúa đối với Cơ Đốc nhân trong thế gian đó là họ phải khác với những người quanh họ, giữ những lẽ thật đạo đức của Đức Chúa Trời, thực hành yêu thương, tránh sự dâm loạn và không đánh mất chân giá trị của họ là người mang ảnh tượng của Chúa thông qua bất cứ hình thức chìm đắm vô trách nhiệm nào (Rô 12:2; Êph 4:17-24; Côl 3:5-11). Một sự tuyệt giao sạch sẽ với các hệ giá trị và lối sống của thế gian là cần thiết, trong tư cách nền tảng cho việc thực hành sống giống Đấng Christ theo nghĩa tích cực (Êph 4:25-5:17).

Nhiệm vụ mà Chúa định cho Cơ Đốc nhân gồm ba mặt. Sự ủy thác chính của hội thánh là truyền giảng (Mat 28:19-20; Lu 24:46-48) và mọi Cơ Đốc nhân bằng mọi giá phải tìm cách nói về Chúa cho người chưa tin. Tác động của một cuộc đời được thay đổi sẽ rất quan trọng ở đây (1 Phi 2:12). Ngoài ra, yêu thương người lân cận phải thường xuyên dẫn Cơ Đốc nhân đó đến những việc làm thương xót. Cơ Đốc nhân cũng được kêu gọi để làm trọn "sự ủy thác về tự nhiên" mà Chúa ban cho nhân loại lúc tạo dựng nên thế giới này (Sáng 1:28-30; Thi 8:6-8). Con người được tạo ra để quản trị thế giới của Đức Chúa Tời, và vai trò quản trị này là một phần sự kêu gọi của con người trong Đấng Christ. Nó đòi hỏi phải siêng năng làm việc, với mục đích là Chúa được tôn kính và người khác được ích lợi. Đây là "đạo đức việc lành" thật sự của người Tin Lành. Việc làm trọn sự kêu gọi từ Chúa cần phải là một kỷ luật tâm linh.

Vì biết rằng trong sự nhân từ và sự nhịn chịu đầy quan phòng, Đức Chúa Trời tiếp tục duy trì và cải thiện thế giới sai lầm này (Công 14:16-17), nên Cơ Đốc nhân phải dấn thân vào tất cả các hình thức hoạt động đúng đắn. Khi làm vậy dựa trên hệ giá trị và khải tượng đời sống của người Cơ Đốc, họ sẽ trở thành muối (một chất bảo quản làm cho mọi thứ ngon hơn) và ánh sáng (soi sáng, giúp thấy đường đi) trong cộng đồng con người (Mat 5:13-16). Khi Cơ Đốc nhân làm trọn sự kêu gọi của mình, Cơ Đốc giáo trở thành sức mạnh biến đổi văn hóa.

Nhà Nước

Cơ Đốc Nhân Phải Tôn Trọng Chính Quyền Dân Sự

*Mọi người phải phục tùng nhà cầm quyền; vì chẳng có thẩm quyền nào
mà không đến từ Đức Chúa Trời; các nhà cầm quyền hiện có
đều do Đức Chúa Trời chỉ định. Cho nên ai chống đối nhà cầm quyền
là chống lại mệnh lệnh Đức Chúa Trời đã lập; và những người
làm vậy sẽ chuốc lấy sự phán xét cho mình.*

Rô-ma 13:1-2

Chính quyền dân sự là một phương tiện mà Chúa lập ra để quản trị
cộng đồng. Nó là một trong một số phương tiện như thế, trong đó ở hội
thánh là mục sư truyền đạo, ở nhà là cha mẹ và ở trường là thầy cô. Mỗi
một phương tiện như thế đều có lãnh địa thẩm quyền riêng ở dưới Đấng
Christ, Đấng giờ đây cai trị cõi vũ trụ thay cho Cha Ngài, và mỗi lãnh địa
đều phải được phân định bằng sự liên đới với những phương tiện khác.
Trong thế giới sa ngã của chúng ta, những cấu trúc thẩm quyền này là
những định chế của "ân điển thông thường" của Đức Chúa Trời (sự quan
phòng tốt lành của Ngài), như những bức tường chống lại tình trạng hỗn
loạn vô chủ, luật rừng và sự tan rã của xã hội có trật tự.

Dựa trên Rô-ma 13:1-7 và 1 Phi-e-rơ 2:13-17, Bản tuyên xưng đức Tin
Westminster trình bày lĩnh vực chính quyền dân sự như sau:

Đức Chúa Trời, Chúa và Vua tối cao của toàn thế gian, đã chỉ định
những quan tòa dân sự, dưới quyền của Ngài, trên dân chúng, vì vinh
quang của Ngài và vì lợi ích chung: và để đạt mục tiêu này, Ngài đã trang
bị cho họ sức mạnh của lưỡi gươm, để bảo vệ và khuyến khích người tốt và
để trừng phạt những kẻ làm ác.... Quan tòa dân sự không được đảm trách
việc ban phát Lời Chúa cùng các thánh lễ hoặc dành quyền giữ chìa khóa
nước thiên đàng. (XXIII.1, 3).

Bởi vì chính quyền dân sự tồn tại vì ích lợi của toàn xã hội, nên Đức
Chúa Trời cho nó sức mạnh của gươm đao (nghĩa là quyền được sử dụng
vũ lực để thực thi luật pháp công chính: Rô 13:4). Cơ Đốc nhân phải nhận
biết đây là một phần trong trật tự của Đức Chúa Trời (Rô 13:1-2). Nhưng

chính quyền dân sự không được sử dụng quyền này để bắt bớ những người theo hay không theo bất cứ một tôn giáo nào hay bảo vệ bất cứ hình thức tội ác nào.

Nhà nước có thể thu thuế một cách đúng đắn cho công vụ (Mat 22:15-21; Rô 13:6-7). Nhưng nếu nó cấm điều mà Chúa răn bảo phải làm và bắt người ta phải làm điều mà Chúa cấm, thì một hình thức bất tuân dân sự nào đó, với việc chấp nhận hậu quả của nó (qua đó cho thấy rằng một người nhận biết quyền quản trị của Đức Chúa Trời) là điều không thể tránh khỏi (Công 4:18-31; 5:17-29).

Cơ Đốc nhân phải thúc giục các chính phủ làm trọn vai trò đúng đắn của mình. Họ phải cầu nguyện cho, vâng phục và giám sát các chính quyền dân sự (1 Ti 2:1-4; 1 Phi 2:13-14), nhắc nhở họ rằng Đức Chúa Trời chỉ định họ để quản trị, bảo vệ và giữ trật tự chứ không phải để trở thành bạo chúa. Trong một thế giới sa ngã, trong đó quyền lực thường xuyên trở nên băng hoại, các thể chế dân chủ phân chia quyền lực điều hành và làm cho tất cả những người cũng chia sẻ quyền lực ấy phải trả lời trước người dân thường mang lại hy vọng tránh được tính độc tài và đảm bảo sự bình đẳng cho tất cả mọi người.

Phần Bốn
Đức Chúa Trời Là Đấng Định Đoạt Số Phận Con Người

Sự Bền Đỗ

Đức Chúa Trời Giữ Cho Người
Thuộc Về Ngài Được An Toàn

Còn những người Ngài đã định sẵn thì Ngài cũng đã kêu gọi,
những người Ngài đã kêu gọi thì Ngài cũng đã xưng công chính,
và những người Ngài đã xưng công chính
thì Ngài cũng đã làm cho vinh quang.

Rô-ma 8:30

Trước hết chúng ta nói rằng trong việc công bố sự bảo an đời đời dành cho người thuộc về Chúa, nói về việc họ được bảo an thì rõ ràng hơn là nói về sự bền đỗ trong đức tin của họ. Bền đỗ của người Cơ Đốc có nghĩa là kiên trì dưới áp lực hay nản lòng. Khẳng định rằng tín đồ sẽ bền đỗ trong đức tin và trong sự thuận phục dù điều gì xảy ra là một lời khẳng định đúng, nhưng ấy là bởi vì qua Đức Thánh Linh, Chúa Giê-xu Christ bền bỉ bảo an, gìn giữ họ.

Kinh Thánh nhấn mạnh điều này. Giăng cho chúng ta biết rằng Chúa Giê-xu Christ, Người Chăn Hiền Lành, hứa với Cha Ngài (Giăng 6:37-40) và trực tiếp với chiên của Ngài (Giăng 10:28-29) rằng Ngài sẽ gìn giữ họ để họ không bị hư mất. Trong lời cầu nguyện như thầy tế lễ cả của Ngài trước khi Ngài chịu thương khó, Chúa Giê-xu xin cho những người mà Cha đã giao phó cho Ngài (Giăng 17:2, 6, 9, 24) sẽ được giữ cho đến ngày vinh hiển, và thật kỳ lạ nếu lời cầu nguyện của Ngài (hiện thời Ngài vẫn còn tiếp tục cầu nguyện như thế, Rô 8:34; Hê 7:25) không được trả lời.

Phao-lô nhìn chương trình cứu chuộc những người được lựa chọn của Đức Chúa Trời, mà chuyện làm cho người đã được xưng công chính được vinh hiển là một phần trong đó (Rô 8:29-30), như một tổng thể không thể nào tách rời. Dựa trên cơ sở này, ông xây phần kết khải hoàn cho Rô-ma 8:31-39, trong đó ông vui mừng về sự đảm bảo trong hiện tại và tương lai của những người thánh qua tình yêu lớn lao của Đức Chúa Trời. Ở chỗ khác ông lại vui mừng trong sự đảm bảo rằng Đức Chúa Trời sẽ hoàn tất "việc lành" mà Ngài đã bắt đầu trong đời sống của những người mà Phao-lô gửi thư đến cho (Phi 1:6; xem thêm 1 Cô 1:8-9; 1 Tê 5:23-24; 2 Tê 3:3; 2 Ti 1:12; 4:18).

Thần học Cải Chính âm vang điểm nhấn này. Bản tuyên xưng Westminster tuyên bố:

Những kẻ được Đức Chúa Trời chấp nhận trong Con Yêu Dấu của Ngài, được kêu gọi hiệu quả và được thánh hóa bởi Thánh Linh Ngài không thể hoàn toàn hoặc cuối cùng đánh mất địa vị ân sủng mà chắc chắn sẽ kiên trì tới cùng và được cứu rỗi đời đời. (XVII.1)

Giáo lý này tuyên bố rằng người đã tái sinh được cứu thông qua việc bền đỗ, kiên trì trong đức tin và trong nếp sống Cơ Đốc cho đến cuối cùng (Hê 3:6; 6:11; 10:35-39), và chính Đức Chúa Trời giữ họ trong sự kiên trì ấy. Điều đó không có nghĩa là tất cả những ai từng nhận mình đã quy đạo đều sẽ được cứu. Người ta có thể đưa ra những lời tuyên xưng đức tin giả mạo; những kẻ sốt sắng chốc lát sẽ bị vấp ngã (13:20-22); nhiều người nói với Chúa Giê-xu là "Lạy Chúa, lạy Chúa" sẽ không được công nhận (Mat 7:21-23). Chỉ những người cho thấy họ được tái sinh bằng cách đeo đuổi sự thánh khiết trong lòng và sự yêu thương người lân cận một cách thật thà khi họ sống trên đất này mới có quyền tin rằng mình được sự đảm bảo trong Đấng Christ. Bền đỗ, kiên trì trong đức tin và trong sự ăn năn, chứ không chỉ trong chủ nghĩa hình thức Cơ Đốc, là con đường tới sự vinh hiển. Cho rằng tin vào sự bền đỗ sẽ dẫn tới lối sống cẩu thả và mặc định kiêu căng hoàn toàn là quan niệm sai lầm.

Đôi khi người đã được tái sinh cũng vấp ngã và rơi vào tội trọng. Nhưng khi đó, họ không hành động theo tâm tính đúng đắn của mình, họ đi ngược với bản chất mới của mình và làm cho chính mình khốn khổ, nhưng cuối cùng họ sẽ lại tìm kiếm và tìm được sự phục hồi về sự công chính. Ngẫm lại, họ thấy sự sa ngã của họ thật điên rồ. Khi tín hữu đã được tái sinh hành động đúng theo tâm tính của mình, họ thể hiện khao khát hạ mình, biết ơn để làm vui lòng Chúa Đấng cứu họ, và sự nhận thức rằng Ngài đã hứa sẽ gìn giữ họ an toàn mãi mãi càng làm tăng thêm khao khát này.

Tội Không Được Tha

Chỉ Tội Không Ăn Năn Mới Không Được Tha

"Thật, Ta bảo các ngươi, mọi tội lỗi sẽ được tha cho con cái loài người,
kể cả những lời phạm thượng mà chúng nói ra. Nhưng
ai xúc phạm đến Đức Thánh Linh thì sẽ chẳng bao giờ được tha,
mà phải mắc tội đời đời." Ngài phán như vậy vì họ nói rằng:
"Người này bị uế linh ám."
Mác 3:28-29

Khi Chúa Giê-xu cảnh báo người Pha-ri-si rằng tội phạm với Đức Thánh Linh sẽ không được tha cả ở đời này và đời sau (Mat 12:32; Mác 3:29-30), đó là bởi vì họ đang nói rằng Ngài đuổi quỷ nhờ ở trong hội của Sa-tan (Bê-ên-xê-bun). Lời cảnh báo của Ngài cho thấy quan điểm của Ngài về tình trạng thuộc linh của họ.

Ngài có thể, và sau này Ngài đã cầu nguyện cho những người phạm thượng với chính Ngài sẽ được tha thứ bởi vì họ không biết: "Đức Chúa Giê-xu cầu nguyện rằng: "Lạy Cha, xin tha cho họ vì họ không biết mình làm điều gì." (Lu 23:34). Nhưng đó không phải là cách Ngài nhìn người Pha-ri-si.

Có thể những người đó được soi sáng đến mức trong lòng họ biết Chúa Giê-xu là Đấng Cứu Thế từ trời như Ngài tự nhận về mình nhưng họ vẫn không sẵn sàng công khai xưng nhận niềm tin đó vì lời xưng nhận ấy đòi hỏi những sự thay đổi trong lối sống. Có thể những người đó cố làm cho mình cảm thấy ổn về sự thiếu trung thực về đạo đức của họ bằng cách tự viện ra những lý do, dù chúng vô lý đến mức nào đi nữa, để không phải đối xử với Chúa Giê-xu như người ta đáng phải đối xử với Ngài. Rõ ràng Chúa Giê-xu đã biết rằng khi gọi Ngài là đầy tớ của Sa-tan, những người Pha-ri-si ấy đang làm chính điều đó. Họ không hề không biết; họ trấn áp nhận thức của mình và dập tắt sự thật; họ hoàn toàn nhắm chặt mắt trước ánh sáng đó và làm lương tâm mình chai cứng bằng cách gọi ánh sáng là bóng tối. Sự rồ dại mà Chúa Giê-xu phơi bày trong những gì đang họ nói (Mat 12:25-28) là thước đo áp lực của sự cáo trách trong lòng họ hiện tại.

Đưa ra lý do phi lý thường là dấu hiệu của việc chống lại sự cáo trách trong lòng.

Bằng cách quy sự đuổi quỷ mà Đức Thánh Linh làm (Mat 12:28) cho năng lực của Sa-tan, người Pha-ri-si đang phạm thượng cùng Đức Thánh Linh. Tội như thế không được tha thứ, khi lương tâm từ lâu đã chai cứng bằng cách gọi điều thiện là ác đến nỗi tất cả cảm nhận về vinh hiển trong việc làm quyền năng của Chúa Giê-xu (Mat 11:2-6; Giăng 10:38; 14:11) đều bị phá hủy. Sự cứng lòng với Chúa Giê-xu này ngăn chặn bất cứ sự hối tiếc ở bất cứ cấp độ nào trước sự phạm thượng mình đã làm. Nhưng không hối tiếc thì không thể nào ăn năn, và không ăn năn thì không thể nào được tha tội.

Làm cho lương tâm chai cứng bằng cách đưa ra những lý lẽ không thật để biện hộ cho việc phủ nhận năng quyền của Đức Chúa Trời qua Đấng Christ và chối từ những lời tuyên xưng của Chúa là công thức cho tội không được tha. Một phiên bản khác của nó, lần này trong những Cơ Đốc nhân đã tuyên xưng đức tin nhưng sa ngã, được mô tả trong Hê-bơ-rơ 6:4-8. Những Cơ Đốc nhân sợ mình phạm vào tội không thể tha thứ thì vô cùng lo lắng chứng tỏ rằng họ không làm như thế. Những người phạm tội đó thì không hối hận và không quan tâm; thật ra, họ thường không biết mình đã làm gì và họ đã kết án số phận của mình như thế nào. Chúa Giê-xu thấy rằng người Pha-ri-si đang đi đến gần chỗ phạm tội này, và Ngài bảo thế bởi vì Ngài hy vọng giữ họ lại để không sa vào tội này.

Sự Bất Tử

Cơ Đốc Nhân Không Cần Sợ Chết

Vì đối với tôi, sống là Đấng Christ, còn chết là ích lợi. Nhưng nếu
tôi còn sống trong thân xác mà công việc tôi vẫn kết quả thì
tôi không biết phải chọn điều nào. Tôi bị giằng co giữa hai đàng:
Tôi muốn ra đi và về ở với Đấng Christ là điều tốt hơn rất nhiều.
Nhưng tôi còn ở lại trong thân xác, ấy là điều cần thiết hơn cho anh em.
Phi-líp 1:21-24

Chúng ta không biết nếu không có sự sa ngã thì con người rời khỏi thế giới này như thế nào. Một số người nghĩ con người sẽ không bao giờ rời khỏi thế giới này. Nhưng thực tế, sự phân cách giữa thân thể và linh hồn thông qua sự chết thể xác, vốn vừa là hậu quả của tội lỗi vừa là sự đoán phạt của Đức Chúa Trời (Sáng 2:17; 3:19, 22; Rô 5:12; 8:10; 1 Cô 15:21), là một trong những điều chắc chắn của cuộc sống. Sự phân rẽ linh hồn (con người) khỏi thân xác này là dấu hiệu và biểu tượng cho sự xa cách thuộc linh với Đức Chúa Trời, dẫn tới sự chết thuộc thể (Sáng 2:17; 5:5) và sẽ càng trở nên sâu sắc hơn sau sự chết của những người rời khỏi thế giới này mà không có Chúa. Vì thế, sự chết tự động trở thành kẻ thù (1 Cô 15:26) và nỗi kinh hoàng (Hê 2:15).

Đối với Cơ Đốc nhân, nỗi sợ sự chết thuộc thể đã được xóa bỏ, dù sự khó chịu của việc chết đi vẫn còn đó. Chúa Giê-xu, Đấng Cứu Thế phục sinh của họ, chính Ngài cũng đã trải qua cái chết đau đớn hơn bất cứ một Cơ Đốc nhân nào từng phải đối diện, và giờ đây Ngài sống để giúp đỡ những đầy tớ Ngài rời khỏi thế gian này để đến nơi mà Ngài đã chuẩn bị cho họ trong đời sau (Giăng 14:2-3). Cơ Đốc nhân cần xem sự chết của mình trong tương lai như một cuộc hẹn theo lịch của Chúa Giê-xu, mà Ngài sẽ trung tín giữ lời hẹn. Phao-lô có thể nói: "Vì đối với tôi, sống là Đấng Christ, còn chết là ích lợi... Tôi muốn ra đi và về ở với Đấng Christ là điều tốt hơn rất nhiều" (Phi 1:21, 23), bởi vì "xa rời thân xác" đồng nghĩa với "về với Chúa" (2 Cô 5:8).

Khi chết, linh hồn của tín hữu (nghĩa là chính các tín hữu, khi còn sống) được làm cho toàn hảo và bước vào cuộc sống thờ phượng trên thiên đàng (Hê 12:22-24). Nói cách khác, họ được làm cho vinh hiển. Do không tin theo quan điểm này, một số người chấp nhận quan điểm kỷ luật ở ngục luyện tội sau khi chết, tức là một bước nữa của quá trình nên thánh, tiếp tục thanh tẩy tấm lòng và tâm tính để chuẩn bị gặp Chúa. Nhưng niềm tin này không có cơ sở Kinh Thánh, cũng không hợp lý, vì nếu khi Đấng Christ trở lại, những người thánh còn sống trên đất sẽ được làm cho hoàn hảo về mặt đạo đức và tâm linh ngay giờ phút họ được biến hóa thân thể (1 Cô 15:51-54), thì việc cho rằng điều đó cũng xảy ra với mỗi tín hữu vào giờ phút họ qua đời, khi thân thể con người bị bỏ lại đằng sau, là hoàn toàn tự nhiên. Người khác lại công nhận tình trạng vô ý thức (ngủ về mặt linh hồn) giữa sự chết và sự phục sinh, nhưng Kinh Thánh lại nói về mối quan hệ có ý thức, sự tham gia và vui hưởng (Lu-ca 16:22; 23:43; Phi 1:23; 2 Cô 5:8; Khải 6:9-11; 14:13).

Sự chết mang tính quyết định đối với số phận. Sau khi chết, người hư mất không thể nào được cứu nữa (Lu 16:26) – từ đó trở đi cả người tin kính lẫn người bất kính đều sẽ gặt hái điều mà họ đã gieo trong cuộc đời này (Ga 6:7-8).

Sự chết là ích lợi đối với Cơ Đốc nhân (Phi 1:21) bởi vì sau khi chết họ đến gần với Đấng Christ hơn. Nhưng hồn lìa khỏi xác thì không phải là ích lợi; thân xác là để biểu lộ và kinh nghiệm, không có thân xác là chịu sự giới hạn, thật ra là sự vô dụng. Đây là lý do vì sao Phao-lô muốn "mặc lấy" thân thể phục sinh (nghĩa là "tái mang lấy thân thể") thay vì "không mặc gì cả" (nghĩa là không có thân xác, 2 Cô 5:1-4). Được sống lại để sống trên thiên đàng là niềm hy vọng thật sự của Cơ Đốc nhân. Sống trong trạng thái "quá độ" hay "trung gian" giữa sự chết và sự sống lại tốt hơn sống trong thế gian này thế nào, thì sự sống phục sinh sẽ tốt hơn thế ấy nữa. Thật ra, đó sẽ là sự sống tuyệt vời nhất. Và đây là điều mà Đức Chúa Trời dành cho tất cả các con cái Ngài (2 Cô 5:4-5; Phi 3:20-21). Ha-lê-lu-gia!

Sự Trở Lại Lần Hai

Chúa Giê-xu Sẽ Trở Lại Trái Đất Trong Vinh Hiển

Thưa anh em, về thì giờ và thời điểm, thì không cần phải viết cho anh em;
vì chính anh em biết rõ rằng ngày của Chúa sẽ đến như kẻ trộm
trong ban đêm vậy. Khi người ta nói: "Hòa bình và an ninh" thì
sự hủy diệt bất thần ập đến, như cơn đau chuyển dạ xảy đến
cho người phụ nữ mang thai, họ không sao tránh khỏi.
Nhưng thưa anh em, anh em không ở trong bóng tối đến nỗi
Ngày ấy đến bất ngờ cho anh em như kẻ trộm.
1 Tê-sa-lô-ni-ca 5:1-4

Tân Ước nhiều lần tuyên bố rằng một ngày nào đó Chúa Giê-xu Christ sẽ trở lại. Đây sẽ là "chuyến viếng thăm của đức vua", "sự hiện ra" và "sự trở lại" của Ngài (tiếng Hy lạp: *Parousia*). Đấng Christ sẽ trở lại thế giới này trong vinh hiển. Sự đến lần thứ hai của Đấng Cứu Thế sẽ mang tính cá nhân và vật lý (Mat 24:44; Công 1:11; Côl 3:4; 2 Ti 4:8; Hê 9:28), thấy được và khải hoàn (Mác 8:38; 2 Tê 1:10; Khải 1:7). Chúa Giê-xu đến để kết thúc dòng lịch sử, để khiến kẻ chết sống lại và để đoán xét thế gian (Giăng 5:28-29), để đem vinh hiển cuối cùng đến trên con cái Đức Chúa Trời (Rô 8:17-18; Côl 3:4) và để mở ra một cõi vũ trụ được tái tạo (Rô 8:19-21; 2 Phi 3:10-13). Việc Ngài thực hiện chương trình này sẽ là giai đoạn cuối cùng và khải hoàn cho vương quốc trung gian. Một khi những việc này đã được hoàn tất, thì việc áp dụng sự cứu chuộc nhằm chống lại sự chống đối của Sa-tan, công tác cụ thể của nước trời, sẽ kết thúc. Khi Phao-lô nói rằng Đấng Christ "giao vương quốc lại cho Đức Chúa Trời là Cha" và chịu phục Cha Ngài (1 Cô 15:24-28), ông đang không có ý nói về bất cứ sự sụt giảm nào trong sự tôn trọng của Đấng Christ, nhưng đang có ý nói về sự hoàn tất kế hoạch đem những người được chọn về thiên đàng mà Chúa Con phục sinh đã được đặt trên ngôi để thực hiện. Người được chọn trong sự vinh hiển, được thánh hóa và làm cho toàn hảo, sẽ mãi mãi tôn ngợi Chiên Con là Đấng có thể mở cuốn sách hoạch định và áp dụng sự cứu chuộc vào lịch sử của Đức Chúa Trời ấy ra, Đấng có thể làm cho những gì đã định sẽ được thành tựu (Khải 5). Trong Giê-ru-sa-lem mới, Đức Chúa Trời và Chiên Con ngồi trên ngai và cùng nhau cai trị mãi mãi (Khải 22:1, 3). Nhưng sự cai trị này tiếp tục mối quan hệ chủ - tớ giữa Đức Chúa Trời và những người tin kính theo sau kỷ nguyên vương quốc trung gian, thay vì là sự tiếp nối của vương quốc đó.

Trong 1 Tê-sa-lô-ni-ca 4:16-17, Phao-lô dạy rằng sự trở lại của Đấng Christ sẽ mang lấy hình thức Ngài từ trời hạ giáng, được báo hiệu bằng tiếng kèn vang dội, tiếng kêu và tiếng của thiên sứ trưởng. Những người chết trong Đấng Christ lúc ấy đã được sống lại và được ở với Ngài, và tất cả mọi Cơ Đốc nhân trên đất đều sẽ được "cất lên" (nghĩa là cất lên giữa đám mây để gặp Chúa trên không trung) để họ có thể ngay lập tức trở lại trái đất với Ngài như một đoàn quân chiến thắng của Ngài. Quan điểm cho rằng sự cất lên đưa họ ra khỏi thế giới này một thời gian trước khi Đấng Christ xuất hiện lần thứ ba cho "sự trở lại lần hai" đã được nhiều người tin theo nhưng thiếu cơ sở từ Kinh Thánh.

Mặc dù một số chi tiết Phao-lô đưa ra có ý nghĩa biểu tượng (tiếng kèn, giống như tiếng kèn trong quân đội, đòi hỏi sự tập trung vào hành động của Đức Chúa Trời, Xuất 19:16, 19; Ê-sai 27:13; Mat 24:31; 1 Cô 15:52; các đám mây biểu thị cho sự hiện diện tích cực của Đức Chúa Trời, Xuất 19:9, 16; Đa 7:13; Mat 24:30; Khải 1:7), có vẻ như ông đang nói theo nghĩa đen, và việc những điều ông mô tả vượt quá khả năng tưởng tượng của chúng ta không nên ngăn cản chúng ta xem đây là điều sẽ xảy ra.

Tân Ước ghi rõ nhiều điều sẽ xảy ra giữa hai lần đến của Đấng Christ, nhưng ngoài sự sụp đổ của thành Giê-ru-sa-lem vào năm 70 S.C (Lu 21:20, 24), thì những lời tiên báo cho thấy những quá trình chứ không phải những sự kiện đơn lẻ có thể nhận biết được và chúng cũng không cho ta thấy một ngày giờ nào cho sự trở lại của Chúa Giê-xu. Thế giới ngoại giáo sẽ họp lại trong đức tin (Mat 24:14); người Do Thái sẽ được mang vào trong nước trời (Rô 11:25-29, một phân đoạn có thể tiên báo về sự quy đạo của cả một dân tộc), sẽ có những tiên tri giả và Đấng Christ giả hay những kẻ chống lại Christ (Mat 24:5, 24; 1 Giăng 2:18, 22, 4:3). Sẽ có sự bội đạo và khổ nạn dành cho người trung tín (2 Tê 2:3; 1 Ti 4:1; 2 Ti 3:1-5; Khải 7:13-14; xem thêm 3:10). Một "kẻ vô luật" không nhận diện được mà Phao-lô đã nói với người Tê-sa-lô-ni-ca khi ông ở với họ (2 Tê 2:5) đã hay sẽ xuất hiện (2 Tê 2:3-12). Nếu giai đoạn một ngàn năm của Khải Huyền 20:1-10 thật sự là lịch sử thế giới giữa hai lần đến của Đấng Christ, thì sẽ có sự tranh giành quyền lực lên đến đỉnh điểm lần cuối cùng giữa lực lượng chống lại Cơ Đốc nhân và dân sự Đức Chúa Trời (20:7-9). Tuy nhiên, từ những dữ kiện này chúng ta không thể rút ra được bất cứ ngày tháng nào cả; thời điểm trở lại của Chúa Giê-xu vẫn là điều hoàn toàn bí ẩn.

Đối với những Cơ Đốc nhân còn sống khi sự kiện đó xảy ra, thì sự trở lại của Đấng Christ cũng có ý nghĩa y như với những Cơ Đốc nhân đã chết trước khi sự kiện đó xảy ra: nó sẽ là dấu chấm hết cho sự sống trên thế giới này và bắt đầu sự sống trong điều được mô tả là "một môi trường lạ với những cư dân ta biết rõ (xem Giăng 14:2-3). Đấng Christ dạy (Mat 24:36-51) rằng sẽ là một tai nạn bi thảm nếu ai đó không chuẩn bị cho *parousia*. Vì thế, ta phải luôn nghĩ đến những gì sẽ diễn ra, và nó phải khích lệ chúng ta trong việc phục vụ Chúa trong hiện tại (1 Cô 15:58) và dạy chúng ta sống trực chiến, sẵn sàng để gặp Đấng Christ bất cứ lúc nào (Mat 25:1-13).

Sự Phục Sinh Chung

Người Chết Trong Đấng Christ
Sẽ Sống Lại Trong Vinh Hiển

Nhưng có người sẽ nói: "Người chết sống lại cách nào?
Họ lấy thân thể nào mà trở lại?" Người khờ dại kia ơi!
Vật gì anh gieo, nếu trước hết không chết đi, thì không sống lại được.
Còn vật anh gieo, không phải chính là hình thể sẽ mọc lên, nhưng
đơn giản chỉ là một cái hạt,.. Sự sống lại của những người chết cũng vậy.
Thân thể gieo xuống là hư nát, nhưng sống lại là bất diệt;
gieo xuống là nhục nhưng sống lại là vinh; gieo xuống là yếu đuối,
nhưng sống lại là mạnh mẽ; gieo xuống là thân thể vật chất,
nhưng sống lại là thân thể thuộc linh...
1 Cô-rinh-tô 15:35-37, 42-44

Chúa Giê-xu là người đầu tiên sống lại từ cõi chết (Công 26:23), và khi Ngài trở lại thế gian này, Ngài sẽ khiến các đầy tớ Ngài sống lại giống như Ngài (1 Cô 15:20-23; Phi 3:20-21). Thật vậy, Ngài sẽ khiến toàn thể loài người sống lại; những ai không thuộc về Ngài sẽ sống lại để chịu đoán xét (Giăng 5:29). Cơ Đốc nhân còn sống khi Ngài trở lại sẽ ngay lập tức trải qua sự biến hóa tuyệt vời (1 Cô 15:50-54) trong khi những Cơ Đốc nhân đã chết sẽ kinh nghiệm sự tái mặc lấy thân thể một cách vinh hiển (2 Cô 5:1-5).

Sẽ có sự tiếp nối giữa thân thể con người và thân thể đời đời, như trong trường hợp của Chúa Giê-xu, bởi vì chính thân thể mà Ngài đã chết đã sống lại. Phao-lô so sánh mối liên hệ giữa thân thể sống lại và thân thể hay chết với mối quan hệ giữa hạt giống và cây mọc lên từ hạt giống ấy (1 Cô 15:35-44), một sự tiếp nối cho phép những sự khác biệt lớn giữa điểm khởi đầu và thành phẩm cuối cùng. Phao-lô cũng nói, trong mọi trường hợp đều sẽ có sự đối lập về tính chất. Thân thể hiện tại của chúng ta, giống như của A-đam, là thân thể tự nhiên và thuộc về đất, chịu đủ các thứ yếu đuối và mục ruỗng cho tới khi chúng bị hư hoại. Nhưng thân thể phục sinh của chúng ta, giống như thân thể của Đấng Christ, sẽ là thân thể thuộc linh (được Thánh Linh tạo dựng, ở cùng và duy trì) và sẽ thuộc về trật tự đời đời, không hề hư hoại, bất tử (1 Cô 15:45-54).

Tuy nhiên, như Chúa Giê-xu phục sinh vẫn được các môn đồ của Ngài nhận ra bất chấp sự thay đổi mà sự phục sinh đã mang đến trong Ngài, và như sự tái mang lấy thân xác mà Môi-se và Ê-li vẫn được nhận ra tại sự kiện Hóa hình (Mat 17:3-4), và như các thánh nhân người Do Thái được tái mang lấy thân xác đã được nhận ra vào thời điểm Chúa Giê-xu sống lại (Mat 27:52-53), thì các Cơ Đốc nhân sống lại cũng sẽ có thể nhận ra nhau, và sự đoàn tụ vui mừng ở thế giới bên kia với các tín hữu chúng ta yêu quý và đã qua đời cũng sẽ là điều chúng ta trông đợi. Điều đó được hàm ẩn trong 1 Tê-sa-lô-ni-ca 4:13-18, là phân đoạn được viết ra vì những người sống trong Chúa sợ rằng cuối cùng họ sẽ mất những người đã chết trong Chúa; Phao-lô viết về sự trở lại của Đấng Christ để đảm bảo với họ rằng họ chắc chắn sẽ gặp những người họ yêu thương một lần nữa.

Như tình yêu thương một lòng một dạ và sự khiêm nhường của Chúa Giê-xu là khuôn mẫu cho điều Đức Chúa Trời đang khuôn đúc tâm tính tái sinh của chúng ta thế nào, thì thân thể được làm cho vinh hiển, hình thức hiện thời của thân thể qua đó Ngài thể hiện những phẩm chất này một cách hoàn hảo khi Ngài còn trên đất cũng là khuôn mẫu cho việc tái tạo thân thể của chúng ta thể ấy (Phi 3:21). Thân thể mà Cơ Đốc nhân hiện đang có là công cụ tồi cho việc thể hiện ước muốn và mục đích của tấm lòng được tái sinh, và nhiều yếu đuối mà các thánh nhân phải tranh chiến – sự nhát sợ, thiếu kiên nhẫn, nhục dục, buồn chán, lạnh lùng trong các mối quan hệ, vân vân – liên kết chặt chẽ với thể chất của chúng ta và khuôn mẫu hành vi của chúng ta. Thân thể của chúng ta trong sự phục sinh chung là thân thể phù hợp hoàn toàn với tâm tính được tái sinh của chúng ta và sẽ được minh chứng là công cụ toàn hảo cho sự thể hiện của chúng ta suốt cõi đời đời.

Làm cho vinh hiển (được gọi như thế bởi vì nó là sự biểu lộ Đức Chúa Trời thông qua đời sống chúng ta, 2 Cô 3:18) là tên Kinh Thánh gọi chỉ việc Đức Chúa Trời hoàn tất những gì Ngài bắt đầu làm khi Ngài tái sinh chúng ta, tức là tái dựng đời sống thuộc linh và đạo đức của chúng ta để hoàn toàn và mãi mãi trở nên giống như Đấng Christ. Làm cho vinh hiển là công tác của quyền năng biến đổi, ở đó Đức Chúa Trời cuối cùng sẽ biến chúng ta trở nên những tạo vật vô tội qua những thân thể không hề chết. Ý niệm trạng thái được vinh hiển cuối cùng của chúng ta bao hàm (a) hoàn toàn nhận biết ân điển, thông qua sự mở rộng cách vô hạn sức mạnh hiểu biết của chúng ta (1 Cô 13:12); (b) hoàn toàn vui hưởng việc gặp gỡ và được ở với Cha và Con; (c) thờ phượng và phục vụ Chúa một cách trọn vẹn bằng bản chất hội nhập toàn hảo và một tấm lòng hoàn toàn tự do yêu thương và thuận phục; (d) giải phóng hoàn toàn khỏi tất cả những thứ tội lỗi, gian ác, yếu đuối và nản lòng; (e) tất cả mọi ước muốn mà chúng ta ý thức được (không có ước muốn tình dục, Mat 22:30; không đói khát; Khải 7:16; không buồn ngủ, Khải 22:5; nhưng ước muốn hiệp thông hơn với Chúa) đều sẽ được làm trọn; (f) hoàn tất hoàn toàn tất cả những gì tốt lành và giá trị còn dang dở trong cuộc sống đời này; và (g) sự tăng trưởng cá nhân không ngừng trong việc hoàn tất tất cả những điều tuyệt hảo đó.

Phao-lô kết thúc phần phân tích về hành động theo đó Đức Chúa Trời cứu chuộc người Ngài chọn bằng một câu đầy ấn tượng ở thì quá khứ trong Rô-ma 8:30: "Những kẻ mà Ngài đã xưng công bình thì Ngài cũng làm cho vinh hiển." Trong thời của Phao-lô và trong thời hiện tại, làm cho vinh hiển vẫn là tương lai đối với mọi người, trừ chính Chúa Giê-xu ra, nhưng rõ ràng suy nghĩ của Phao-lô đó là bởi vì sự được làm cho vinh hiển hiện là một điểm cố định trong kế hoạch tể trị của Đức Chúa Trời, nên chắc chắn nó sẽ xảy ra. Thì quá khứ là nhằm cho chúng ta biết rằng chuyện được làm cho vinh hiển của chúng ta không xảy ra là chuyện hoàn toàn không thể. Đó là sự đảm bảo và chắc chắn trong niềm hy vọng của người Cơ Đốc.

Ngôi Phán Xét

Đức Chúa Trời Sẽ Phán Xét Toàn Thể Nhân Loại

Kế đó, Ngài phán với những người ở bên trái rằng:
'Hỡi những kẻ bị nguyền rủa, hãy lui ra khỏi Ta, đi vào lửa đời đời
đã chuẩn bị sẵn cho quỷ vương và những quỷ sứ của nó.
Ma-thi-ơ 25:41

Tính chắc chắn của sự phán xét cuối cùng tạo nên chiếc khung sườn mà trong đó sứ điệp về ân điển cứu rỗi của Cựu Ước được thiết lập. Phao-lô đặc biệt nhấn mạnh tính đảm bảo này, tô đậm nó cho những người A-then tinh hoa, sang trọng biết (Công 17:30-31) và giải thích nó một cách rõ ràng chi tiết trong phần đầu tiên của thư Rô-ma, sách Tân Ước chứa đựng phần giải thích về Phúc Âm cách đầy đủ nhất của ông (Rô 2:5-16). Phao-lô nói, chính từ "cơn thịnh nộ sắp đến" vào "ngày thịnh nộ của Đức Chúa Trời, khi sự phán xét công bình của Ngài được thể hiện" mà Chúa Giê-xu Christ cứu chúng ta ra khỏi (1 Tê 1:10; Rô 2:5; xem thêm Rô 5:9; Êph 5:6; Côl 3:6; Giăng 3:36; Khải 6:17; 19:15). Xuyên suốt Kinh Thánh, *cơn giận, cơn thịnh nộ* của Đức Chúa Trời, đề tài thường xuyên được nói đến, mang tính pháp lý; những lời này thường xuyên chỉ về Đấng Tạo Hóa thánh khiết tích cực đoán xét tội lỗi, giống như *cơn thịnh nộ* ở đây. Sứ điệp về sự đoán phạt sắp đến dành cho cả nhân loại, với việc Chúa Giê-xu hoàn tất công tác của vương quốc trung gian của Ngài bằng cách hành động trong vai trò thẩm phán hay quan xét thay cho Cha Ngài trải khắp Tân Ước (Mat 13:40-43; 25:41-46; Giăng 5:22-30; Công 10:42; 2 Cô 5:10; 2 Ti 4:1; Hê 9:27; 10:25-31; 12:23; 2 Phi 3:7; Giu-đe 6-7; Khải 20:11-15). Khi Đấng Christ trở lại và lịch sử hoàn tất, mọi người thuộc mọi thời đại đều sẽ sống lại để chịu phán xét và sẽ đứng chầu trước ngai phán xét của Đấng christ. Sự kiện ấy chắc chắn là không thể tưởng tượng được, nhưng trí tưởng tượng của con người không thể nào đo lường được điều Đức Chúa Trời tể trị có thể làm và sẽ làm.

Khi phán xét, mọi người đều sẽ phải giải trình về chính mình cho Đức Chúa Trời, và qua Đấng Christ, Đức Chúa Trời sẽ "ban cho mỗi người tùy theo việc họ đã làm" (Rô 2:6; xem thêm Thi 62:12; Mat 16:27; 2 Cô 5:10; Khải 22:12). Người được tái sinh, là người trong tư cách đầy tớ của Đấng Christ đã học cách yêu sự công chính và khao khát vinh hiển của một thiên đàng thánh khiết, sẽ được nhận diện; dựa trên cơ sở sự chết chuộc tội và công lao của Đấng Christ thay cho họ, họ sẽ được ban thưởng điều mà họ tìm kiếm. Những người còn lại sẽ phải nhận lấy phần tương xứng với lối sống bất kính mà họ đã chọn, và phần đó sẽ đến trên họ dựa trên cơ sở là tội lỗi của họ (Rô 2:6-11). Mức độ họ biết ý muốn Đức Chúa Trời sẽ là tiêu chuẩn để đánh giá tội lỗi của họ (Mat 11:20-24; Lu 11:42-48; Rô 2:12).

Sự phán xét sẽ minh chứng và cuối cùng là minh oan cho sự công chính toàn hảo của Đức Chúa Trời. Trong thế giới của tội nhân, là thế giới mà trong đó Đức Chúa Trời để cho "các dân tộc đi theo đường lối mình" (Công 14:16), thì không lạ gì khi cái ác lan tràn và sự ngờ vực về chuyện liệu Đức Chúa Trời, nếu tể trị, có công bằng hay không, hay nếu công bằng thì có tể trị hay không, nổi lên. Nhưng đối với Đức Chúa Trời, đoán xét công bằng là vinh hiển của Ngài, và sự phán xét cuối cùng sẽ là sự tự minh oan cuối cùng của Ngài chống lại sự nghi ngờ là liệu Ngài có trở nên ít quan tâm đến sự công chính hay không (Thi 50:16-21; Khải 6:10; 16:5-7; 19:1-5).

Trong trường hợp những người tuyên bố thuộc về Chúa, xem lại những lời nói và việc làm thật sự của họ (Mat 12:36-37) sẽ có một ý nghĩa đặc biệt là phơi bày bằng chứng cho thấy liệu lời tuyên xưng đức tin của họ có phải là trái của một tấm lòng tái sinh thật hay không (Mat 12:33-35) hay chỉ là nước mắt cá sấu của một thứ tôn giáo giả hình (Mat 7:21-23). Mọi điều về mọi người đều sẽ bị phơi bày trong Ngày Phán Xét (1 Cô 4:5), và mỗi người đều sẽ nhận từ Chúa theo đúng thực chất về người ấy. Những người tuyên xưng đức tin nhưng không thể hiện đức tin ấy bằng một lối sống mới, với đặc trưng là ghét tội lỗi và yêu thương, hầu việc Chúa và người khác, sẽ bị hư mất (Mat 18:23-35; 25:34-35; Gia-cơ 2:14-26).

Những thiên sứ sa ngã (ma quỷ) đều sẽ bị đoán xét vào ngày cuối cùng (Mat 8:29; Giu-đe 6) và các thánh đều sẽ dự phần trong tiến trình đoán xét này (1 Côr 6:3), mặc dù Kinh Thánh không cho chúng ta biết rõ vai trò của họ.

Sự hiểu biết về sự đoán xét trong tương lai luôn là lời kêu gọi ăn năn trong hiện tại. Chỉ người ăn năn mới sẵn sàng cho sự đoán xét khi nó đến.

Địa Ngục

Kẻ Ác Sẽ Bị Đày Xuống Chỗ Đau Khổ Mãi Mãi

Rồi Sự chết và Âm phủ bị ném xuống hồ lửa. Hồ lửa là sự chết thứ hai.
Người nào không được ghi tên vào sách sự sống thì bị ném xuống hồ lửa.
Khải Huyền 20:14-15

Chủ nghĩa thế tục ủy mị của văn hóa Tây phương hiện đại với sự lạc quan thái quá vào bản chất con người, với ý niệm méo mó về Đức Chúa Trời và chủ nghĩa hoài nghi của nó về việc liệu đạo đức cá nhân có thật sự quan trọng hay không – nói cách khác, lương tâm thối nát của nó – khiến cho Cơ Đốc nhân khó mà xem thực tại về địa ngục là điều nghiêm túc. Khải thị về địa ngục trong Kinh Thánh cho thấy sự hiểu biết sâu sắc về đức thánh khiết của Chúa và tình trạng tội lỗi của con người và ma quỷ mà hầu hết chúng ta đều không có. Tuy nhiên, giáo lý về địa ngục xuất hiện trong Tân Ước như là cốt lõi của Cơ Đốc giáo, và chúng ta được kêu gọi phải hiểu giống như Chúa Giê-xu và các sứ đồ Ngài đã hiểu.

Tân Ước xem địa ngục (*Gehenna*, theo cách Chúa Giê-xu gọi, nơi hỏa ngục, Mat 5:22; 18:9) là nơi ở cuối cùng của những ai chịu sự trừng phạt đời đời vào ngày Phán xét cuối cùng (Mat 25:41-46; Khải 20:11-15). Nó được xem là nơi của lửa và bóng tối (Giu-đe 7, 13), của khóc lóc và nghiến răng (Mat 8:12; 13:42, 50; 22:13; 24:51; 25:30), của sự hủy diệt (2 Tê 1:7-9; 2 Phi 3:7; 1 Tês 5:3) và của sự khổ hình (Khải 20:10; Lu-ca 16:23) – nói cách khác, là nơi của sự đau khổ cùng cực. Nếu những thuật ngữ này mang tính biểu tượng hơn là tả thực, thì chúng ta có thể chắc chắn rằng thực tế, vốn vượt quá khả năng tưởng tượng của chúng ta, còn kinh khiếp hơn thế. Sự dạy dỗ của Tân Ước về địa ngục là nhằm làm chúng ta thất kinh và khiến chúng ta câm nín vì sợ hãi, đảm bảo với chúng ta rằng thiên đàng sẽ tốt hơn chúng ta mơ ước nhiều, còn địa ngục thì tệ hơn chúng ta có thể mường tượng. Đó là vấn đề thuộc cõi đời đời mà bây giờ chúng ta phải đối diện một cách thực tế.

Địa ngục là khái niệm nói về mối quan hệ tiêu cực với Đức Chúa Trời, không phải một kinh nghiệm về sự vắng mặt của Ngài mà là sự hiện diện trong sự giận dữ và không hài lòng của Ngài. Kinh nghiệm cơn giận của

Đức Chúa Trời là ngọn lửa thiêu đốt (Hê 12:29), sự đoán phạt công chính của Ngài vì coi thường Ngài và mải miết trong tội lỗi mà Ngài gớm ghét và sự tước đoạt tất cả những gì giá trị, vui thỏa và xứng đáng sẽ là hình hài của kinh nghiệm địa ngục (Rô 2:6; 8-9; 12). Ý niệm này được định hình bởi việc vô hiệu hóa cách có hệ thống mọi yếu tố trong kinh nghiệm sự tốt lành của Đức Chúa Trời mà tín hữu biết về nó qua ân điển và toàn bộ nhân loại biết về nó qua sự quan phòng đầy nhân từ của Ngài (Công 14:16-17; Thi 104:10-30; Rô 2:4). Như đã nói ở trên, thực tế sẽ còn kinh khủng hơn khái niệm ấy; không ai có thể tưởng tượng địa ngục kinh khủng như thế nào.

Kinh Thánh mô tả địa ngục là vô tận (Giu 13; Khải 20:10). Những suy đoán về "cơ hội thứ hai" sau khi chết hay về sự hủy diệt những người bất kính ở một giai đoạn nào đó không có sự đảm bảo từ Kinh Thánh.

Kinh Thánh xem địa ngục là nơi tự chọn; những người ở trong địa ngục sẽ nhận ra rằng họ tự kết án chính mình bởi việc họ yêu mến bóng tối hơn là ánh sáng, họ chọn không nhận Đấng Tạo Hóa là Chúa của họ; thích tội lỗi hơn là sự công chính và (nếu họ từng nghe Phúc Âm) chối bỏ Chúa Giê-xu thay vì đến với Ngài (Giăng 3:18-21; Rô 1:18, 24, 26, 28, 32; 2:8; 2 Tê 2:9-11). Khải thị tổng quát khiến cả nhân loại phải đối diện với vấn đề này, và từ quan điểm này, địa ngục xuất hiện như một động thái cho thấy Đức Chúa Trời tôn trọng quyền tự do chọn lựa của con người. Mọi người đều nhận điều mà họ thật sự đã chọn, hoặc là ở với Chúa đời đời, thờ phượng Ngài hoặc là mãi mãi không có Chúa và thờ phượng chính mình. Những ai ở hỏa ngục sẽ biết rằng họ đáng ở đó không phải chỉ vì những việc họ làm mà còn vì lòng họ đã chọn nó.

Mục đích sự dạy dỗ của Kinh Thánh về địa ngục là để cho chúng ta trân trọng, trân quý với tấm lòng biết ơn và chủ tâm chọn ân điển cứu chuộc của Đấng Christ (Mat 5:29-30; 13:48-50). Ấy thật sự là sự thương xót của Chúa dành cho con người khi Đức Chúa Trời qua Kinh Thánh nói một cách quá rõ ràng về địa ngục. Chúng ta không thể nào nói rằng chúng ta chưa được cảnh báo.

Thiên Đàng

Đức Chúa Trời Sẽ Nghênh Đón Người Thuộc Về Ngài Vào Hưởng Niềm Vui Vĩnh Cửu

Lòng các con đừng bối rối. Hãy tin Đức Chúa Trời, cũng hãy tin Ta nữa.
Trong nhà Cha Ta có nhiều chỗ ở; nếu không phải vậy, sao Ta lại nói
với các con rằng Ta đi chuẩn bị cho các con một chỗ? Khi Ta đi và
đã chuẩn bị chỗ cho các con rồi, Ta sẽ trở lại đem các con đi với Ta,
để Ta ở đâu thì các con cũng ở đó.
Giăng 14:1-3

Thiên đàng, cả tiếng Hê-bơ-rơ và tiếng Hy Lạp đều là một từ có nghĩa là "trời", là thuật ngữ trong Kinh Thánh chỉ về nhà của Đức Chúa Trời (Thi 33:13-14; Mat 6:9) nơi có ngai của Ngài (Thi 2:4); nơi Ngài hiện diện, nơi Đấng Christ vinh hiển trở về (Công 1:11); nơi các chiến sĩ của hội thánh hiệp lại thờ phượng (Hê 12:22-25), nơi một ngày nào đó người thuộc về Chúa Giê-xu sẽ ở mãi mãi với Đấng Cứu Chuộc họ (Giăng 17:5, 24; 1 Tê 4:16-17). Nó được hình dung là nơi an nghỉ (Giăng 14:2), một thành (Hê 11:10), một quê hương (Hê 11:16). Vào thời điểm trong tương lai khi Đấng Christ trở lại để đoán xét, nó sẽ mang lấy hình hài của một cõi tạo vật được tái lập (2 Phi 3:13; Khải 21:1).

Nghĩ về thiên đàng như một nơi thì đúng hơn, mặc dù từ này có thể bị hiểu lầm. Thiên đàng xuất hiện trong Kinh Thánh như một thực tại trong không gian, đụng đến và thâm nhập vào mọi không gian thọ tạo. Trong Ê-phê-sô, Phao-lô xác nhận cả ngai của Đấng Christ tại bên hữu Cha Ngài (Êph 1:20), cả những phước hạnh thuộc linh và sự sống lại của Cơ Đốc nhân trong Đấng Christ ở trên thiên đàng (Êph 1:3; 2:6). "Các miền trên trời" trong Ê-phê-sô 1:3, 20; 2:6; 3:10; và 6:12 là một biến thể văn chương của từ "thiên đàng". Phao-lô ám chỉ kinh nghiệm trong "tầng trời thứ ba" hay "thiên đàng" (2 Cô 12:2, 4). Rõ ràng thiên đàng nơi ngai của Đức Chúa Trời cư ngụ phải được phân biệt với các miền trên trời do các thế lực thuộc linh thù địch chiếm giữ (Êph 6:12). Một thân thể phục sinh thích ứng với cuộc sống của thiên đàng đang chờ đợi chúng ta (2 Cô 5:1-8), và trong thân thể đó, chúng ta sẽ thấy Cha và Con (Mat 5:8; 1 Giăng 3:2). Nhưng trong khi chúng ta còn trong thân thể hiện tại, thì những thực tại thiên đàng là vô hình và thường chúng ta không thể nhận thấy được, và chúng ta biết chúng chỉ qua đức tin mà thôi (2 Cô 4:18; 5:7). Thế nhưng sự gần gũi với chúng ta của thiên đàng và của cư dân thiên đàng, Cha, Con, Thánh Linh, các thiên sứ thánh và các linh ma quỷ đều không bao giờ bị quên lãng: vì đó là một chân lý thuộc linh vững vàng.

Kinh Thánh dạy chúng ta định hình khái niệm về cuộc sống trên thiên đàng của mình bằng cách (a) suy luận từ mối quan hệ chưa hoàn hảo mà chúng ta hiện có với Đức Chúa Cha, Con và Thánh Linh, với các Cơ Đốc nhân khác và với các vật thọ tạo sang ý niệm về một mối liên hệ toàn hảo, không còn giới hạn, nản lòng và thất bại; (b) loại bỏ tất cả những hình thức đau đớn, tội lỗi, xung đột, buồn phiền như những gì chúng ta kinh nghiệm trên đất ra khỏi khái niệm về một cuộc đời sống cho Chúa; và (c) làm phong phú trí tưởng tượng của mình về tương lai hạnh phước đó bằng cách thêm vào đó mọi khái niệm về sự ưu việt và niềm vui do Chúa ban mà chúng ta đã biết. Những khải tượng về cuộc sống trên thiên đàng trong Khải Huyền 7:13-17 và 21:1-22:5 đã dẫn tới ba cách hiểu ở trên.

Theo Kinh Thánh, niềm vui bất biến của cuộc sống trên thiên đàng dành cho những người được chuộc sẽ bắt nguồn từ (a) việc họ thấy Đức Chúa Trời qua Chúa Giê-xu (Khải 22:4); (b) việc họ luôn kinh nghiệm tình yêu của Chúa khi Ngài săn sóc họ (Khải 7:17); (c) mối thông công của họ với những người thân yêu và toàn bộ những người được chuộc; (d) sự tiếp tục tăng trưởng, trưởng thành, học tập, làm giàu thêm những khả năng và mở rộng những sức mạnh mà Đức Chúa Trời đã dành sẵn cho họ. Người được chuộc khao khát mọi điều này, và không có chúng, niềm vui của họ sẽ không trọn vẹn. Nhưng trên thiên đàng, không có ước muốn nào không được trọn vẹn cả.

Sẽ có sự khác nhau về mức độ giữa phước hạnh và phần thưởng trên thiên đàng. Tất cả mọi người đều sẽ được chúc phước theo mức độ mà họ có thể tiếp nhận, nhưng khả năng tiếp nhận sẽ khác nhau giống như khi họ sống trong đời này. Còn về phần thưởng (lĩnh vực mà sự vô trách nhiệm trong hiện tại có thể dẫn đến sự mất mát mãi mãi trong tương lai: 1 Cô 3:10-15), có hai điểm cần phải nắm. Thứ nhất đó là khi Đức Chúa Trời ban thưởng cho công việc của chúng ta, Ngài đang ban thưởng cho chính những tặng phẩm của mình, bởi vì chỉ bởi ân điển mà những việc đó được thực hiện mà thôi. Thứ nhì đó là cốt lõi của phần thưởng trong mỗi trường hợp đều phần nhiều là những gì Cơ Đốc nhân đó ao ước nhất, nghĩa là một sự sâu sắc trong mối quan hệ yêu thương của người đó với Đấng Cứu Thế, vốn là thực tế mà tất cả các biểu tượng về mão miện, về áo choàng về các bữa tiệc trong Kinh Thánh chỉ cho ta thấy. Phần thưởng đồng nghĩa với phần thưởng của sự hẹn hò, tức là làm phong phú thêm chính mối quan hệ tình yêu thông qua hôn nhân.

Vì thế, cuộc sống vinh hiển trên thiên đàng là sự kết hợp của việc được thấy Đức Chúa Trời trong và qua Đấng Christ và việc được Cha và Con yêu thương, của sự yên nghỉ (Khải 14:13) và của sự phục vụ Chúa (Khải 7:15), của sự ngợi khen và thờ phượng (Khải 7:9-10; 19:1-5) và của mối thông công với Chiên Con và các thánh nhân (Khải 19:6-9).

Thiên đàng sẽ không bao giờ chấm dứt (Khải 22:5). Tính đời đời là một phần tạo nên vinh hiển thiên đàng; tính vô tận là vinh hiển của vinh hiển.

Khi kinh nghiệm một niềm vui, mọi lòng trên đất sẽ nói: "Tôi không muốn niềm vui ấy chấm dứt." Nhưng lúc nào niềm vui ấy rồi cũng hết. Mọi lòng trên thiên đàng sẽ nói: "Tôi muốn niềm vui này cứ kéo dài mãi mãi." Và thật thế! Không có tin nào tốt lành hơn tin này.

www.ingramcontent.com/pod-product-compliance
Lightning Source LLC
Chambersburg PA
CBHW030922090426

42737CB00007B/285